आपल्या स्नेहीजनांना पुस्तके भेट द्या

# एक होता मित्र...

*विविध देशांमधील मैत्री संस्कृतीच्या विविध अनुभवांच्या सोप्या, आकर्षक पण वास्तव कथा!*

**उमेश कदम**



मेहता पब्लिशिंग हाऊस

Please contact us at **Mehta Publishing House,** Pune 411030.

✆ +91 020-24476924 / 24460313 / Mob. No. 9545000513

Email : production@mehtapublishinghouse.com

Website : www.mehtapublishinghouse.com

◆ *या पुस्तकातील लेखकाची मते, घटना, वर्णने ही त्या लेखकाची असून त्याच्याशी प्रकाशक सहमत असतीलच असे नाही.*

**EK HOTA MITRA by Umesh Kadam**

**एक होता मित्र : उमेश कदम / कथासंग्रह**



Email : author@mehtapublishinghouse.com

प्रकाशक : सुनील अनिल मेहता, मेहता पब्लिशिंग हाऊस,
१९४१ सदाशिव पेठ, माडीवाले कॉलनी, पुणे – ४११०३०.

मुद्रक : ट्रिनिटी ॲकॅडमी फॉर कॉर्पोरेट ट्रेनिंग लिमिटेड

मुखपृष्ठ : चंद्रमोहन कुलकर्णी

प्रकाशनकाल : नोव्हेंबर, २०१२ / पुनर्मुद्रण : फेब्रुवारी, २०१९

किंमत : ₹ २४०

P Book ISBN 9788184984392
E Book ISBN 9789387319646
E Books available on : amazonkindle Apple Books Google Play Books

*माझे बालपण ज्या तीन गावात गेले तेथील*
*जयसिंगपूरचा विद्यानंद देवधर (सध्या कोल्हापूर),*
*गडहिंग्लजचा रत्नाकर मुंगळे (सध्या बेळगाव) व*
*बार्शीचा दिवाकर ओक (सध्या ठाणे)*
*या बालपणीच्या तीन सवंगड्यांना,*
*आमच्या आजवरच्या अखंड मैत्रीसाठी...*

# प्रस्तावना

'एक होता मित्र...' हा माझा तिसरा कथासंग्रह. या पूर्वीचे 'दूरची माती, जवळची नाती,' व 'केवळ मैत्रीसाठी...' या संग्रहातील कथांच्या धर्तीच्याच, सत्यघटनांवर आधारित कथा प्रस्तुतच्या संग्रहात आहेत. या सर्व कथा परदेशातील वास्तव्यादरम्यान आलेल्या अनुभवांवर, तेथे भेटलेल्या व्यक्तींवर किंवा तेथे घडलेल्या घटनांवर आधारित आहेत. गेली पंधरा वर्षे आंतरराष्ट्रीय रेड क्रॉससाठी आशिया व आफ्रिका खंडांमध्ये तर त्यापूर्वी विद्यार्थिदशेत असताना व आंतरराष्ट्रीय कायद्याचे अध्यापन करताना युरोप-अमेरिकेत प्रवास व वास्तव्य झाले. परदेश प्रवास व वास्तव्य यांच्या दरम्यान अनेक मनोरंजक अनुभव आले. त्यांना कल्पनेची जोड देऊन कथा लेखनाचा प्रयत्न केला. पहिल्या दोन संग्रहांना मिळालेला प्रतिसाद पाहूनच पुढे लिहावेसे वाटले. परदेशी गेल्यावर तेथील सामान्य माणूस मला आकर्षित करतो. ठराविक प्रेक्षणीय स्थळांना भेटी देण्यापेक्षा तेथील सामान्य जनतेची वस्ती, त्यांचा बाजार, त्यांची उपाहारगृहे अशा ठिकाणी तासन्‌तास घालवून त्यांची जीवनशैली जवळून पाहण्याचा प्रयत्न करताना बरेच काही शिकायला मिळाले. कामानिमित्त वेगवेगळ्या स्तरावरील व्यक्तींशीदेखील संबंध आला. या संग्रहात समाजाच्या विविध स्तरातील व्यक्तिमत्त्वे वाचकांना भेटतील, अगदी राष्ट्राध्यक्षासारख्या उच्चपदस्थांपासून ते रस्त्याच्या कडेला बसून बूट-पॉलिश करणाऱ्या पोऱ्यासारखी! आजकाल परदेशप्रवास सोपा झाला आहे. खूप लोकांना परदेशी जायची संधी मिळते. त्यापैकी बरेच त्रयस्थासारखे, संकुचित

वृत्तीने परदेशातील माणसे व समाज यांच्याशी अंतर ठेवून तेथे वास्तव्य करून अथवा फिरून येतात. माझा स्वत:चा अनुभव असा आहे की, जर आपण दुसऱ्या देशातील समाज व संस्कृती यांच्याशी समरस होऊन त्यांना समजून घेतले, तर आपल्याला खूप काही शिकायला मिळते. आपला जगाकडे पाहण्याचा दृष्टिकोन रुंदावतो नि वंश, वर्ण, जात-पात, धर्म, सीमा यांची कृत्रिम बंधने नाहीशी होतात. परक्या माणसाकडे तो एक आपल्यासारखाच माणूस आहे या दृष्टिकोनातून पाहण्याची सवय होते आणि असे झाल्यावरच आपले अनुभव अधिक समृद्ध होतात व लिहिण्यासाठी कथानकांची बीजे रुजू लागतात. अनुभवांना कल्पकतेची जोड दिल्यावर कथानके फुलू लागतात. या संग्रहातील काही कथा हलक्या-फुलक्या आहेत, तर काही अंतर्मुख करायला लावणाऱ्या. कारण परदेशात आलेले काही अनुभव गंमतशीर आहेत, तर काही मनाला चटका लावून जाणारे!

केवळ सत्यघटना जशाच्या तशा लिहिल्या, एखाद्या नवख्या ठिकाणाचे फक्त वर्णन केले किंवा आलेले अनुभव जसेच्या तसे लिहिले, तर ते लिखाण मनोरंजक होईलच असे नाही. या कथा लिहिण्याचा एक उद्देश मराठी वाचकांना काही देशातील अनोख्या विश्वाचे दर्शन घडविणे, हादेखील आहे. थोडक्यात सांगायचे म्हणजे प्रवासवर्णन, व्यक्तिचित्रण, आधुनिक इतिहास, राजकारण नि कल्पनाविलास यांचे कमी-अधिक प्रमाणात मिश्रण करून 'कोल्हापुरी मिसळ' तयार केली आहे. ती चटकदार झाली आहे की नाही, हे केवळ ती चाखणाऱ्यांनीच ठरवावे.

– नैरोबी, जुलै, २०१२

# *अनुक्रमणिका*

# पेनल्टी स्ट्रोक

"याचा पाय कशामुळे निकामी झाला?" मी फ्रँकला त्या २७-२८ वर्षांच्या तरुणाकडे पाहत विचारले. उत्तर कोरियाची राजधानी प्यॉंग-यांगपासून चाळीस कि.मी. अंतरावरील साँगरिम या खेड्यात आंतरराष्ट्रीय 'रेड क्रॉस'मार्फत चालवण्यात येणाऱ्या मोफत कृत्रिम अवयव बसवायच्या केंद्रात त्याचा प्रमुख, माझा सहकारी फ्रँक दकॉर्द याच्याशी मी बोलत होतो. त्या तरुणास अलीकडेच कृत्रिम पाय बसवण्यात आला होता. त्याचा सराव होण्यासाठी त्याला दोन्ही हातांनी बार्सचा आधार घेऊन हळूहळू चालण्याची गरज होती. फ्रँकच्या देखरेखीखाली तो सराव करत होता. फ्रँकने मला जो खुलासा केला, तो ऐकून माझे मन विषण्ण झाले. मी सहानुभूतीपूर्वक नजरेने त्या तरुणाच्या केविलवाण्या चेहऱ्याकडे पाहिले. कृत्रिम पायाची त्याला अजून सवय झाली नव्हती, त्यामुळे सराव करताना त्याला वेदना होत होत्या, हे त्याच्या चेहऱ्यावरून लगेचच जाणवत होते...

मे २००५मध्ये आमच्या बीजिंग येथील विभागीय कार्यालयाचे प्रमुख डेनिस ॲलिस्टोन व माझा क्वालालंपूर येथील सहकारी ॲलेक्सांद्र फेत यांच्यासमवेत एक चर्चासत्र व काही बैठका यांच्यासाठी एक आठवड्याच्या कालावधीसाठी मी उत्तर कोरियाला गेलो होतो. उत्तर कोरिया बीजिंग येथील विभागीय कार्यालयाच्या अखत्यारित होते. उत्तर कोरियाच्या वेगवेगळ्या मंत्रालयांच्या वरिष्ठ अधिकाऱ्यांसाठी आम्ही एक चर्चासत्र आयोजित केले होते. आंतरराष्ट्रीय समुदायापासून कटाक्षाने अलिप्त राहणाऱ्या व माओंचे साम्यवादी धोरण

काटेकोरपणे व कठोरपणे राबवणाऱ्या उत्तर कोरियाच्या लष्करी प्रशासनाने काही बाबतीत आंतरराष्ट्रीय रेड क्रॉसशी सहकार्य करायची तयारी दर्शविली, ही एक आश्चर्यकारक गोष्ट होती. रेड क्रॉसमार्फत २००२ मध्ये उत्तर कोरियात एक कृत्रिम अवयव बसवण्याचे केंद्र सुरू करण्यात आले, तसेच तेथे एक छोटे कार्यालयही सुरू केले.

प्याँग-यांगला जाण्यासाठी फक्त बीजिंगहून रोज एक विमान सुटते. ॲलेक्स व मी क्वालालंपूरहून ३ मे या दिवशी दुपारी बीजिंगला पोहोचलो. त्याच संध्याकाळी आमची डेनिस ॲलिस्टोन यांच्याबरोबर प्याँग-यांग येथील चर्चासत्र व बैठकांबाबत चर्चा होणार होती. त्यांना भेटल्यावर ते म्हणाले, ''उमेश आणि ॲलेक्स, तुम्ही दोघंही पहिल्यांदाच उत्तर कोरियाला निघाला आहात. तेथील सरकारच्या धोरणाविषयी तुम्हाला ठाऊक आहेच; पण आपल्या तेथील वास्तव्यादरम्यान आपल्याला काही खबरदारी घ्यायला हवी. सरकारी धोरणाबाबत प्रत्यक्ष किंवा अप्रत्यक्षरीत्या आपण काहीही वक्तव्य करायचं नाही. याबाबतीत मला तुम्हा दोघांना काही सूचना करायच्या आहेत.''

''ठीक आहे, सांगा तुम्ही आम्ही काय खबरदारी घ्यायची नि कोणती पथ्यं पाळायची.'' मी म्हणालो.

त्यावर घड्याळाकडे पाहत डेनिस म्हणाले, ''हे पहा, सात वाजत आलेत. उद्या सकाळी साडेनऊला आपली फ्लाईट आहे. आता वेळ कमी आहे. मी असं सुचवतो, की आपण येथील एका प्रसिद्ध उपाहारगृहात 'पेकिंग डक' खायला जाऊ. जेवता जेवता आपण बोलू. म्हणजे वेळेची बचत होईल, तुम्हा दोघांना रात्री पुरेशी विश्रांती मिळेल, तसेच उत्कृष्ट 'पेकिंग डक'चा तुम्हाला आस्वादही घेता येईल.''

आम्ही दोघे त्यास एका पायावर तयार झालो. डेनिसनी ड्रायव्हरला गाडी काढायला सांगितले. पंधरा मिनिटांत आम्ही 'क्वानजुद' या भल्यामोठ्या उपाहारगृहात पोहोचलो. तेथे फक्त 'पेकिंग डक' हा पदार्थ मिळायचा. डेनिसनी निघण्यापूर्वी फोन करून एक टेबल आरक्षित केले होते. त्यांनी जेवणाची ऑर्डर दिली. सोबत 'त्सिंगताओ' बीयरही मागवली. आमची चर्चा पुढे चालू झाली.

''हे पाहा, उत्तर कोरियाचं सरकार सर्व परदेशी नागरिकांकडे संशयानं पाहत असतं. आपल्यावर आपल्या तेथील संपूर्ण वास्तव्यादरम्यान बारकाईने लक्ष ठेवलं जाणार यात शंका नाही. आपल्या हॉटेलमध्ये त्यासाठी एक सरकारी अधिकारी राहणार आहे. शिवाय हॉटेल सरकारी असल्यामुळे तेथील सर्व कर्मचारी आपल्यावर लक्ष ठेवून असणार. प्रत्येक खोलीत मायक्रोफोन लपवलेले आहेत. काहीही झालं तरी सरकारच्या धोरणाविषयी अवाक्षरही काढायचं नाही.''

''अरे बापरे, म्हणजे पुढील सहा-सात दिवस सतत कोणाच्यातरी टेहळणीखाली

राहावं लागणार असं दिसतंय!'' ॲलेक्स म्हणाला.

''अर्थातच! तरी बरं, गेल्या सहा महिन्यांपूर्वी सरकारनं त्यांचे काही नियम शिथिल केले आहेत. पूर्वी आपल्यासारख्यांवर लक्ष ठेवायला एक सरकारी अधिकारी आपल्या खोलीतच वास्तव्य करायचा!''

हे ऐकून आम्हाला आश्चर्य वाटले. डेनिसनी आम्हाला इतर बऱ्याच सूचना केल्या.

दुसऱ्या दिवशी सकाळी साडेअकराच्या सुमारास आम्ही प्याँग-यांगला पोहोचलो. लागलीच तेथील सरकारी धोरणाची प्रचिती यायला सुरुवात झाली. आमच्यावर लक्ष ठेवण्यासाठी नियुक्त केलेला अधिकारी आमच्या 'स्वागता'साठी विमानतळावर हजर होता. सर्वप्रथम आमच्या सामानाची अतिशय बारकाईने तपासणी करण्यात आली. मोबाईल फोन काढून घेतले. ते जाताना परत दिले जाणार होते. आम्हाला एका जुनाट सरकारी व्हॅनमधून हॉटेलवर नेण्यात आले. दुसऱ्या दिवशीपासून आमच्या बैठका सुरू झाल्या. त्या दोन दिवस चालणार होत्या. त्यानंतर एक दिवस आम्ही मोकळेच होतो. नंतर तीन दिवसांचे चर्चासत्र सुरू होणार होते. त्या मोकळ्या दिवशी सकाळी आम्हाला सरकारी इतमामात प्याँग-यांगदर्शन घडवून आणण्यात आले. रस्ते भव्य, पण त्यावर गाड्याच नाहीत. ज्या होत्या त्या १९५० किंवा १९६० मध्ये होत्या तसल्या. भव्य इमारती, प्रचंड स्मारके दाखविण्यात आली. तेथे माणसेच कमी असल्याने सारे काही मोकळे मोकळे वाटत होते. जे काही लोक दिसायचे, ते मैलोन् मैल चालत जाताना दिसायचे. प्रत्येकाला सामुदायिक शेती किंवा खाणींमध्ये आठवड्यातून एक दिवस सक्तीने मजुरी करायला लागायची. मग तुम्ही इंजिनियर असा किंवा शास्त्रज्ञ! आम्हाला स्थानिक चलन जवळ बाळगायला व दुकानात जाऊन काही खरेदी करायला बंदी होती. फक्त काही ठराविक उपाहारगृहांत जायला परवानगी होती. तेथील माणसांचे फोटो काढायला मज्जाव होता. शहर भव्य आणि दिव्य होते, स्वच्छ आणि शिस्तबद्धही होते. सर्वत्र सैनिकांची गस्त होती. सारा कारभार लष्कराच्या हाती होता. त्या वातावरणातून कधी एकदा बाहेर पडू, असे आम्हास झाले होते. त्या दिवशी दुपारी डेनिस म्हणाले,

''माझं साँगरिम येथील आपल्या कृत्रिम अवयव केंद्रात थोडं काम आहे. तुम्हा दोघांना यायचं आहे तिकडे.''

आम्ही दोघे त्या शहरातून थोडेफार दूर जायला उतावीळ झालो होतो. दुपारी तीनच्या सुमारास तेथे पोहोचलो. त्या केंद्राचा प्रमुख फ्रँक दकॉर्द याची ओळख झाली. तो अस्थिव्यंगोपचार शास्त्रातील तज्ज्ञ होता. मी सारे केंद्र फिरून पाहिले.

शेवटी कृत्रिम पायाचा सराव करण्याच्या खोलीत पोहोचलो. तेथील एका तरुणाला पाहून मी फ्रँकला जो प्रश्न विचारला, त्याचा त्याने खुलासा केला.

"उमेश, या देशातील वैद्यकीय सुविधा अतिशय मागासलेल्या आहेत. एके काळी सोव्हिएत युनियनचे त्यांना साहाय्य होते; पण सोव्हिएत साम्राज्याचाच अस्त झाल्याने येथील परिस्थिती खूपच बिकट झाली. येथील इस्पितळात जीवनावश्यक औषधांचा नेहमी तुटवडा असतो. एखाद्यावर शस्त्रक्रिया करायची असेल, तर भूल द्यायच्या औषधाचीही कमतरता असते, त्यामुळे कधीकधी भूल न देताच रोग्याचे हात-पाय बांधून शस्त्रक्रिया केल्या जातात. अशा वेळी इस्पितळांतून ऐकू येणारा आरडाओरडा मी स्वत: ऐकला आहे!"

"अरे बापरे! कोणत्या जमान्यात हे लोक राहतात, फ्रँक?"

"येथील सरकारविषयी तुला काय सांगावं?" फ्रँक, ॲलेक्स व मी त्या केंद्राच्या मोकळ्या पटांगणात बोलत होतो. जवळपास कोणीही नव्हते, त्यामुळे आम्ही मोकळेपणाने बोलत होतो. फ्रँक पुढे सांगू लागला...

"तुला ठाऊक आहेच, की १९५०-५१ मध्ये देशाची फाळणी झाली. येथील सरकार त्यास अमेरिकेला जबाबदार धरतं. दक्षिण कोरिया अमेरिकेच्या मदतीनं खूप प्रगत झालं; पण येथे मात्र आपल्यावर अमेरिका हल्ला करायला टपली आहे, असा अपप्रचार करून साऱ्या जनतेची दिशाभूल केली जात आहे. साऱ्या समस्या अमेरिकेमुळे उद्‌भवलेल्या आहेत, असं जनतेच्या मनावर बिंबवलं आहे. लोकांना धड दोन वेळचं जेवायला मिळायची मारामार, पण अण्वस्त्रांसाठी पाण्यासारखा पैसा खर्च करतील."

"पण सरकारविरुद्ध जनता काही आवाज उठवत नाही?" ॲलेक्सने विचारले.

"ते कसं शक्य आहे? येथे कोणाला संघटित होऊ दिलं जात नाही. प्रत्येकाच्या हालचालींवर बारकाईनं लक्ष ठेवलं जातं. कोण कोणावर लक्ष ठेवत आहे, हे समजणं कठीण. भाऊ भावांवर, वडील मुलांवर, मुले वडिलांवर लक्ष ठेवणं व त्यांच्या हालचाली सरकारला कळविणं हे येथे सर्रास चालतं. सरकारविरुद्ध 'ब्र' काढला, की रवानगी तुरुंगाकडे किंवा श्रमछावणीकडे झालीच म्हणायची. सतत जनतेचं 'ब्रेन वॉशिंग' चालू असतं. प्रत्येक घरात रेडिओचा एक ध्वनिक्षेपक लावलेला असतो. त्याला बंद करायचं बटण नसतं, रेडिओ स्टेशन बंद झालं, की तो आपोआप बंद होतो. त्यावरून सतत सरकारी धोरणाची स्तुती आणि अमेरिका, दक्षिण कोरिया व जपान यांचा अपप्रचार सुरू असतो. बाह्य शक्तींपासून धोका असल्यानं जनतेनं लष्करी राजवट बळकट केली पाहिजे, असं त्यांच्या मनावर बिंबवलं जातं."

"पण निदान जनतेच्या अन्न, वस्त्र, निवारा आणि आरोग्य यांची तरी सरकारनं

सोय करायला हवी.'' मी म्हणालो.

''येथे उपासमार तर नेहमीचीच. प्याँग-यांग शहर हा एक देखावा आहे. ग्रामीण भाग अतिशय मागासलेला आहे. हिवाळ्यात तापमान शून्याखाली तीस-चाळीस डिग्री सेल्सियस असतं, पण उबदार हवेची सोय नाही. इंधनाचा तुटवडा व विद्युत पुरवठ्यातील कमतरता असल्यावर दुसरे काय होणार? या साऱ्याचा परिणाम आरोग्यावर होणे स्वाभाविक आहे. आता या सोक-किमचंच उदाहरण घे.''

''काय झालं त्याच्या बाबतीत?'' मी अधीरतेने विचारले.

''सोक–किम हा उत्तर कोरियाच्या राष्ट्रीय फुटबॉल संघातील आघाडीचा खेळाडू. तसा यांचा संघ चांगलं खेळतो. बऱ्याच आंतरराष्ट्रीय व विभागीय स्पर्धांमध्ये यांच्या संघानं चांगली कामगिरी केली आहे, काही चषक जिंकले आहेत. सोक-किम केवळ फुटबॉलपटू नसून तो धावपटूही आहे. मागच्या ऑलिंपिक्समध्ये त्याला १००० मीटर धावण्याच्या स्पर्धेत ब्राँझ पदक मिळालं होतं. तर झालं काय, चार महिन्यांपूर्वी त्यांचा संघ सराव करत होता. सोक-किमचं वैशिष्ट्य हे, की तो 'पेनल्टी स्ट्रोक'मध्ये निष्णात होता. त्यांच्या संघाला पेनल्टी स्ट्रोकची संधी मिळाली, की गोल झालाच असं समजावं. गोलकिपरला फुटबॉल कोणत्या दिशेनं येत आहे, हे समजायच्या आतच बॉल तोफगोळ्याच्या गतीनं गोलच्या जाळीत गेलेला असायचा. तर त्या सरावादरम्यान सोक-किम फुटबॉल चकवत असता दुसऱ्या एका खेळाडूची लाथ त्याच्या पायाला चुकून लागली. त्यात त्याचा पाय दुखावला. त्या दिवशी तो खेळू शकला नाही. त्याला खूपच वेदना होऊ लागल्या, म्हणून त्याच्या कोचनी त्याला इस्पितळात पाठवलं. एका जुनाट क्ष-किरण यंत्राद्वारे चाचणी केली असता अगदी केसासारखं सूक्ष्म फ्रॅक्चर दिसून आलं. सर्वसाधारणपणे त्यावर तीन आठवडे प्लॅस्टर लावलं, की पाय अगदी पूर्ववत होतो.

''मग त्यात कोणती अडचण आली?''

''डॉक्टर म्हणाले, की प्लॅस्टर संपलं आहे. त्यांनी त्याच्या पायावर पट्टी बांधून त्याला तीन आठवडे झोपवून ठेवायचा सल्ला दिला. तसं सुरू केल्यावर चार दिवसांनी त्याचा पाय कमालीचा ठणकू लागला. त्याला तपासल्यावर डॉक्टर म्हणाले, की आतील जखम चिघळली असावी. त्यांनी काहीही विचार न करता त्याचा पायच कापून टाकला!''

''अरे बापरे! किती अघोरीपणा आहे आणि सोक-किमवर केवढा मोठा अन्याय झाला आहे!'' माझा त्या गोष्टीवर विश्वासच बसत नव्हता; पण फ्रँक मला फक्त वस्तुस्थितीचे कथन करत होता.

''त्याच्या स्वप्नांची व महत्त्वाकांक्षांची एका क्षणात राखरांगोळी करणारे ते डॉक्टर नसून कसाई असावेत!'' ॲलेक्स उद्विग्नतेने म्हणाला. बिचाऱ्या निरपराध

व गुणी सोक-किमला एवढी जबरदस्त शिक्षा (पेनल्टी) दिल्याबद्दल त्यास कारणीभूत असणाऱ्या सर्वांना एखाद्या जाड काठीने तडाखे (स्ट्रोक) द्यावेत, असे मला वाटले. पण ते कसे शक्य होते?

त्या केंद्रात उपचारांसाठी येणाऱ्या सर्वांची राहण्याची व जेवणाची सोय केंद्राच्या आवारातच केली होती. त्यांच्यासाठी वाचनालय व करमणुकीची काही साधने उपलब्ध केली होती. आमची निघायची वेळ जवळ येत होती. जाण्यापूर्वी पुन्हा एकदा सोक-किमला पाहावे, असे मला वाटले. मी फ्रँकबरोबर चालण्याचा सराव करायच्या खोलीकडे गेलो. सोक-किम तेथे नव्हता. फ्रँकने एका कर्मचाऱ्याजवळ चौकशी केली व मला म्हणाला, "उमेश, सोक-किम टी.व्ही.च्या खोलीत आहे. ती पाहा ती खोली. तू त्याला भेटून ये."

"ठीक आहे," असे म्हणून फ्रँकने दाखवलेल्या खोलीकडे गेलो. खोलीचे दार उघडले व आत पाहिले, तर सोक-किम टी.व्ही. पाहत होता. त्याची पाठ माझ्याकडे होती. टी.व्ही.ला जोडलेल्या व्ही.सी.आर.वर एक चित्रफीत लावली होती. ती होती एका फुटबॉलच्या सामन्याची. मी टी.व्ही.कडे निरखून पाहिले. पडद्यावरील उपशीर्षकांवरून समजले, की तो सामना दोन वर्षांपूर्वी उत्तर कोरिया व मँचेस्टर युनायटेडमध्ये खेळला गेला होता. उत्तर कोरियाच्या संघातील एक खेळाडू सोक-किमसारखा दिसत होता. काही वेळाने त्या खेळाडूचा चेहरा जवळून दाखवला गेला, तेव्हा माझी खात्री पटली, की तो सोक-किमच होता. त्या क्षणी सोक-किमच्या चेहऱ्यावर कसले भाव उमटले असावेत, हे पाहण्याचे माझे धाडस झाले नाही. मी हळूच दार बंद केले व हलक्या पावलांनी तेथून निघालो, पाठमोऱ्या सोक-किमचा निरोप न घेता!

■

# *नैरोबीचे नवे नाव*

"या नकाशामध्ये शहराचा जो भाग फिकट पिवळ्या रंगात दाखवला आहे, तिथे तुम्ही मुळीसुद्धा जायचं नाही, तसंच अन्य भागांत संध्याकाळी ७ नंतर एकट्यानं जायचं नाही. जायचं झालं तर चार-पाच जणांनी मिळून किंवा आम्ही सुचवलेल्या कंपनीच्या टॅक्सीनंच जायचं. कधीही सार्वजनिक वाहतुकीच्या साधनांनी प्रवास करायचा नाही. शक्यतो किमती वस्तू अथवा मोठी रक्कम जवळ बाळगायची नाही. जेवायला जायचं झालं, तर फक्त आवश्यक तेवढीच रक्कम जवळ ठेवायची. नैरोबीमध्ये तुमच्या सुरक्षिततेसाठी या पुस्तिकेमध्ये अन्य काही खबरदारीचे उपाय सुचविण्यात आलेले आहेत, त्यांचं काटेकोरपणे पालन केल्यास तुम्हाला येथील वास्तव्यादरम्यान कसलाही उपद्रव होणार नाही."

आंतरराष्ट्रीय रेड क्रॉसच्या नैरोबी येथील विभागीय कार्यालयाचा सुरक्षा विभागप्रमुख जॉन ओडिंबो सांगत होता व आम्ही लक्ष देऊन ऐकत होतो. जानेवारी २००९ पासून मी इथिओपिया येथे काम करत होतो. एका बैठकीसाठी जून २००९ मध्ये मी सहा दिवसांसाठी नैरोबीला पहिल्यांदाच गेलो. आमची बैठक सुरू झालेल्या पहिल्याच दिवशी आम्हा पंचवीस उपस्थितांना नैरोबीला वास्तव्यादरम्यान पाळायचे सुरक्षिततेसाठीचे नियम जॉन ओडिंबो सांगत होता.

केनियाची राजधानी नैरोबी, हे एक जगप्रसिद्ध शहर. त्याचा 'सिटी सेंटर' हा मध्यवर्ती भाग खूप चांगला होता. तेथील उंच व भव्य आधुनिक इमारती, जुनी ब्रिटिशांच्या

वेळची बांधकामे, बगीचे, संसद, मंत्रालये यांच्या प्रशस्त इमारती, चर्चेस, पंचतारांकित हॉटेल्स, विविध प्रकारची उपाहारगृहे, सुपर मार्केट्स पाहून केनियाने केलेल्या नेत्रदीपक प्रगतीची कल्पना येत होती. केनियाला ब्रिटिशांपासून १९६३ मध्ये स्वातंत्र्य मिळाले. त्यासाठी त्याला सात वर्षे लढा द्यावा लागला. स्वातंत्र्यानंतर आर्थिक सुधारणा, पायाभूत सुविधा, राजकीय व्यवस्था, शैक्षणिक संस्था, आधुनिक शेती, औद्योगिक प्रगती यावर नव्या सरकारने जाणीवपूर्वक लक्ष देऊन राष्ट्र प्रगतिपथावर नेण्याचे प्रयत्न केले, त्याची चांगली फळे दिसू लागली; पण अंतर्गत राजकारणांमुळे नेत्यांमध्ये एकवाक्यता नव्हती. दहा वर्षांच्या प्रगतीनंतर त्यात अडथळे येऊ लागले, शिवाय जनता वांशिक निकषांवर वेगवेगळ्या गटांमध्ये विभागलेली. त्यांच्यात्यांच्यात हिंसक घटना घडायच्या, टोळीयुद्धे व्हायची. पूर्वीच्या रानटी टोळ्यांचा तो आधुनिक अवतार होता. काही अंशी हिंसक प्रवृत्ती त्यांच्या रक्तातच होती. देशात गरिबी व दारिद्र्यही होते. खुद्द नैरोबीत काही झोपडपट्टीवजा वस्त्या होत्या. अशा वस्त्यांमधील बेरोजगार तरुणांमध्ये गुन्हेगारीचे प्रमाणही मोठ्या प्रमाणावर होते. बेरोजगार तरुण गुन्हेगारीकडे वळले होते. परदेशी नागरिकच नव्हे, तर केनियाच्या मध्यमवर्गीयांना व श्रीमंतांना त्याचा वेळोवेळी फटका बसायचा. रस्त्यावरून जाताना लुबाडणे, गाड्यांच्या चोऱ्या, दरोडे व घरफोड्या, भुरट्या चोऱ्या, फसवाफसवी, हे सारे ओघाओघाने आलेच. रात्री एकट्याने फिरणे म्हणजे हल्ल्याला आमंत्रण दिल्यासारखेच होते. अशा हल्ल्यांदरम्यान भोसकाभोसकीचे प्रकारही व्हायचे. प्रगतिपथावरील केनियाला असुरक्षिततेचा शाप होता.

"उमेश, तुला नैरोबीत वावरताना जरा जास्तच खबरदारी घ्यायला हवी." नैरोबीतील माझा स्थानिक सहकारी पॅट्रिक एम्बुंगा म्हणाला. आम्ही कॉफी-ब्रेकमध्ये गप्पा मारत होतो.

"का बरं?" मी आश्चर्याने विचारले.

"ब्रिटिश कारकिर्दीत इंग्रजांनी इकडे कित्येक भारतीयांना आणलं. त्यांच्यापैकी बरेच गुजराथी होते. त्यांच्या नव्या पिढ्यांनी येथील उद्योगधंदे आपल्या ताब्यात घेतले आहेत. ते खूप श्रीमंतही आहेत, त्यामुळे येथील स्थानिक रहिवाशांचा, विशेषत: बेरोजगार तरुणांचा त्यांच्यावर रोष आहे. मूळच्या परदेशी लोकांनी येथील उद्योगधंदे काबीज करावेत, हे त्यांना रुचत नाही, त्यामुळे भारतीय वंशाच्या लोकांवर जरा जास्तच हल्ले होतात. तू जरा सावधगिरी बाळगायला हवी."

मला खुलासा झाला. कधी एकदा नैरोबीतील बैठक संपते व मी सुखरूप इथिओपियाला परततो, असे मला झाले. आमची राहायची सोय सिटी सेंटरमधील मामा अंगिना मार्गावरील हिल्टन हॉटेलमध्ये केली होती. बैठकही हॉटेलच्या

इमारतीतील एका समिती कक्षात होत होती. आम्ही शक्यतो महागड्या पंचतारांकित हॉटेलमध्ये राहायचो नाही; पण हिल्टनसारखी काही हॉटेल्स आंतरराष्ट्रीय रेड क्रॉसच्या मानवतावादी कार्याकडे पाहून त्यांच्या भाड्यात जवळजवळ पन्नास टक्के सूट द्यायची, त्यामुळे आमच्या कार्यालयाला अशी हॉटेल्स अगदी स्वस्तात मिळायची. शिवाय नैरोबीतील असुरक्षितता लक्षात घेता अशा हॉटेल्समध्येच राहणे योग्य होते. हिल्टनच्या आसपास केन्याटा ॲव्हेन्यू, वाबेरा स्ट्रीट, किमाथी स्ट्रीट या रस्त्यांवर बरीच उपाहारगृहे होती. रोज संध्याकाळी आम्ही गटा-गटाने तिकडे जेवायला जायचो. लंच हिल्टनमध्येच व्हायचे. आम्ही सर्वजण सुरक्षिततेच्या सर्व नियमांचे काटेकोरपणे पालन करत होतो.

बैठकीच्या तिसऱ्या दिवशी संध्याकाळी मी पॅट्रिकबरोबर गप्पा मारत होतो.

''पॅट्रिक, आमच्या हिंडण्या-फिरण्यावर खूप बंधनं घातली आहेत, त्यामुळे या शहराचं खरं रूप पाहायलाच मिळत नाही. तुला ठाऊक आहे ना, की एखाद्या लहान मुलास तू 'हे करू नकोस – ते करू नकोस' असं सांगितलं, तर त्या मुलाला नेमकं तेच करायची उत्सुकता लागून राहते. माझंही काही अंशी तसंच झालं आहे!''

''म्हणजे तुला काय सुचवायचं आहे?''

''या शहराच्या चेहऱ्याची फक्त एकच बाजू मी पाहिली आहे. आता दुसरी पाहायची उत्सुकता लागली आहे.''

कोणत्याही नव्या ठिकाणी गेल्यानंतर मला ठराविक पर्यटनस्थळे पाहण्यापेक्षा तेथील सर्वसामान्य माणसाचे राहणीमान कसे आहे, याची खूपच उत्सुकता असते. यासाठी मी कित्येक शहरांतील साध्या वस्त्यांमधून तासन् तास पायी भटकणे, एखाद्या लहानशा उपाहारगृहात जाऊन तेथील लोकांचे निरीक्षण करणे, त्यांच्या बाजारात, भाजी मंडईत व मासळी बाजारात चक्कर टाकणे, असे अनेक उपाय अवलंबले आहेत. अर्थात, माझ्या या विचित्र छंदापायी काही वेळा मी अडचणीतही आलो होतो. नैरोबीमध्ये माझी ती इच्छा पुरी व्हायची शक्यता दिसत नव्हती. ती काहीतरी करून पुरी करता येईल का, हे अजमावण्यासाठी मी पॅट्रिकजवळ तो विषय काढला होता. माझा हेतू लक्षात आल्यावर तो म्हणाला,

''उमेश, आपण असं करू, उद्या संध्याकाळी माझ्या गाडीतून मी तुला या शहरातून एक फेरफटका मारण्यासाठी घेऊन जातो.''

''हे बाकी छान सुचवलंस. निदान गाडीतून तरी या शहराचा चेहरामोहरा न्याहाळता येईल.''

ठरल्याप्रमाणे पॅट्रिक मला घेऊन गेला. आतापर्यंत शहराच्या नीटनेटक्या

भागात राहिल्यामुळे झोपडपट्ट्या, रस्त्यांवरील कचऱ्याचे ढीग, फाटकेतुटके कपडे घातलेली मुले, बाया-माणसे, वैफल्यग्रस्त तरुणांच्या टोळ्या, खड्ड्यांनी भरलेले रस्ते पाहून आपण नैरोबीतच आहोत यावर विश्वास बसत नव्हता. इस्टले व किमाथी भागात टोळ्या-टोळ्यांनी 'सावज' हेरत भटकणारे माथेफिरू तरुण पाहून एखाद्याच्या काळजात धडकी भरावी. तेथून पटकन आम्ही सुरक्षित अशा पार्कलँडकडे गेलो. तेथील एंपाका मार्गावरील 'टॉर्टिलानी' या इटालियन उपाहारगृहात जेवायला जायचे ठरवले होते. पॅट्रिकने स्वत:साठी लसान्या मागवला. मी माझ्यासाठी ट्युना पेने हा पास्ता व दोघांसाठी टस्कर बीयर मागवली. आमच्या गप्पा पुढे सुरू झाल्या.

"पॅट्रिक, खुद्द नैरोबीत काही जमातींच्या टोळ्या आहेत?"

"अर्थातच! साऱ्या केनियात आढळणाऱ्या जवळजवळ चौदा-पंधरा प्रमुख जमातींच्या टोळ्या या शहरातदेखील दिसून येतात. त्यातील किकुयू, लुह्या, लुओ, कालेंजिन व कांबा या मोठ्या जमाती आहेत. त्यांच्यात्यांच्यात टोळीयुद्धंही होतात."

"याचा परिणाम केनियाचं वन्यजीवन पाहायला येणाऱ्या प्रवाशांवर झाला आहे?"

"फारसा नाही, कारण त्यासाठी येणारे लोक मसाई-मारा या भागात जातात. तिकडचं वातावरण सुरक्षित आहे. तूही एकदा तो भाग पाहून ये."

"त्यासाठी पुढे कधीतरी सहकुटुंब इकडे यायचा विचार आहे."

"येथे होणाऱ्या रॉबरीजमुळे तू मुळीच घाबरू नकोस. शहराबाहेरची परिस्थिती खूप वेगळी आहे. नैरोबीमध्ये मात्र खूप सावधगिरी बाळगावी लागते."

"ते आता मला कळून चुकलं आहे. पॅट्रिक, मला असं वाटतंय, की नैरोबीचं नाव बदलायला हवं." मी म्हणालो.

"असं? ते का बरं? आणि काय ठेवायचं नाव या शहराचं?" पॅट्रिकने आश्चर्याने विचारले.

"नैरॉबरी!" मी गंभीरपणे म्हणालो. त्यावर तो खो-खो हसू लागला. मीही त्यात सामील झालो.

"उमेश, अगदी योग्य नाव सुचवलंस!"

२६ जूनला आमची बैठक संपली. मी २७ तारखेस संध्याकाळी साडेसहाच्या इथिओपियन एअरलाईन्सच्या विमानाने आदिस अबाबाला जाणार होतो. त्या दिवशी सकाळी हॉटेलच्या जवळील बियाशारा मार्गावरील 'नाकुमाट' या भव्य सुपर मार्केटमधून इथिओपियात न मिळणाऱ्या काही वस्तू घेऊन आलो. नीलिमाने त्यांची एक छोटीशी यादी करून दिली होती. दुपारी अडीच वाजता ऑफिसचा ड्रायव्हर मला विमानतळाकडे घेऊन जाण्यासाठी हॉटेलवर आला. विमानतळावर पोहोचल्यावर

असुरक्षित नैरोबीला आता 'गुडबाय' करायची वेळ जवळ आल्याचा आनंद झाला. त्या शहरात सहा दिवस कसेबसे काढले होते. पॅट्रिकबरोबरचा फेरफटका सोडला, तर सुरक्षिततेचे सर्व नियम पाळले होते. कसल्याही दुर्घटनेचा फटका न बसता मी सहीसलामत इथिओपियाला चाललो होतो. आदिस अबाबा अतिशय सुरक्षित शहर होते. अगदी मध्यरात्रीसुद्धा एकटी तरुणी रस्त्यावर दिसली, तरी तिला कोणी त्रास देत नसे. इथिओपियन लोक स्वभावाने खूप मवाळ व मृदू. मी विमान कंपनीच्या काउंटरकडे गेलो, तर तेथे एक फलक लागला होता.

'इथिओपियन एअरलाईन्सचे आदिस अबाबाहून नैरोबीला येणारे विमान काही तांत्रिक बिघाडामुळे आज नैरोबीला येऊ शकले नाही, त्यामुळे आज साडेसहा वाजता सुटणारी फ्लाइट रद्द करण्यात आली आहे. उद्या सकाळी नऊ वाजता सुटणाऱ्या केनियन एअरवेजच्या विमानात आम्ही सर्व प्रवाशांसाठी आरक्षण केले आहे. आम्ही सर्व प्रवाशांच्या राहण्याची व जेवणाची सोय करणार आहोत. कृपया सर्व प्रवाशांनी विमानतळाच्या दक्षिणेकडील द्वार क्रमांक ७ जवळ जमावे. तेथून तुमच्या हॉटेलकडे जाणारी बस सुटेल. उद्या सकाळी सहा वाजता तुम्हाला विमानतळाकडे आणण्यात येईल. विमान रद्द झाल्यामुळे प्रवाशांची जी गैरसोय झाली आहे, त्याबद्दल इथिओपियन एअरलाईन्स आपली दिलगिरी व्यक्त करत आहे.

स्टेशन मॅनेजर, इथिओपियन एअरलाईन्स.'

झाले! मला वाटले होते, की आता 'नैरॉबरी'ला गुडबाय करायचे; पण अजून एक दिवस त्यासाठी थांबणे भाग होते. इथिओपियाला जाणारे अन्य विमान कंपनीचे विमानही उपलब्ध नव्हते. नीलिमास फोन करून परिस्थितीची कल्पना दिली नि द्वार क्रमांक ७ कडे जाता झालो. माझ्याप्रमाणे आदिस अबाबाला जाणारे अन्य २५-३० प्रवासी तेथे ताटकळत उभे होते.

"येथून बरोबर साडेसात वाजता एक बस तुम्हा सर्वांना तुमच्या हॉटेलवर घेऊन जाईल. दरम्यान, प्रत्येकाने आपला भोजन-भत्ता आमच्या प्रतिनिधीकडून घ्यावा," असे एका कर्मचाऱ्याने आम्हाला सांगितले. इतर दोन कर्मचारी आमची हॉटेलची सोय करण्यात गुंतले होते. सर्वांना एकाच हॉटेलमध्ये जागा मिळणे शक्य नव्हते. शेवटी सर्वांचे बुकिंग करायला आठ वाजले; पण अजून बसचा पत्ता नव्हता. सारा कारभार अनागोंदी होता. शेवटी नऊ वाजता बस आली. मला देण्यात आलेले 'सफारी हॉटेल' सिटी सेंटरच्या एका बाजूला बांडा स्ट्रीटवर होते. तेथे पोहोचायला पावणेदहा वाजले. एव्हाना मला खूप भूकही लागली होती; पण आता एकटे बाहेर जेवायला जायचे या कल्पनेने अंगावर शहारे आले. खोलीवर जाण्यापूर्वी माझ्या बरोबरील एका युरोपियन प्रवाशास विचारले,

“तुम्ही जेवायला बाहेर पडणार आहात?”

“छे, छे. मी मघाशी विमानतळावरच थोडेसे खाऊन घेतले. बऱ्याच प्रवाशांनी तेथेच खाऊन घेतले. इकडे रात्री जेवायला बाहेर जाण्याचा धोका कोण पत्करेल?”

ते सारे लोक शहाणे होते. मी मात्र विमानतळावर बसची वाट पाहत एक पुस्तक वाचत बसलो होतो. या माझ्या चुकीबद्दल स्वत:लाच दोष देऊ लागलो. शेवटी सामान खोलीत ठेवून मॅनेजरकडे गेलो व त्याला विचारले,

“येथे हॉटेलच्या उपाहारगृहात जेवण मिळेल?”

“नाही. आमच्या उपाहारगृहात फक्त सकाळचा नाश्ता मिळतो.”

“जवळपास एखादं बऱ्यापैकी उपाहारगृह आहे?”

त्यावर थोडा विचार करून तो म्हणाला,

“असं करा, येथून बाहेर पडल्यावर उजवीकडे सरळ जा. लगेच किमाथी मार्ग लागेल. तो ओलांडून सरळ पुढे गेल्यावर मोई अॅव्हेन्यू लागेल. तेथे उजवीकडे वळल्यानंतर ‘बर्गरलँड फास्टफूड’ हे उपाहारगृह तुम्हाला दिसेल. तेथे पोहोचायला फक्त दहा-बारा मिनिटं लागतील. तेवढे एकच उपाहारगृह येथून जवळ आहे.”

मी शेवटी मनाचा हिय्या केला. भुकेने पोटात कावळे ओरडत होते. एखादा दुसरा बर्गर खायचा व खोलीवर येऊन झोपी जायचे ठरवले; पण एक गोष्ट लक्षात आली, की आम्हाला किमाथी मार्गाच्या पलीकडे जायचे नाही, असा सल्ला जॉन ओडिंबोने दिला होता. आता काय करावे, या विचारात पडलो. काहीतरी खायला हवे होते हे खरे, पण त्यासाठी त्या असुरक्षित ठिकाणी जाण्याला पर्याय नव्हता. शेवटी धाडस करून ‘बर्गरलँड’ला जायचे ठरवले. हॉटेलच्या बाहेर पडून मॅनेजरने सांगितल्याप्रमाणे निघालो. हवेत गारवा होता. सर्वत्र सामसूम होती. छातीत धडधड होत होती. शेवटी एकदाचा ‘बर्गरलँड’मध्ये पोहोचलो. एक चिकन बर्गर व एक फिश बर्गर मागवला. ते दोन्ही बर्गर्स तेथेच खाऊन घेतले. ते खोलीवर जाऊन खावेत, असा एक विचार मनात आला होता, पण वाटेत कोणी ते हिसकावून घेतले तर पंचाईत व्हायची, म्हणून तेथेच बसून खाल्ले. पुन्हा परिस्थितीचा अंदाज घेत, सावधगिरीने हॉटेलच्या दिशेने चालू लागलो. किमाथी मार्गावरून बांडा स्ट्रीटच्या कोपऱ्यावर पोहोचलो. इतक्यात तीन धष्टपुष्ट, उंच, लालसर डोळ्यांच्या निग्रो तरुणांनी मला अडवले. त्यांच्यापैकी एकजण दरडावून मला म्हणाला.

“ए, पटकन मोबाईल आणि घड्याळ काढून दे.”

“माझ्याजवळ दोन्हीपैकी एकही नाही.” त्या दोन्ही किमती वस्तू मी मुद्दाम हॉटेलमध्येच ठेवल्या होत्या.

“खोटं बोलू नकोस. टेड, तपास त्याचे खिसे.”

त्यांच्यापैकी एक तरुण माझे खिसे चाचपू लागला. त्याच्या तोंडाला दारूचा

वास येत होता. आता पुढे काय वाढून ठेवले आहे, या विचाराने नैरोबीच्या सुखद गारव्यात रात्री साडेदहा वाजता मला दरदरून घाम फुटला.

"जॅक, खरंच दिसत नाही मोबाइल व घड्याळ. खिशात पैशाचं पाकीटही दिसत नाही."

"काय रे हरामखोर, आमचा वेळ वाया घालवलास? बेंजो, याला चार तडाखे दे!" जॅक म्हणाला. त्यावर जाडाजुडा बेंजो पुढे सरसावला. तो काही करण्यापूर्वी मी धाडसाने म्हणालो,

"थांबा, तुम्हाला मी पाचशे शिलिंग देतो, पण मला मारहाण करू नका." पाचशे शिलिंग म्हणजे जवळजवळ तीनशे ते सव्वातीनशे रुपये.

"खोटं बोलून आमची दिशाभूल करू नकोस. तुझ्याजवळ पैसे नाहीत." नुकतेच माझे खिसे चाचपलेला टेड म्हणाला.

"माझ्या एका सॉक्समध्ये मी पाचशे शिलिंगची एक नोट ठेवली आहे," असे म्हणून पँट थोडी वर करून उजव्या सॉक्समधली ती नोट काढली व जॅकला दिली.

"अरे, खरंच की! पण काय रे, तू पैसे सॉक्समध्ये का बरं ठेवतोस?"

"आता तुम्हाला माझ्यासारख्या प्रवाशानं काय सांगावं? समजा जर मी पैसे खिशात ठेवले व नैरोबीसारख्या असुरक्षित शहरात कोणीतरी माझा खिसा कापला व पैसे लांबवले, तर तुमच्यासारख्यांच्या हातावर मी काय ठेवणार? बरं, मोबाईल नाही, घड्याळ नाही, पैसेही नाहीत म्हटल्यावर बेंजोनं मला तसंच सोडलं असतं?"

त्यावर जरा विचार करून जॅक म्हणाला,

"हां, जरा हुशार दिसतोस हं तू! बरं, चल निघ, आम्ही आता बर्गर खायला जातो."

"पण तत्पूर्वी माझी तुम्हाला एक विनंती आहे!" मी म्हणालो.

"विनंती? कसली विनंती?" जॅकने आश्चर्याने मला विचारले. टेड व बेंजोदेखील मी काय म्हणतो, हे पाहू लागले.

"तुम्ही तिघंही येथून जवळच्या सफारी हॉटेलपर्यंत माझ्यासोबत चला. समजा तेथे पोहोचण्यापूर्वी दुसरे काही तरुण माझ्याकडे काहीतरी मागायला आले व माझ्याजवळ काहीही नाही, हे त्यांना समजलं, तर ते मला भरपूर चोप देतील. प्लीज, फार बरं होईल तुम्ही मला सोबत दिली तर!"

त्यावर विचार करत जॅक बेंजो व टेडला म्हणाला,

"हा जरा वेगळाच चतुर प्रवासी दिसतोय रे! चला, म्हणतोय तर सोडून येऊ याला. काय रे, कोठून आला आहेस तू?"

"श्रीलंकेहून!" माझे भारतीयत्व सुरक्षिततेखातर लपवलेले बरे, या हेतूने म्हणालो.

''तिकडे लढाई चालली आहे म्हणे?'' जॅक म्हणाला.

''गेल्या वर्षी संपली. पूर्वी भारतातून आलेल्या तमीळ विघटनवाद्यांनी तीस-चाळीस वर्षं उच्छाद मांडला होता! आम्ही सिंहलींनी त्यांचा कायमचा काटा काढला.'' मी म्हणालो.

''भारतीय वंशाच्या लोकांनी केनियातही आपले गुण दाखवले आहेत. गब्बर झाले आहेत साले!'' बेंजो म्हणाला. मला माझ्या देशबांधवांची अधिक बदनामी करायची किंवा ऐकायची नव्हती; पण मी 'भारतविरोधी' आहे, या कल्पनेने ते सुखावले होते. आम्ही हॉटेलवर पोहोचलो. मी त्यांचे आभार मानले. मला सोडून 'गुड-नाईट' म्हणून ते तिघे बर्गर खायला गेले. खोलीवर गेल्यानंतर दुसऱ्या सॉक्समधील पाचशे शिलिंगची नोट पाकिटात ठेवली. त्या तीन केनियन गुंडांनी आपली 'झेड् सिक्युरिटी' मला नाकारली असती, तर कदाचित ती उपयोगाला आली असती!

दुसऱ्या दिवशी सकाळी नऊ वाजून दहा मिनिटांनी विमान सुटले. विमानातून दिसणाऱ्या 'नैरॉबरी'ला गुडबाय केले. आता पुढे तिकडे काही काम निघाले, तर काहीतरी सबब काढून टाळायचे ठरवले. त्या शहराची पहिलीच भेट शेवटची ठरल्यास किती बरे होईल, असे वाटले. तेथील पहिल्या भेटीतच आलेला अनुभव चिरकाल लक्षात राहण्यासारखा होता. माझे थोडक्यावरच निभावले, या गोष्टीचा आनंद साजरा करण्यासाठी मी सकाळी-सकाळीच हवाईसुंदरीकडून बीयरचा कॅन मागवला!

त्यानंतर आठ-नऊ महिने उलटले असावेत. मार्च २०१० मध्ये आमच्या जीनिव्हा येथील मुख्य कार्यालयातून आलेला तो संदेश वाचून मी काळजीत पडलो. तो संदेश होता आमच्या कार्यालयाचे आफ्रिका विभागाचे संचालक मिस्टर बर्ट्राँड लॅव्हॉये यांचा. त्यांनी त्यात लिहिले होते–

प्रिय उमेश

आज एका महत्त्वाच्या बाबतीत तुला हा संदेश पाठवत आहे. अलीकडेच संपूर्ण आफ्रिका खंडासाठी 'प्रमुख कायदा सल्लागार' हे नवे पद निर्माण केले गेले. त्या अधिकाऱ्याच्या हाताखाली चार कायदा अधिकारी नेमण्यात येणार आहेत. आफ्रिकेमधील युद्धे व अंतर्गत कलह यांची तुला कल्पना आहेच, त्यामुळे युद्धविषयक कायद्याशी निगडित अनेक गुंतागुंतीचे प्रश्न उद्‌भवले आहेत. त्यांची उकल करणे नि त्याबाबतीत सल्ला देणे, ही नव्या प्रमुख कायदा सल्लागारांची जबाबदारी असेल. तुझी शैक्षणिक अर्हता, तुझा आंतरराष्ट्रीय कायदा शिकवण्याचा अठरा वर्षांचा व रेड क्रॉसमधील

कामाचा बारा वर्षांचा अनुभव लक्षात घेऊन आम्ही त्या पदावर तुझी नेमणूक केली आहे. सध्या तुझे काम फक्त पूर्व आफ्रिकेपुरते मर्यादित आहे. त्यासाठी आम्ही दुसऱ्या कोणाची तरी नेमणूक करू.

या नवीन पदासाठी नैरोबी हे ठिकाण सोयीचे आहे, कारण ते शहर आफ्रिकेच्या मध्यभागी आहे, शिवाय तेथून साऱ्या आफ्रिकेत जाण्यासाठी विमानसेवा उपलब्ध आहे. जून २०१० मध्ये तुझ्या मुलाची परीक्षा झाली, की तू तिकडे जा. तेथे शैक्षणिक सुविधा चांगल्या आहेत म्हणे. तुझी ही नेमणूक चार वर्षांसाठी असेल. त्यानंतर ती पुढे वाढविण्याचा आपण विचार करू. हे नवे पद 'ग्रेड–५'चे आहे. म्हणजे तुझी बढती व बऱ्यापैकी पगारवाढ हे ओघाओघाने आलेच.

याबाबतीत पुढील सोपस्कार पार पाडण्यासाठी आपल्या कार्यालयाचा मानवी साधनसंपत्ती विभाग तुझ्या संपर्कात राहील.

तुझा नम्र
बर्ट्रांड

---

हा संदेश वाचल्यावर माझे धाबे दणाणले. नैरोबीत चार वर्षे राहावे लागणार या कल्पनेने मला चक्कर आली... इतक्यात एका हवाईसुंदरीने मला हलवून जागे केले व विचारले,

"सर, तुम्हाला काही त्रास होतो आहे का? थांबा, मी तुमच्यासाठी पाणी आणते!"

म्हणजे विमान अजून आदिस अबाबाला पोहोचले नव्हते तर! बसल्या बसल्या केव्हा डोळा लागला कळलेच नाही. हवाईसुंदरीने दिलेले पाणी प्यायलो व ते भयानक स्वप्न केवळ स्वप्नच राहावे, यासाठी देवाची प्रार्थना करू लागलो!

(टीप : ही कथा जुलै २००९ मध्ये लिहिली. त्यानंतर दोन वर्षांनी, जून २०११ मध्ये या कथेतील शेवटचा काल्पनिक भाग तंतोतंत खरा ठरला व माझी बदली नैरोबीला झाली!)

# भूमिपुत्र

"या सुंदर वसाहतीत मला घर मिळू शकेल?" माझ्या क्वालालंपूर येथील कार्यालयाची व्यवस्थापिका ॲन गोमेझला मी विचारले. जानेवारी २००४ मध्ये माझी तिकडे बदली झाली होती. आमच्या कार्यालयाने मी तिकडे जाण्यापूर्वी माझ्यासाठी काही घरे पाहून ठेवली होती. त्या दिवशी ॲन व मी ती पाहण्यासाठी माझ्या कार्यालयाजवळील दमानसारा व बांगसार या भागांत गेलो होतो.

"तुम्हाला येथे घर मिळणे शक्य नाही. कारण ही फक्त 'बुमीं'ची वसाहत आहे." ॲन म्हणाली.

"हे 'बुमी' कोण आहेत बरं?" तो शब्द मी पहिल्यांदाच ऐकत होतो.

"बुमी म्हणजे बुमीपुतेरा, या भूमीचे पुत्र. मलेशियामध्ये त्यांच्यासाठी बऱ्याच खास सवलती आहेत. तुम्हाला हळूहळू कळेलच म्हणा!" ॲन गूढपणे हसत म्हणाली.

"बुमीपुतेरा म्हणजे संस्कृतमधील भूमिपुत्र या शब्दाचा अपभ्रंश असावा."

"बरोबर आहे. मलेशियाची लोकसंख्या आहे दोन कोटी ऐंशी लाख. त्यापैकी जवळजवळ ६५ % लोक आहेत मलय वंशाचे मुसलमान, २५% आहेत चिनी वंशाचे व ८% आहेत भारतीय वंशाचे, विशेषत: तमीळ हिंदू व राहिलेले इतर वंशांचे. मलय वंशाच्या लोकांचं म्हणणं आहे, की ही भूमी मूळची त्यांची. चिनी व भारतीय उपरे!"

"पण चिनी व भारतीय वंशांच्या लोकांनी या देशाच्या

उन्नतीसाठी व विकासासाठी खूप परिश्रम घेतले व महत्त्वपूर्ण कामगिरी बजावली, असं मागे माझ्या वाचनात आलं होतं, तरीही त्यांच्याविषयी येथे दुजाभाव केला जातो?''

''खरं सांगायचं म्हणजे मलय वंशाचे लोक खूपच आळशी व डोक्यानं तसे मठ्ठच. मलेशियामध्ये आज युरोपसारख्या पायाभूत सुविधा निर्माण करण्यासाठी, येथील राहणीमान सुधारण्यासाठी व संपूर्ण देशाचा कायापालट करण्यासाठी चिनी व भारतीय वंशाच्या लोकांनी दिलेलं योगदान अतुलनीय आहे.''

ब्रिटिशांनी १७८६ मध्ये 'मलाया' या भूप्रदेशावर आपली वसाहत स्थापून त्यास 'ब्रिटिश मलाया' हे नाव दिले. त्यावेळी ब्रिटिशांचे भारतावरही राज्य होते. ब्रिटिश मलाया खूप मागासलेला प्रदेश होता. त्याचा विकास साधण्यासाठी ब्रिटिशांनी भारत स्वतंत्र होण्यापूर्वी मोठ्या प्रमाणावर भारतीयांची कामगार, व्यवस्थापक, सैनिक व अधिकारी पदांवर नेमणूक केली व त्यांचे स्थलांतर मलायास केले. त्यावेळी मद्रासहून तिकडे जायला जहाज वाहतूक सोयीची होती, त्यामुळे तिकडे स्थलांतर करणाऱ्यांमध्ये तमीळ वंशाच्या लोकांचा भरणा अधिक होता. खूप पूर्वी स्थलांतर केलेल्यांच्या पुढच्या पिढ्या तेथेच जन्मल्या, वाढल्या व राहिल्या; पण जवळजवळ इसवी सनाच्या पहिल्या शतकापासून दहाव्या शतकापर्यंत तो भाग श्रीविजय साम्राज्याच्या अधिपत्याखाली होता. हिंदू राजे तेथे राज्य करत होते. नंतर तेथे चिनी सम्राटांनीही आपला प्रभाव वाढवला. अकराव्या शतकाच्या सुमारास बौद्ध सम्राटांनी तो भाग आपल्या अधिपत्याखाली आणला. पंधराव्या शतकात राजा परमेश्वरनने एका मुस्लीम राजकन्येशी लग्न करायचे ठरवले व त्यासाठी धर्मांतर करून तो मुसलमान झाला. नंतर हळूहळू तेथे इस्लामचा प्रभाव वाढला. वेळोवेळी चिनी वंशाचे व्यापारी तिकडे जाऊन स्थायिक झाले.

स्वातंत्र्यानंतर राष्ट्र उभारणीच्या कार्यास सुरुवात झाली. चिनी वंशाचे लोक खूप कष्टाळू. व्यापारात व उद्योगधंद्यात त्यांचे प्रावीण्य दिसून येऊ लागले. यथावकाश साऱ्या अर्थव्यवस्थेवर त्यांचा प्रभाव वाढला. भारतीयांचे वर्चस्व कायदा व वैद्यकीय क्षेत्रांत दिसून आले. एकेकाळी जवळजवळ सारे तज्ज्ञ वकील व डॉक्टर्स भारतीय वंशाचे होते. बुद्धिजीवी वर्गात हिंदू भारतीयांचा अधिक भरणा होता. स्वातंत्र्यानंतर सत्तेवर आलेल्या सरकारमध्ये मलय वंशाच्या लोकांचे बहुमत होते. त्यांनी चिनी वंशाच्या लोकांच्या अर्थनीतीस भारतीयांच्या बुद्धिमत्तेची जोड देऊन राष्ट्राची भरघोस प्रगती साधली. मलेशियावर निसर्गाचा वरदहस्त होता. एकेकाळी ऊस मळे व रबराच्या लागवडी यापासून बराच आर्थिक लाभ व्हायचा; पण नंतर ते दोन्ही हळूहळू कमी करून तेथे पामची लागवड वाढवली. पामतेलाची निर्मिती मोठ्या प्रमाणावर होऊ लागली. त्याच्या निर्यातीस चालना मिळाली. त्यातच समुद्रात

खनिज तेलाचे प्रचंड साठे सापडले. देशाची अर्थव्यवस्था बळकट झाली. एकेकाळी मलय, चिनी व भारतीय वंशांच्या लोकांमध्ये बंधुत्वाची भावना होती. सारे मिळून गोडी-गुलाबीने राहायचे; पण हळूहळू मलय वंशाच्या लोकांनी बहुमताच्या बळावर सरकारचा सारा कारभार आपल्या ताब्यात घेतला व आर्थिक भरभराटीचा लाभ फक्त मलय वंशाच्या लोकांना मिळावा, यासाठी काही पावले उचलली.

मी क्वालालंपूर येथे वास्तव्यास गेल्यानंतर हळूहळू 'भूमिपुत्र' धोरणाची व्याप्ती लक्षात येऊ लागली. आमच्या कार्यालयात सर्व वंशांचे लोक कमी-अधिक प्रमाणात कामास होते. ॲन गोमेझ ही व्यवस्थापिका मल्याळी होती, सुखदेव सिंग हा अधिकारी व स्वागतिका रंजिता शीख होते, तर बालन हा ड्रायव्हर तमीळ हिंदू होता. रंजिता सोडून इतर तिघे माझ्याशी 'भूमिपुत्र' या विषयावर मोकळेपणाने बोलत, तेही आसपास कोणी मलय सहकारी नाही, याची खात्री करून घेतल्यावरच! एकदा सुखदेव व मी या विषयावर बोलत होतो.

"सुखदेव, मलय वंशाच्या लोकांना मिळणाऱ्या साऱ्या सवलतींना कायद्याचा आधार आहे?" सुखदेव कायद्याचा पदवीधर होता.

"अर्थातच! राज्यघटनेतच मलय वंशाच्या लोकांना खास सवलती दिल्या जातील, याचा उल्लेख केलेला आहे; पण त्याचबरोबर विरोधाभास म्हणजे या सवलती सोडल्या, तर सर्वधर्मसमभाव, जात-धर्म-जन्मस्थळ यावरून भेदभाव न करण्याची व समान वागणुकीची हमी पुरस्कृत केली आहे. अर्थात, हे सारं हास्यास्पद आहे, कारण फक्त मलय वंशाच्या लोकांना शैक्षणिक संस्थांमध्ये प्रवेशास व सरकारी नोकऱ्यांमध्ये प्राधान्य देणं, फक्त त्यांनाच उच्च शिक्षणासाठी कर्ज नि शिष्यवृत्त्या देणं, प्रत्येक कंपनीत निदान ३०% भागभांडवल मलय वंशाच्या लोकांचं असणं, केवळ त्यांच्यासाठीच घरकुलांच्या प्रकल्पांना प्राधान्य देणं व घरं माफक किमतीत उपलब्ध करून देणं, हे सारं उघडपणे चालतं."

"सुखदेव, भारतात अल्पसंख्याकांना सवलती दिल्या जातात, हे मी समजू शकतो; पण बहुसंख्याकांना साऱ्या सवलती दिल्या, तर अल्पसंख्याकांवर ओघाओघानं अन्याय होतो. हा तर एकेकाळी दक्षिण आफ्रिकेत अंगीकारलेल्या व साऱ्या जगानं धिक्कारलेल्या वर्णविद्वेषाच्या धोरणाचा आधुनिक अवतारच म्हणायचा!"

"उमेश, तू जे बोलतो आहेस ते इतरांजवळ बोलू नकोस. तसं करण्यावरही कायद्यानं बंदी आहे. पूर्वी एका पत्रकारानं आवाज उठवायचा प्रयत्न केला. त्याला येथील लोकांमध्ये वांशिक दुफळी माजवून शांततेस धोका निर्माण करायच्या प्रयत्नाबद्दल अंतर्गत सुरक्षा कायद्याखाली अटक करून खटला चालवला व शिक्षाही दिली."

''मी फक्त तुझ्यासारख्यांजवळच बोलतो; पण सुखदेव या धोरणात पुढे-मागे काही बदल व्हायची शक्यता आहे?''

''फारशी नाही. सत्ता मलय लोकांकडे आहे. अगदी थोडे चिनी व भारतीय मंत्रिमंडळात घेतात, तेही बिनमहत्त्वाच्या खात्यांसाठी. ते भूमिपुत्र धोरणाविषयी आवाज उठवू शकत नाहीत, कारण तसं केलं, तर त्यांचे मंत्रिपद धोक्यात येईल.''

''सुखदेव, शिक्षण क्षेत्रात आरक्षण आणि प्राधान्य द्यायच्या धोरणानं गुणवत्तेवर परिणाम होत नाही?''

''होतो ना. मलय वंशाच्या विद्यार्थ्यांना ३०% मार्क पास व्हायला पुरे असतात. इतरांना मात्र ५०% मार्कांची त्यासाठी गरज असते. अशा रीतीने उत्तीर्ण झालेल्या मलय तरुण-तरुणींना शिष्यवृत्त्या देऊन परदेशी उच्च शिक्षणासाठी पाठवलं जातं. दोन वर्षांचा अभ्यासक्रम रडतखडत चार वर्षांत पुरा करून येतात, तेही अगदी रद्दड विद्यापीठांतून. अशांना खासगी कंपन्यांमध्ये नोकऱ्या मिळत नाहीत, कारण त्यांची गुणवत्ता सर्वांना ठाऊक असते. मग त्यांना सरकारी खात्यात चिकटवून घेतलं जातं. ते तेथे फक्त झोपा काढतात!''

''पण खासगी क्षेत्राच्या गरजा कशा भागवल्या जातात?''

''खासगी उद्योगधंदे चिनी वंशाच्या लोकांकडे आहेत. ते खूप धूर्त. आपल्या आर्थिक बळावर त्यांनी खासगी विद्यापीठं सुरू केली. त्यांचा दर्जा उत्तम राखला. फीदेखील भरमसाट, पण चिन्यांना परवडण्यासारखी. त्यांनी त्यांच्या तरुण पिढीला उत्तम शिक्षण दिलं, परदेशी प्रशिक्षण दिलं व खासगी क्षेत्रांत उत्तम नोकऱ्या उपलब्ध करून दिल्या.''

''पण भारतीय वंशाच्या लोकांचं काय?''

''त्यांचेच खूप हाल होत आहेत. एकेकाळी वैद्यकीय व कायद्याच्या क्षेत्रात चमकलेल्या भारतीयांच्या नव्या पिढीस विद्यापीठांमध्ये प्रवेश मिळणं कठीण होऊन बसलं आहे. त्यांच्यापैकी श्रीमंतांनी आपल्या मुलांना येथील खासगी विद्यापीठांत किंवा परदेशी विद्यापीठांत शिक्षणासाठी ठेवलं; पण बहुतांशी तसं करू शकत नाहीत. त्यांना साध्या नोकऱ्यांवर समाधान मानावं लागतं किंवा लहानसहान कामं करून उपजीविका भागवावी लागते.''

हळूहळू माझ्या डोक्यात प्रकाश पडू लागला. मलेशियात रस्ते झाडणारे, कचरा गोळा करणारे, गाड्या चालवणारे, छोटे छोटे विक्रेते असे लोक जवळजवळ सारे भारतीय तमीळ का, याची उकल झाली. एकदा मी ड्रायव्हर बालनबरोबर मलाक्काला चाललो होतो. त्यावेळी आम्ही त्याच विषयावर बोलत होतो.

''कदम साहेब, मला तीन मुली आहेत. एक सातवीत, दुसरी नववीत व तिसरी बारावीत आहे. तिघीही अभ्यासात खूप हुशार व कष्टाळू, पण एकीलाही

विद्यापीठात प्रवेश मिळायची खात्री नाही. त्या मोठ्या झाल्यावर भारतातील तमीळ मुलं पाहून त्यांची लग्नं करून देणार.''

''अरे, पण तू व तुझी पत्नी येथेच राहणार नि मुली भारतात. असं कसं?''

''हे पाहा साहेब, मला खात्री आहे, की माझी नातवंडं भारतात सन्मानानं जगतील. त्यांना त्यांच्या कुवतीनुसार प्रगती साधायची संधी मिळेल. मला येथे मलेशियात माझ्या नातवंडांनी रस्ते झाडताना किंवा कचऱ्याच्या गाडीवर काम करताना पाहायची इच्छा नाही.''

हे ऐकून मला वाईट वाटले. बालन पुढे म्हणाला,

''कदम साहेब, सरकारचं एक कारस्थान आहे. त्यांना चिनी वंशाचे लोक लागतात, कारण ते जर देश सोडून गेले, तर अर्थव्यवस्था कोलमडेल. राहिलो आम्ही भारतीय. आमचे असे हाल करायचे, की आम्ही देश सोडून जावं. ज्यांना शक्य आहे, ते भारतीय आपल्या मुला-मुलींना शिक्षणासाठी परदेशी पाठवतात. तिकडेच स्थायिक व्हायचा सल्ला देतात. समजा जर असंच शंभर वर्षं घडत राहिलं, तर येथील भारतीयांचं प्रमाण हळूहळू घटत जाईल व यथावकाश ते नामशेष होईल. पद्धतशीरपणे आम्हाला देश सोडून जायला उद्युक्त करायचं, हे कारस्थान वीट आणतं.''

''पण बालन, या देशाचं भवितव्य मला तरी ठीक दिसत नाही, कारण अति सवलती धोकादायक असतात. फुकटचं मिळतं आहे, तर धडपड कशाला करायची, या भावनेनं तरुण पिढीतील जिद्द नष्ट होते, कार्यक्षमता मालवते. सतत कुबड्यांचा आधार घ्यायची सवय लागलेल्यांना स्वतःच्या पायांवर उभं राहता येणार नाही, ते कायम दुबळेच राहणार! स्पर्धाच नष्ट केली, तर गुणवत्ता वाढवायचा कोणीही जाणीवपूर्वक प्रयत्न करणार नाही. स्वतःच्या हातानं आपल्या पायांवर धोंडा पाडायचं हे धोरण दूरदृष्टीचा विचार करता धोकादायक वाटतं. खदखदणारा असंतोष कधीतरी उग्र रूप धारण करू शकतो.''

मी बालनला जे म्हणालो, त्याची झलक २००७ मध्ये दिसली. एके दिवशी बालन मला म्हणाला,

''कदम साहेब, जरा सांभाळून राहा बरं. तुम्ही भारतीय आहात, पण इथल्या मलय लोकांना तुम्ही मलेशियन भारतीय वाटू शकता.''

''पण ते तर कधी हिंसक कृत्यं करत नाहीत.''

''आता ती शक्यता नाकारता येत नाही. 'हिंदू साहाय्य कृती सेना' या नावाची एक जहालमतवादी संघटना आपलं आंदोलन तीव्र करायच्या विचारात आहे. बाहेर कुठं बोलू नका, पण मला आतल्या गोटातील काही गोष्टी ठाऊक आहेत म्हणून

तुम्हाला वेळीच सावध केलं.''

मलेशियास प्रत्येक वर्षी हजारो भारतीय प्रवासी भेट देतात. प्रगत मलेशियातील भव्य रस्ते, इमारती व त्याचे निसर्गसुंदर रूप आणि 'गेंटिंग'सारखी अत्याधुनिक करमणुकीची केंद्रे पाहून या देशाचे गोडवे गात परततात; पण वरवरच्या दिखाऊ पापुद्र्याखाली ज्वालामुखी खदखदतो आहे असे सांगितले, तर कोणाचा विश्वास बसणार नाही. बालनने सांगितलेली कृती सेना मलेशियन भारतीयांवर झालेल्या अन्यायाकडे साऱ्या जगाचे लक्ष वेधून घेण्यासाठी काही अनोखे मार्ग अवलंबणार होती; पण अलीकडेच काही प्राचीन हिंदू मंदिरे पाडून भुईसपाट केल्यामुळे ते आपले आंदोलन तीव्र करणार होते. त्यांनी २५ नोव्हेंबर २००७ या दिवशी ब्रिटिश उच्चायुक्तांच्या कार्यालयावर एक मोर्चा काढायचा व उच्चायुक्तांना एक निवेदन सादर करायचे ठरवले होते. त्या निवेदनाचा सारांश असा होता :

'आमच्या कृती सेनेने लंडनमधील न्यायालयात ब्रिटिश सरकारविरुद्ध एक दावा दाखल केला आहे. त्यात म्हटले आहे, की ब्रिटिशांनी मलायामध्ये आपले राज्य असताना लाखो भारतीयांना इकडे कामासाठी आणले. आज त्यांच्या पुढील पिढ्यांना अपरंपार हालअपेष्टा, उपेक्षा व अपमानास्पद वागणुकीला तोंड द्यावे लागत आहे. केवळ ब्रिटिश सरकार त्यास कारणीभूत आहे, त्यामुळे ब्रिटिश सरकारने मलेशियातील भारतीय वंशाच्या प्रत्येक व्यक्तीस दहा लाख अमेरिकन डॉलर्स इतकी नुकसानभरपाई द्यावी, असा आमचा दावा आहे. आमच्या या दाव्याचा पाठपुरावा करण्यासाठी आमच्याजवळ वकील नेमण्यासाठी पैसे नसल्यामुळे ब्रिटनच्या राणी एलिझाबेथ यांनी आमच्यासाठी मोफत वकिलाची सोय करावी, या आशयाचा सोबतचा अर्ज आपण राणीसाहेबांकडे पाठवावा, अशी आमची आपल्याला विनंती आहे.'

कृती सेनेच्या नेत्यांना खात्री होती, की त्यांची विनंती ब्रिटनच्या राणी मान्य करणार नाहीत; पण साऱ्या जगाचे लक्ष वेधून घेण्यासाठी हा सारा खटाटोप चालवला होता. मलेशियन सरकारला हे समजल्यावर त्यांनी सार्वजनिक शांतता व सुव्यवस्थेस धोका पोहोचेल म्हणून त्या मोर्च्यावर बंदी घातली व कृती सेनेच्या चार नेत्यांना मोर्चा काढायच्या दोन दिवस आधी अंतर्गत सुरक्षा कायद्याखाली अटक केली. त्यास न जुमानता हजारो भारतीय वंशाचे लोक २५ तारखेस एकत्र जमले व शांतपणे ब्रिटिश उच्चायुक्तांच्या कार्यालयाकडे जाऊ लागले. त्यांना रोखण्यासाठी व पांगवण्यासाठी पोलिसांनी अश्रुधूर, पाण्याचे फवारे, लाठीहल्ला असे मार्ग अवलंबले. त्याची दृश्ये बी.बी.सी., सी.एन.एन., अल-जझिरा व इतर अनेक वाहिन्यांवर दाखवण्यात आल्यानंतर कृती सेनेचा हेतू साध्य झाला.

"बालन, परवाच्या त्या प्रकारानं या समस्येला चांगली प्रसिद्ध मिळाली. भारतातील काही वाहिन्यांवर ती दृश्यं दाखवली गेली. ती पाहून काही तमीळ संघटनांनी भारत सरकारवर हस्तक्षेप करण्यासाठी दबाव आणायला सुरू केली आहे; पण भारतीयांवर काही हल्ले वगैरे झाल्याच्या बातम्या तुझ्या ऐकण्यात आल्या?" मी सुरक्षिततेच्या दृष्टिकोनातून अधिक माहिती मिळवायच्या उद्देशाने विचारले.

"काही तुरळक घटना घडल्या आहेत; पण तुम्ही ज्या भागात राहता, तो भाग सुरक्षित आहे. तरीदेखील तुम्ही व मिसेस कदमनी सावधगिरी बाळगलेली बरी. कधी लोक प्रक्षुब्ध होतील सांगता येत नाही."

माझी मलेशियातील नेमणूक वर्षभरात संपणार होती. तोपर्यंत जरा सावधानतेनेच राहणे आवश्यक होते.

त्या घटनेला चार-पाच महिने उलटले असावेत. एव्हाना वातावरण जरा निवळले होते. एकदा बालनबरोबर शाह आलम या उपनगराकडे गाडीने जात असता त्याचे मलेशियन तमीळ वर्तमानपत्र मला दिसले. त्याच्या पहिल्या पानावर भावुक डोळ्यांच्या एका देखण्या तमीळ तरुणाचा फोटो होता. तो पाहून मी बालनला विचारले,

"बालन, हा कोणाचा फोटो आहे?"

"तुम्ही के. मनोहरन विषयी ऐकलं आहे? त्याचा फोटो आहे हा."

"कोण आहे हा मनोहरन? मी नाही ऐकले त्याच्याविषयी."

"तो २५-२६ वर्षांचा मवाळ तमीळ कार्यकर्ता आहे. त्याचं म्हणणं असं आहे, की या समस्येवर सरकारचं मतपरिवर्तन करून त्याच्याशी संवाद साधून, न भांडता किंवा हिंसक मार्गानं न जाता तोडगा काढायला हवा; पण त्याला खूप कमी लोकांचा पाठिंबा आहे. बहुतांशी लोक म्हणतात, की मलय स्वत: पुढाकार घेऊन आपल्या सवलती रद्द करूया म्हणणार नाहीत, त्यामुळे त्यांचं मतपरिवर्तन होणं किंवा तसा प्रयत्न करणं व्यावहारिक नाही. त्यासाठी लढा देणं किंवा आपलं आंदोलन उग्र करणं हेच योग्य आहे."

"पण मनोहरनच्या म्हणण्यातही काही तथ्य आहे. प्रश्न सामोपचारानं मिटला तर उत्तमच." मी म्हणालो.

"ते खरं आहे. हिंसक मार्ग कोणाला आवडेल? पण मलय नेते आपल्या भूमिकेवर ठाम आहेत. मनोहरनसारख्यांची दखलही घेत नाहीत. मनोहरननं या समस्येवर जनजागृती करायला सुरुवात केली आहे. तो या विषयावर कवितादेखील करतो!"

"अरे वा! वेगळंच व्यक्तिमत्त्व आहे त्याचं! काय उद्योग-व्यवसाय करतो तो?"

"त्याची शेती आहे. विशेष म्हणजे त्याच्या पणजोबांना १८५९ मध्ये ब्रिटिशांनी येथील एका उसाच्या मळ्यात कामासाठी भारतातून आणलं. पुढे मनोहरनच्या आजोबांनीदेखील त्याच मळ्यात काम केलं. मनोहरनच्या वडिलांनी शेती केली नाही. ते एका रबराच्या लागवडीचे व्यवस्थापक झाले, पण त्यांनी आपले पूर्वज जेथे वावरले, राबले त्याच मळ्यातील चार एकर क्षेत्राची शेती खूप काटकसरीनं पैसे साठवून त्यांच्या स्मृतिखातर विकत घेतली. मनोहरननं तेथे फुलमळा करायचं ठरवलं. तोदेखील आपल्या पूर्वजांच्या त्यागाची व कष्टाची आठवण तेवत ठेवू इच्छितो. त्यानं त्याचं नाव 'पुष्पपितृगणांजली मळा' असं ठेवलं आहे."

"हळव्या कविमनाच्या मनोहरननं मात्र अगदी यथायोग्य नाव निवडलं! कधीतरी पाहायला हवा त्याचा मळा. कुठं आहे तो?"

"तो आहे येथून चाळीस किलोमीटरवरील रावांग या गावाजवळ. त्यानं आपल्या मळ्यावर एक छोटी कविता केली आहे!" बालन म्हणाला.

"असं? तू भाषांतर करून सांगशील मला?"

"हो, सांगतो ना."

बालनने मला त्या कवितेचे भाषांतर करून सांगितले,

'मळ्यात दरवळतो सुगंध पितृगणांच्या स्मृतीचा,
तेथील स्निग्ध मृद्‌गंधास स्पर्श तयांच्या त्यागाचा.
वाहतो आदरांजली झुलत्या पुष्पांच्या सुगंधाची,
मम हृदयातील गहिऱ्या अन् अथांग प्रीतीची.
नतमस्तक होऊनी वंदितो तयांच्या झिजण्याला,
अखंड उपेक्षिततेला अन् पेललेल्या भाराला,
जपतो मम हृदयी मृतात्म्यांच्या जिवंत स्मृतीला.'

त्यानंतर कामाच्या व्यापात मी मनोहरन व हिंदू साहाय्य कृती सेना यांच्या पुढील हालचाली काय आहेत, हे बालनला विचारायचे विसरून गेलो. मला वाटते जुलै २००८ चा पहिला आठवडा असावा. मी काही कामात असताना बालन गंभीर चेहऱ्याने माझ्या खोलीत आला व म्हणाला,

"कदम साहेब, मनोहरननं आपल्या मागणीकडे सरकारचं लक्ष वेधून घ्यायचे सारे मार्ग अवलंबले, पण मलय नेते त्याला दाद देत नाहीत, त्याची निर्भर्त्सना करतात, म्हणून त्यानं एक निकराचा मार्ग अवलंबायचं ठरवलं आहे."

"कोणता बरं, बालन?"

''पुढच्या आठवड्यात १० जुलैला दुपारी बारा वाजेपर्यंत आपल्या प्रस्तावावर सरकारनं प्राथमिक चर्चा करायची तयारी दर्शवली नाही, तर त्या दिवशी आपण संसदेसमोर आत्मदहन करू, असं त्यानं जाहीर केलं आहे.''

''बालन, मला तरी यात मोठा धोका दिसतोय. सरकार आपल्या भूमिकेशी ठाम आहे, ते त्याला दाद देणार नाही. हा बिचारा भावनाविवश होऊन स्वतःचं बरं-वाईट करून घ्यायला मागे-पुढे पाहणार नाही!''

''पाहायचं आता १० तारखेस काय होतं.'' बालन सचिंत मुद्रेने म्हणाला.

मलेशियाच्या संसदेची इमारत क्वालालंपूरच्या दमानसारा व तमान दुता या भागांजवळ होती. तिच्या इमारतीसमोर १० जुलैस सकाळी ८ वाजल्यापासून मनोहरन एक फलक हातात घेऊन शांतपणे बसला होता. त्या फलकावर लिहिले होते, 'वांशिक प्रश्नावर काढू या अहिंसक तोडगा – नका दाखवू कायद्याचा बडगा!' मनोहरनचे काही तुरळक समर्थक तेथे उपस्थित होते. पोलीसही मनोहरनवर बारकाईने लक्ष ठेवून होते. मनोहरनने सकाळपासून पाण्याचा थेंबही घेतला नव्हता. संसदेच्या घड्याळात दुपारचे बारा वाजल्याचे टोले पडले आणि उपस्थितांच्या हृदयाचे ठोके वाढले. सरकारतर्फे मनोहरनचे निवेदन स्वीकारायला कोणीली आले नव्हते. मनोहरनने आपल्या एका समर्थकाला जवळ बोलावले. त्याच्याजवळ काही ज्वालाग्राही पदार्थ नाही, याची खात्री झाल्यावर पोलिसांनी त्याला मनोहरनकडे जाऊ दिले. मनोहरनजवळही काही ज्वालाग्राही पदार्थ दिसत नव्हता. आपल्या समर्थकाशी बोलल्यानंतर मनोहरन पोलिसांच्या ताफ्याकडे गेला व म्हणाला,

''मी माझी मागणी मागे घेत आहे. मला पिण्यासाठी थोडं पाणी हवं आहे.''

ते ऐकताच पोलिसांनी सुटकेचा निःश्वास टाकला. त्यांच्याजवळ पाणी नव्हते. त्यांची पिण्याचे पाणी आणण्यासाठी गडबड उडाली. ते पाहताच मनोहरनने आपल्या शर्टाच्या आत लपवलेली चपटी पेट्रोलची बाटली काढली, पटकन अंगावर शिंपडली व त्यास लायटरने पेटवले. हे सारे त्याने इतके पटपट केले, की कोणी त्यास अटकाव करण्यापूर्वी त्याच्या कपड्यांनी पेट घेतला. पोलिसांनी अग्निशामकाचे एक सिलेंडर जवळ ठेवले होतेच; पण त्याने मनोहरनच्या कपड्यांची आग विझवण्यापूर्वी त्याच्या शरीराला ज्वालांनी गिळंकृत केले होते. तरीही पोलिसांनी त्या विझवल्या व तेथे आणून ठेवलेल्या रुग्णवाहिकेतून त्याला क्वालालंपूर हॉस्पिटलकडे नेण्यात आले.

'तमीळ युवा नेता मनोहरन आत्मदहनात यशस्वी' ही ११ जुलैच्या 'न्यू स्ट्रेट टाइम्स'मधील ठळक बातमी व तिच्याखालील मनोहरनचा फोटो पाहून मन विषण्ण

झाले. त्या दिवशी बालन मला भेटायला माझ्या खोलीत आला.

"बालन, माझी भीती खरी ठरली. गेला बिचारा मनोहरन."

"कदम साहेब, त्या हळव्या मनाच्या वेड्यानं असं करायला नको होतं. त्याचे आई-वडील इतके शोकाकुल झाले आहेत, की त्यांचं सांत्वन करायला कोणाजवळ शब्द नाहीत. मी सकाळीच त्यांना भेटून आलो."

"तू ओळखतोस त्यांना?"

"नाही; पण त्यांचं घर कुठे आहे, हे मला ठाऊक होतं. कदम साहेब, मनोहरनला आपण जाणार याची खात्री होती."

"ते कसं काय, बालन?"

"त्यानं एक लहानसं इच्छापत्र लिहून ठेवलं होतं. एका तमीळ वृत्तपत्रात ते छापून आलं आहे. आपला अहिंसक उपक्रम पुढे चालू राहावा, अशी आशा त्यानं त्यात व्यक्त केली आहे. इतर तमीळ तरुणांनी त्यात पुढाकार घ्यावा, असं आवाहनही त्यानं केलं आहे, शिवाय एक अनोखी विनंतीदेखील!"

"कसली विनंती, बालन?"

"त्याने ती विनंती चार ओळींच्या एका कवितेत व्यक्त केली आहे. त्या ओळी आहेत –

'पुष्पपितृगणांजलीची धन्य अन् पवित्र धरती
माझी प्रेमळ जनक आणि जननी
विखरा मम रक्षा तिच्या पदरात
विलीन होईल हा पुत्र त्या भूमीच्या उदरात!' "

# केळवण, लग्न आणि (सावळा) गोंधळ!

"उमेश, रंजिताच्या लग्नाला अजून तीन आठवडे बाकी आहेत. तिला व आपल्याला मलेशियात आल्यावर स्थिरस्थावर व्हायला मदत केलेल्या तुमच्या ऑफिसमधील ॲन व दलेनाला त्यानिमित्त जेवायला बोलवायचं?" नीलिमाने मला विचारले.

"म्हणजे रंजिताला केळवण करायचं म्हण ना!"

"तसंच समजा; पण तिचं लग्न हे निमित्त साधून त्यांना बोलावू जेवायला. त्यांची आपल्याला खूप मदत झाली आहे."

"ठीक आहे. उद्या ऑफिसला गेल्यावर विचारतो त्यांना."

ही गोष्ट २००४ सालच्या एप्रिलमधली. क्वालालंपूरला येऊन मला फक्त अडीच-तीन महिने झाले होते. तेथे गेल्यानंतर लगेच आमच्या कार्यालयाची व्यवस्थापिका ॲन गोमेझने मला चांगले प्रशस्त फर्निश्ड घर शोधून दिले. दलेना तिचा साहाय्यिका. तिने आवश्यक त्या गृहोपयोगी गोष्टी, स्वयंपाकघरातील वस्तू विकत घेऊन घर राहण्यास सुसज्ज केले. आमचे कार्यालय घरासाठी सारा खर्च करणार असले, तरी ते राहण्यास योग्य करण्यासाठी माझ्याजवळ वेळ नव्हता. ते सुसज्ज केल्यानंतरच नीलिमास तिकडे बोलावून घेतले. आमच्या कार्यालयाची स्वागतिका रंजिता प्रवास विभागाचेही काम पाहायची. तिने आमच्या प्रवासाचे व मलेशियात आल्यानंतर निवासी व्हिसासंबंधीचे सर्व सोपस्कार वैयक्तिक लक्ष घालून पार पाडले. ती मलेशियन शीख, ॲन मलेशियन मल्याळी, तर दलेना मलय वंशाची होती. रंजिताचे गुरजित नावाच्या तरुणाशी लग्न ठरले आहे, असे मला एकदा

ॲनने सांगितले होते. ॲनचा नवरा स्पेन्सर हा चिनी वंशाचा होता. दलेना छोटीशी व नाजूक, तर तिचा नवरा याह्या ताडासारखा उंच! नंतर माझी व गुरजितचीही ओळख झाली होती.

दुसऱ्या दिवशी मी रंजिता, दलेना व ॲनला माझ्या खोलीत बोलावले.

"हे पाहा, नीलिमाची व माझी इच्छा आहे, की तुम्ही आमच्याकडे रविवारी संध्याकाळी जेवायला यावं. रंजिताचं लग्न जवळ आलं आहे. आम्हा मराठी लोकांमध्ये आपल्या जवळच्या व्यक्तीचं लग्न ठरलं, की जेवायला बोलवायची प्रथा आहे. त्याला आम्ही केळवण म्हणतो."

"केळवण या शब्दाचा अर्थ काय?" दलेनाने विचारले. ॲन व रंजिता यांच्या चेहऱ्यावरही प्रश्नचिन्ह उमटले.

"ते काय हे मला विचारू नकोस. शब्दशः भाषांतर करायचं झालं तर..." मला काही सुचेना. थोडा वेळ विचार करत म्हणालो.

"कदाचित त्याचा उगम केळीचं वन म्हणजे 'बनाना गार्डन' यापासून झाला असावा. हल्ली त्याचा अर्थ लग्न होऊ घातलेल्या व्यक्तीस दिली जाणारी मेजवानी, असा काढायला हरकत नाही."

"म्हणजे आपण सर्वांनी केळीच्या झाडाखाली बसून जेवायचं?" दलेनाने चकित होऊन विचारले.

"छे, छे, जेवण घरीच होणार. त्याला नाव फक्त केळवण."

हे ऐकल्यावर त्या तिघी मनसोक्त हसल्या.

"बरं, हसत बसू नका. रविवारी येणार की नाही सांगा. म्हणजे नीलिमा तयारीस लागेल. आज गुरुवार आहे."

त्या तिघींनी आपापसात सल्ला-मसलत केली. त्यांना रविवार सोयीचा होता. मी म्हणालो,

"ॲन, तू स्पेन्सरला व दलेना, तू याह्याला घेऊन यायचं आणि रंजिता, आमच्याकडे केळवणात लग्न ठरलेल्या मुलीच्या भावी पतीला बोलावलं जात नाही; पण मी गुरजितला ओळखत असल्यानं त्यालाही बोलावणार आहे. त्याचा फोन नंबर मला दे."

त्या तिघी आमच्या आमंत्रणाने भारावून गेल्या.

रंजिता २६-२७ वर्षांची, साडेपाच फूट उंच, बॉबकट केलेली, गोऱ्या वर्णाची व दिसायला देखणी नसली, तरी नाकी-डोळी नीटस होती. तिचे सरळ, काहीसे लांब धारदार नाक पाहिल्यावर ती शीख आहे, हे लगेच लक्षात यायचे. ती नेहमी पंजाबी ड्रेस वापरायची. मी मलेशियात कामाला सुरुवात केल्यानंतर काही दिवसांनी

माझ्या लक्षात आले, की एक शीख तरुण अधूनमधून दुपारच्या लंच ब्रेकमध्ये तिला भेटायला येतो, तिला गाडीतून बाहेर घेऊन जातो व नंतर ऑफिसवर आणून सोडतो. काहीतरी पाणी मुरतंय, हे समजायला वेळ लागला नाही. नंतर ॲनने मला त्यांचं लग्न ठरलं आहे, असं सांगितलं. एके दिवशी संध्याकाळी मी घरी जायच्या तयारीत असताना रंजिता त्या शीख तरुणास माझ्या खोलीत घेऊन आली व म्हणाली,

"कदम साहेब, हा गुरजित. आमचं लग्न ठरलं आहे."

"अरे वा! छान. केव्हा आहे लग्न?"

"मे महिन्याच्या बावीस तारखेस. मी नंतर तुम्हाला आमंत्रण द्यायला येईनच, पण आज तुमची ओळख करून देण्यासाठी गुरजितला तुमच्याकडे घेऊन आले."

मी गुरजितशी हस्तांदोलन केले व म्हणालो,

"गुरजित, बसा ना तुम्ही." तो समोरच्या खुर्चीवर बसला. रंजिता निघून गेली.

"काय करता तुम्ही, गुरजित?"

"गेली चार वर्षं येथील हायकोर्टात मी वकिली करतो आहे."

"अरे वा! मीदेखील कायद्याच्याच क्षेत्रात काम करतो आहे. पूर्वी मी आंतरराष्ट्रीय कायद्याचा प्राध्यापक होतो."

"ते मला रंजितानं सांगितलं, म्हणूनच मुद्दाम तुमची ओळख करून घेण्यासाठी आलो."

त्यानंतर आम्ही थोडा वेळ गप्पा मारत बसलो. रंजिता तिचे काम आटोपून गुरजितला घेऊन जाण्यासाठी आली. ते दोघे माझा निरोप घेण्यापूर्वी मी गुरजितला म्हणालो,

"रंजिताला भेटायला आल्यावर येत चला गप्पा मारायला!"

"नक्कीच येईन, कदम साहेब!" गुरजित उठत म्हणाला. ते दोघे माझा निरोप घेऊन निघून गेले. मला गुरजितचा मनमोकळा स्वभाव आवडला. त्यानंतर अधूनमधून तो माझ्याशी गप्पा मारायला येऊ लागला.

नीलिमाने जेवणासाठी चिकन करी, फ्राय फिश, राजमा, पालक पनीर, बुंदीचे रायते, जिरा पुलाव व फुलके असा अस्सल पंजाबी बेत केला होता, शिवाय केवड्याचा मंद सुवास असलेली फिरणी हा लखनवी गोड पदार्थही केला होता. सर्व मंडळी साडेसातच्या सुमारास आमच्या 'मेनारा बांगसार' या इमारतीतील फ्लॅटवर पोहोचली. स्पेन्सर व याह्या यांचा माझा ओझरता परिचय पूर्वीच झाला होता. दलेना व याह्याचा दोन वर्षांचा गोड मुलगा असिफ हादेखील आला होता. घरात जेवणाचा घमघमाट सुटला होता. ते पाहून स्पेन्सर म्हणाला,

"आज अस्सल भारतीय जेवणाचा बेत दिसतोय!" गोरा, किंचित स्थूल स्पेन्सर मिस्कील व मोकळ्या स्वभावाचा होता.

"स्पेन्सर, आजचं जेवण रंजितासाठी आहे. तिचे पूर्वज भारताच्या ज्या पंजाब प्रांतातून इकडे आले, तिकडे मिळणाऱ्या खास पदार्थांचा बेत नीलिमानं केला आहे. बरं, आमच्याकडे अशी जेवणं होतात, तेव्हा फक्त शाकाहारी जेवण केलं जातं!" मी त्याची थट्टा करण्याच्या उद्देशाने म्हणालो.

"म्हणजे आज एकही मांसाहारी पदार्थ खायला मिळणार नाही?" आश्चर्यचकित झालेल्या स्पेन्सरने विचारले.

"तुला काय वाटते?"

"तसं आधी ठाऊक असतं, तर मी इकडे यायची तसदी घेतली नसती. तुम्ही लोक बसा केळी खात."

त्यावर मी त्याला आजचा मेनू सांगितला व विचारले,

"तू ब्लॅक लेबल घेशील की बकार्डी?"

हे ऐकल्यावर त्याचा जीव भांड्यात पडला व चेहरा खुलला! स्पेन्सरने व मी ब्लॅक लेबल जॉनी वॉकर स्कॉच, गुरजितने बकार्डी, ॲनने बीयर व इतर सर्वांनी सॉफ्ट ड्रिंक्स घेतले. आमच्या गप्पा पुढे सुरू झाल्या.

"तुमच्याकडे लग्नाच्या बाबतीत बऱ्याच प्रथा असाव्यात. केळवणाव्यतिरिक्त आणखी कसली जेवणं असतात?" याह्याने विचारले.

"आता केळवणाचं झालं, की लग्नाचं नि त्यानंतर गोंधळाचं!" मी म्हणालो.

"गोंधळ म्हणजे काय?" याह्याने विचारले.

"ती एक प्रकारची एका देवीची पूजा असते; पण तिला 'गोंधळ', म्हणजे इंग्रजीत 'केऑस' असं का म्हणतात, हे मलाही ठाऊक नाही."

"म्हणजे लग्नानंतर बरेच जण काही बाबतीत गोंधळून जातात म्हणून ते नाव प्रचलित झालं असावं!" माझ्याकडे पाहून डोळा मारून स्पेन्सर मिस्कील हसत म्हणाला.

आमच्या गप्पाविनोदाचा मूड पाहून मी म्हणालो,

"नवविवाहित दांपत्यानं एकांतात बराच 'गोंधळ' घातला, की डोहाळेजेवणाची वेळ येते."

"ते काय असतं?" दलेनाने विचारले.

"नीलिमा, तूच तो खुलासा केलास, तर बरं होईल."

"उमेश, तुम्हीसुद्धा नाही नाही ते विषय काढता. पुढे कधीतरी डोहाळेजेवणाची वेळ येईल, तेव्हा मी खुलासा करेन!" नीलिमा मला रागावत म्हणाली.

त्यावर ॲन म्हणाली,

"आम्हाला आत्ताच सांग ते काय असतं. तुम्ही दोघांनी आमची उत्कंठा वाढवली आहे."

शेवटी नीलिमाने खुलासा केला. तो ऐकल्यावर सारेजण मनसोक्त हसले.

"बरं, त्यानंतरचं जेवण बारशाचं. ते मात्र बाळाच्या आई-वडिलांनी द्यायची प्रथा आहे." मी म्हणालो.

"बरं का, रंजिता आणि गुरजित, आमची येथून बदली व्हायच्या आधी आम्ही रंजिताच्या बाळाचं बारसं जेवून जाणार आहोत, याची दोघांनीही जाणीव ठेवा!" नीलिमा हसत हसत त्या दोघांना उद्देशून म्हणाली.

"नीलिमा, तुम्ही रंजितासाठी डोहाळेजेवण कराल, तेव्हा आम्हीदेखील येणार!" स्पेन्सर स्कॉचचा एक घोट घेऊन म्हणाला.

गप्पाविनोदात वेळ कसा गेला समजले नाही. सर्वजण उत्कृष्ट पंजाबी जेवणाचा यथेच्छ आस्वाद घेऊन नीलिमाची तोंडभर स्तुती करून गेले. आम्हा दोघांनाही समाधान झाले. क्वालालंपूरच्या पुडू भागातील एका गुरुद्वारात २२ मे या दिवशी रंजिता व गुरजित पारंपरिक शीख पद्धतीने विवाहबद्ध झाले. आम्ही त्यास उपस्थित होतो. नवविवाहित दांपत्य बालीला मधुचंद्र साजरा करून आले. आता रंजिता गुरजितच्या 'माँट कियारा' या भागातील फ्लॅटवर राहायला गेली होती.

रंजिता-गुरजित विवाहाला जेमतेम एक वर्ष पुरे झाले असेल. एके दिवशी दुपारी ॲन माझ्या खोलीत आली. तिने खोलीचे दार बंद केले व माझ्यासमोरील खुर्चीत बसत म्हणाली,

"उमेश, एक गंभीर बातमी आहे."

"काय झालं ॲन?" मी जरा काळजीत पडलो.

"रंजिता व गुरजित घटस्फोटाची भाषा करताहेत."

"खरंच की काय, ॲन? नेमकं काय झालंय? दोघेही सुस्वभावी, एकमेकांच्या प्रेमात पडलेले. तुझी ऐकण्यात काहीतरी चूक झाली असावी."

"नाही, उमेश. बातमी खरी आहे. अर्थात रंजिता माझ्याजवळ मोकळेपणानं बोलत नाही. परवा दलेना मला म्हणाली, की त्यांचं बिनसलंय म्हणे."

"अरेरे, ते खरं असेल, तर ही अगदी दुर्दैवी घटना आहे. कदाचित किरकोळ कारणावरून काही कुरबुर झाली असेल नवरा-बायकोत. निवळेल वातावरण कालांतरानं." मी म्हणालो.

"पाहायचं काय होतं. बरं, मी सरळ सरळ रंजिताला विचारू शकत नाही."

"ही फार नाजूक बाब आहे. त्यांचा समेट झाला तर बरं होईल. कार्लला ठाऊक आहेत या घडामोडी?" कार्ल गास्पर आमच्या कार्यालयाचा प्रमुख. सात-

आठ महिन्यांपूर्वीच त्याची मलेशियाला बदली झाली होती.

"नसावं. मी तरी कशाला सांगायला जाऊ? तुला म्हणून सांगितलं."

त्या दिवशी ती बातमी नीलिमाच्या कानावर घातली. तिलादेखील सखेद आश्चर्य वाटले. त्यानंतर कोणत्या घडामोडी झाल्या मला ठाऊक नाही. एकतर मला कोणाच्या वैयक्तिक बाबतीत नाक खुपसायला आवडत नाही. दुसरे म्हणजे मलेशियातून मला महिन्यातून दोन-तीन वेळा परदेशी जावे लागायचे. माझे काम पंधरा देशांमध्ये चालायचे, त्यामुळे मी सतत कामात असायचो. रंजिता कामावर यायची, व्यवस्थित काम करायची, त्यामुळे तिच्या वैयक्तिक आयुष्यात काय चालले आहे, हे तिला स्पष्टपणे कोणी विचारू शकत नव्हते.

आमचा कार्यालयप्रमुख कार्ल गास्पर स्वभावाने खूप मनमिळाऊ होता. महिन्यातून एकदा तो मला व माझे दोन सहकारी ॲलेक्स आणि स्टेफान यांना बांगसारमधील एखाद्या बारमध्ये बीयर किंवा वाईन प्यायला घेऊन जायचा. मनमोकळेपणाने गप्पा मारता मारता आमच्या कामकाजाबाबतीत नवे उपक्रम, प्रयोग अथवा घडामोडींवर चर्चा व्हायची. बेल्जियमचा ॲलेक्स व फ्रान्सचा स्टेफान दोघेही पस्तिशीचे, मी पन्नाशीचा, तर कार्ल ५७-५८ चा. आम्ही वेगवेगळ्या वयोगटांत होतो, तरी आमच्या गप्पा अगदी खेळीमेळीच्या वातावरणात चालायच्या. त्यात एक-दोन ग्लास बीयर किंवा वाईन पोटात गेली, की गप्पा अधिकच खुलायच्या. सहा फूट उंच, भारदस्त व्यक्तिमत्त्वाचा कार्ल खूप अनुभवी होता. त्याने सारायेव्हो, काबूल, गाझा, अंगोला व रुवांडा या एकेकाळच्या युद्धग्रस्त ठिकाणी ऐन चकमकींदरम्यान काम केले होते, तसेच जीनिव्हा येथील मुख्य कार्यालयातही बरीच वर्षे त्याने काम केले होते. त्याची पत्नी गॅब्रिएला जीनिव्हात राहायची. तिचा आशियातून हस्तकलेच्या व इतर कलाकुसरीच्या वस्तू विकत घेऊन त्यांचे युरोपमध्ये वितरण करायचा व्यवसाय होता. ॲलेक्सची पत्नी लिझा इंडोनेशियन होती. माझे व ॲलेक्सचे खूप जमायचे. स्टेफान अविवाहित होता. एकदा ॲलेक्सच्या बोलण्यात आले, की स्टेफानला देशोदेशींच्या मैत्रिणी जमविण्याचा छंद होता! छंदही किती प्रकारचे असतात. कोणाला आवडतात देशोदेशींची तिकिटे नि नाणी, तर कोणाला मैत्रिणी!

त्या दिवशी आम्हा चौघांच्या गप्पा रंगात आल्या होत्या. मध्येच ॲलेक्स म्हणाला,

"कार्ल, रंजिताच्या बाबतीत काय झालं समजलं का तुला?"

"नाही. काय झालं?" कार्लने विचारले.

"काल तिनं आणि गुरजितनं एकमेकांच्या संमतीनं कोर्टात घटस्फोट घेतला म्हणे."

"खरंच की काय?" मी विचारले.

"हे मला माझ्या 'खास' बातमीदाराकडून कळलंय." ॲलेक्स म्हणाला. आमचे संभाषण ऐकत असलेला कार्ल म्हणाला,

"त्यात एवढं आश्चर्य वाटण्यासारखं काय आहे? युरोप-अमेरिकेत घटस्फोट पदोपदी होत असतात. हल्ली लग्नानंतर पाच-सहा वर्षांत घटस्फोट झाला नाही, तर काहीतरी गडबड आहे, असा निष्कर्ष काढला जातो."

"ते युरोप-अमेरिकेतच फक्त. इकडे आशियामध्ये घटस्फोट ही एक दुर्दैवी घटना मानली जाते." मी म्हणालो.

"ते काहीही असो. आता स्टेफानला त्याच्या 'संग्रहा'त आणखी एक भर घालायला तो मोकळा आहे. नाहीतरी रंजिता त्याच्याशी खूप खुलून बोलत असते." ॲलेक्स हसत हसत म्हणाला. त्यावर कार्लही हसत म्हणाला,

"स्टेफ़ान, जरा जपून बरं. तू आपल्या आचारसंहितेवर स्वाक्षरी केली आहेस. आपल्यासारख्या परदेशी अधिकाऱ्यांनी स्थानिक कर्मचाऱ्यांबरोबर आक्षेपार्ह संबंध ठेवले, तर त्याचा अर्थ आपण आपल्या पदाचा गैरवापर केला आहे, असा होऊ शकतो. कार्यालयप्रमुख या नात्यानं तुला जाणीव करून दिलेली बरी!"

"कार्ल, तू काळजी करू नकोस. सध्या मी एका जपानी मुलीच्या मागे आहे. येथे संयुक्त राष्ट्रसंघाच्या कार्यालयात काम करते. दोन वेळा 'सुशी' खायला घेऊन गेलो होतो. जरा 'साके' घे म्हटलं, तर म्हणते 'मी फक्त जपानी हिरवा चहा पिते.' थोडी साके घेतली असती, तर माझं काम हलकं झालं असतं. काही केल्या माझ्या जाळ्यात सापडत नाही."

"बरं झालं, एकातरी मुलीनं तुझी जिरवली!" ॲलेक्स हसत हसत म्हणाला. त्यानंतर गप्पा मारता मारता कार्लने आपल्या निवृत्तीचा विषय काढला.

"मी निवृत्त झाल्यावर मलेशियात 'सेकंड होम' करावं या विचारात आहे. मला हा देश खूप आवडला. इथली दाट हिरवी झाडी, वैविध्यपूर्ण भोजन प्रकार, स्वच्छ हवा व सुखसोयी अगदी मोहवणाऱ्या आहेत." मलेशियन सरकारने 'मलेशिया सेकंड होम' ही योजना राबवली होती. परदेशी नागरिकांनी मलेशियात घर विकत घेतले, तर त्यांना निवासी व्हिसा द्यायची हमी दिली होती. स्थावर मिळकतींमध्ये परदेशी गुंतवणूक वाढवावयाच्या धोरणाचा तो एक भाग होता.

"तू येथे घर कर, आम्ही सुटीसाठी इकडे येत जाऊ!" ॲलेक्स म्हणाला.

माझे मलेशियातील दिवस भरभर जात होते. जून २००७ मध्ये मी नुकताच

जपानच्या आठ दिवसांच्या दौऱ्यावरून परतलो होतो. त्याविषयी माहिती घेण्यासाठी आमच्या कार्यालयाची जनसंपर्क अधिकारी फिरोझा बुऱ्हानुद्दिन माझ्या खोलीत आली होती. आमची कामाच्या बाबतीत चर्चा झाल्यानंतर आम्ही इकडचे-तिकडचे बोलत बसलो. आम्ही दोघे एकमेकांशी मोकळेपणानं बोलायचो.

"उमेश, तुला एक बातमी सांगते. अर्थात, मी सांगितलं नाही, तरी यथावकाश तुला ती कळेलच म्हणा!" ती काय सांगू इच्छिते याचा अंदाज लागेना. मला फारशी उत्सुकता नव्हती, पण तिला नाराज करायला नको म्हणून विचारले.

"कसली बातमी?"

"रंजिता गरोदर आहे!"

"म्हणजे?"

"म्हणजे तू काय समजायचं ते समज. तिचा घटस्फोट होऊन एक वर्ष आणि ती व गुरजित विभक्त होऊन दीड वर्ष उलटलेलं आहे! चल, मी निघते."

"हे जरा अनपेक्षितच आहे हं, फिरोझा; पण मला सांग, तुला कसं काय कळलं हे?"

"अरे, मी आता पन्नाशीला पोहोचलेय. बायकांना गरोदरपणाची लक्षणं कळायला वेळ लागत नाही. आज रंजिता माझ्या खोलीत फिलिपीन्सच्या व्हिसाचा फॉर्म घेऊन आली. त्यावर सही करून तो तिच्याकडे देताना मला एकदम शंका आली. मी तिला विचारलं, की तुला दिवस गेले आहेत की काय?"

"काय उत्तर दिलं तुला तिनं?" मी विचारले. कदाचित फिरोझाची शंका चुकीची असू शकते, असे मला वाटले.

"हो म्हणाली. तिसरा महिना चालू आहे म्हणे. मी विचारणार होते, की यास कोण जबाबदार आहे? पण नाही विचारलं. हल्ली ढगळ कपडे का घालते, याचा उलगडा झाला; पण किती दिवस लपवून ठेवेल?"

"हे भलतंच गंभीर प्रकरण दिसतंय!"

"उमेश, कोणाजवळ बोलू नकोस, पण हल्ली स्टेफान वारंवार रंजिताच्या खोलीत दिसतो."

"म्हणजे तुला काय सुचवायचं आहे? त्या दोघांचं..."

मला मध्येच थांबवत फिरोझा म्हणाली,

"मला काहीही सुचवायचं नाही. चल निघते मी!"

त्या दिवशी नीलिमाला रंजिताची ती खळबळजनक बातमी सांगितली, पण स्टेफानचा उल्लेख केला नाही, कारण मला त्या बाबतीत खात्री नव्हती.

"खरंच की काय? कोण आहे बरं तिचा प्रियकर?" नीलिमालादेखील

आश्चर्याचा धक्का बसला होता.

"अगं, मला तरी काय ठाऊक? तू तिला फोन करून डोहाळेजेवणाचं आमंत्रण दे नि होणाऱ्या बाळाच्या वडिलांना जेवायला घेऊन ये असं सांग. सारं रहस्य उलगडेल!"

"उमेश, चेष्टा बाजूला राहू. दे; पण हे प्रकरण जरा गूढ दिसतंय एवढं खरं."

त्यानंतर एकदा आमच्या कार्यालयाच्या स्वागतकक्षातून जाताना तीन-चार महिन्यांपूर्वी आमच्या स्टाफचे वार्षिक संमेलन झाले. त्या वेळी घेतलेल्या ग्रुप फोटोकडे लक्ष गेले. तसा तो फोटो मी बऱ्याच वेळा पाहिला होता; पण आज तो निरखून पाहताना लक्षात आले, की स्टेफान आणि रंजिता एकमेकांना खेटून उभे आहेत!

फिरोझाने 'त्या' बातमीचा माझ्याजवळ गौप्यस्फोट केल्यानंतर दोन महिने उलटले. आता रंजिताचे पोट दिसू लागले होते. कार्यालयातील स्टाफमध्ये त्यावर हलक्या आवाजात चर्चा होत असावी. एकदा एका चर्चासत्रातील व्याख्यानाची मी तयारी करत असताना ॲन माझ्या खोलीत आली व तिने दार लावून घेतले. तिला काहीतरी बातमी सांगायची असणार, हे मी ओळखले.

"उमेश, रंजिताचा प्रियकर कोण आहे, याचा उलगडा झाला!"

"असं? कोण आहे तो?"

"एक ऑस्ट्रेलियन व्यावसायिक आहे म्हणे. कामानिमित्त वारंवार इकडे येत असतो."

"तुला कसं समजलं?"

"मीच रंजिताला विचारलं. तिला खोटं खोटं सांगितलं, की अविवाहित किंवा घटस्फोटित महिला कर्मचारी गरोदर राहिली व तिला मूल झालं, तर आपल्या कार्यालयाच्या आचारसंहितेनुसार खुलासा करावा लागतो. तिचा त्यावर विश्वास बसला व तिनं खुलासा केला. ते दोघं विवाहबद्ध होणार आहेत, असंही म्हणाली." हे ऐकल्यावर मी ॲनला विचारले,

"तुझा त्यावर विश्वास बसला?"

"जोपर्यंत ती व्यक्ती आपण पाहत नाही किंवा त्यांचा विवाह होत नाही, तोपर्यंत ती जे काही सांगते, तेच खरं म्हणावं लागेल."

"ती दिशाभूल तर करत नसेल?"

"कशावरून आणि कशासाठी?"

"समजा आपल्या कार्यालयातील एखाद्या युरोपियन अधिकाऱ्याशीच तिचे संबंध असले आणि त्या अधिकाऱ्याच्या नोकरीवर गदा येऊ नये, याखातर तिला खोटं बोलायचं असलं, तर ती आपली दिशाभूल करू शकते."

हे ऐकल्यावर ॲन जरा गोंधळून गेली.

"पण ती आपला प्रियकर ऑस्ट्रेलियन आहे, असं का म्हणाली असावी?"

"ऑस्ट्रेलियनही युरोपियन लोकांसारखे गोरे, भुऱ्या केसांचे असतात. उद्या तिच्या मुलाचा रंग त्यांच्यासारखा गोरा व केस भुरे निघाले, तर..."

"उमेश, आता तुझ्यातील 'वकील' बोलू लागला आहे; पण तुला खरं सांगू? माझ्या कानावरही आपल्या कार्यालयातील एका व्यक्तीचं नाव तिच्या संदर्भात आलं आहे."

ॲनला त्या विषयावर पुढे चर्चा करण्यास मी उद्युक्त केले नाही. सारा मामला चोरीचा!

डिसेंबर २००७ च्या तिसऱ्या आठवड्यात रंजिता प्रसूती रजेवर गेली. दहा जानेवारीस तिला मुलगी झाली, असे ॲनने मला सांगितले. रंजिताने मुलीला पाहायला कोणीही येऊ नये, असे दलेनामार्फत ॲनला कळवले होते. शीख धर्मात काही विधी पार पडेतोपर्यंत नवजात बालकास कोणाला दाखवू नये, अशी प्रथा आहे, ही सबब तिने पुढे केली होती. फक्त दलेना रंजिताच्या मुलीला पाहून आली होती. अजूनही रंजिताचा प्रियकर कोण आहे, हे रहस्य उलगडले नव्हते. एक मार्च २००८ पासून रंजिता कामावर येऊ लागली. काहीही अघटित घडले नसल्याच्या आविर्भावात काम करू लागली. कार्लने बोलता बोलता 'आपण वैयक्तिक गोष्टींबाबत कोणाही कर्मचाऱ्याला खुलासा विचारू इच्छित नाही' असे मत प्रदर्शित केले होते. ॲनमार्फत काही बातम्या माझ्या कानावर येत होत्या. रंजिताने आपल्या मुलीचे नाव 'तियारा' असे ठेवल्याचे तिच्याकडूनच समजले. ॲन मला म्हणाली,

"उमेश, तुला व नीलिमाला रंजिताच्या बाळाच्या बारशाचं जेवण हवं होतं ना? माग ना तिच्याकडे!"

"अगं, गुरजित असता तर हक्कानं मागितलं असतं. बरं तियारा दिसते कशी काही समजलं?"

"हो, चेहरा आईचा आहे म्हणे, पण रंग गोरा व केस भुरे!"

नोव्हेंबर २००८ मध्ये माझी मलेशियातील नेमणूक संपत होती. तत्पूर्वी साऱ्या स्टाफने एक निरोप समारंभ आयोजित केला. एका महागड्या उपाहारगृहात मला व नीलिमाला जेवणही दिले. त्या वेळी मी व फिरोझा बोलत होतो. मी फिरोझाला म्हणालो,

"तुला समजलं का, स्टेफानची बदली अफगाणिस्तानला झाली आहे."

"तरीच हल्ली नाराज दिसतोय!"

"तिकडे कट्टर मुस्लीम धर्मगुरूंचा प्रभाव असलेल्या देशात त्याच्या छंदाचं काय होणार, याची काळजी लागून राहिली असावी!" मी म्हणालो.

"त्यामुळे की आपल्या 'जिव्हाळ्याच्या' माणसांपासून दूर जावं लागेल यामुळे?" फिरोझा मिस्कीलपणे म्हणाली.

माझी इथिओपियाला बदली झाली होती. मला जायला चार दिवस बाकी होते. मी आवराआवरीच्या गडबडीत होतो. आता मला वेध लागले होते इथिओपियाला जायचे. जाण्यापूर्वी सर्व सहकाऱ्यांचा निरोप घेतला. ई-मेल पत्त्यांची देवाणघेवाण झाली. ॲन आणि फिरोझा म्हणाल्या, की आम्ही तुला इकडच्या 'खास' बातम्या कळवू; पण मला त्यात स्वारस्य नव्हते. रंजिताचा प्रियकर कोण आहे, हे अद्यापही गूढच होते; पण ते उकलण्याची मला उत्सुकता नव्हती.

इथिओपियात कामाला सुरुवात झाली. जानेवारी २००९ मध्ये मी तिकडे रुजू झालो होतो. एप्रिलमध्ये ॲनची एक ई-मेल आली. इतर खुशाली कळवल्यावर तिने लिहिले होते–

'तियाराच्या वडिलांनी तिच्यासाठी व रंजितासाठी 'बांगसार पुतेरी' या गृहसंकुलात एक प्रशस्त फ्लॅट घेऊन दिला आहे; पण अजूनही तो कोण आहे, हे अंधारातच आहे.'

मी विचार केला, की अंधारात असू दे किंवा उजेडात येऊ दे! माझे काय घेणे-देणे? मला अधूनमधून मलेशियातील घडामोडी कळत होत्या. जून २००९ मध्ये ॲलेक्सची बदली इस्लामाबादला झाली होती. डिसेंबर २००९ मध्ये कार्ल गास्पर सेवानिवृत्त होणार होता. एव्हाना मला मलेशिया सोडून वर्ष-सव्वा वर्ष झालं होतं. तिकडून ई-मेल यायचं प्रमाणही कमीकमी होत गेलं; पण फेब्रुवारी २०१० मध्ये मला फिरोझाची ई-मेल आली आणि ती वाचल्यावर धक्काच बसला.

"हॅलो, उमेश,

तू, नीलिमा व अक्षय कसे आहात? आम्ही इकडे ठीक आहोत.

तुला एक सनसनाटी बातमी कळविण्यासाठी हा संदेश पाठवत आहे. आपला पूर्वीचा कार्यालयप्रमुख कार्ल गास्परनं मलेशियात 'सेकंड होम' केलं आहे. तो सध्या 'बांगसार पुतेरी' गृहसंकुलातील ज्या फ्लॅटवर रंजिता राहते, त्याच घरात राहतो आहे. ते घर व रंजिताचं मूल दोन्हीही आपलेच आहेत, असं त्यानं सेवानिवृत्त झाल्यानंतर जाहीरपणे कबूल केलं..."

# *लिल्यानाची नजर*

"लिल्याना, चल इकडे ये लवकर. प्लेन-पॅलेला जायची वेळ झालीय!"

माझ्या जवळच उभी असलेली एक चाळिशीची उंच, गोरी, नाकेली बाई रस्त्याच्या पलीकडे असलेल्या दहा-बारा वर्षांच्या मुलीला उद्देशून म्हणाली. ते ऐकल्यावर ती मुलगी लिल्याना, म्हणाली,

"आलेच हं आई, थांब."

वाहतुकीचा अंदाज घेत रस्ता ओलांडून लिल्याना आपल्या आईजवळ आली. आईच्याच चेहऱ्याची, भुऱ्या केसांची लांब वेणी घातलेली, निळ्या सुरेख डोळ्यांची व लालसर गोऱ्या रंगाची लिल्याना जेव्हा माझ्याजवळून आपल्या आईकडे गेली, तेव्हा तिच्या कोमल व मोहक चेहऱ्यावरची निरागसता चटकन नजरेत भरली; पण त्या सुंदर चेहऱ्यावरची खिन्नतादेखील लक्ष वेधून घेत होती. त्या दोघींच्या अंगावर जुनाट, मळलेले व काही ठिकाणी फाटलेले कपडे होते.

लिल्याना व तिची आई स्वित्झर्लंडच्या जीनिव्हा या टुमदार शहराच्या मध्यवर्ती भागातील गजबजलेल्या कॉर्नव्हँच्या बस व ट्रॅम स्टॉपवर भिक्षा मागत होत्या!

इतक्यात माझी आठ नंबरची बस आली. आंतरराष्ट्रीय रेड क्रॉसच्या मुख्य कार्यालयाकडे जाण्यासाठी मला ती बस पकडायची होती. मी बसने तिकडे निघालो खरा, पण वारंवार डोळ्यांसमोर लिल्यानाचा निरागस चेहरा येत होता. प्लेन-पॅले या प्रचंड मैदानावर प्रत्येक बुधवारी व रविवारी उघड्यावर मोठा बाजार

भरायचा. त्या बाजारात खाद्यपदार्थ, भाज्या, फळे, चीज, सुकामेवा, मटण-मासे, पाश्चात्त्य लोणची व अशाच अनेक पदार्थांचे स्टॉल्स लागत. काही लोक आपल्या घरातील नको असलेल्या जुन्या वस्तूदेखील तेथे विकायला आणत. तो बाजार नेहमी गजबजलेला असायचा. त्या दोघी तिकडे भिक्षा मागण्यासाठी गेल्या असणार. त्यांच्या चेहऱ्यावरून त्या स्वीस वाटत नव्हत्या. त्यांच्या दिसण्यावरून व नावावरून त्या कोणत्या देशातून तेथे आल्या असाव्यात, हे मी ओळखू शकत नव्हतो.

माझे जीनिव्हाला वारंवार जाणे व्हायचे. बहुतेक वेळी माझी राहण्याची सोय रु द लुझाँवरील हॉटेल माँ-रिपॉमध्ये केलेली असायची. ते हॉटेल कॉर्नव्हँ या गजबजलेल्या भागापासून काहीसे दूर, एका शांत ठिकाणी होते. नोव्हेंबर २००८ मध्ये मी जेव्हा जीनिव्हाला गेलो, तेव्हा माझी राहायची सोय कॉर्नव्हँ जवळील हॉटेल क्रिस्टलमध्ये केली असल्याचे सांगण्यात आले. हॉटेल माँ-रिपॉमध्ये तेव्हा खोल्या उपलब्ध नव्हत्या. खूप दिवसांनी मी कॉर्नव्हँ या भागात राहत होतो. त्या भागात काही लोक भीक मागत आहेत, हे मी पहिल्यांदाच पाहत होतो. हातात कागदी प्याला किंवा प्लॅस्टिकचा कटोरा घेऊन बस स्टॉपच्या आसपास, समोरच्या जीनिव्हाच्या मुख्य रेल्वे स्थानकाच्या जवळ व स्टेशनखालील भुयारी शॉपिंग मॉलच्या परिसरात बसलेल्या लोकांना पाहून मला आश्चर्य वाटले.

तो संपूर्ण दिवस मी कामात होतो. त्या संध्याकाळी मला माझा जीनिव्हामधील सहकारी व गेल्या दहा वर्षांचा मित्र अंत्वान बुव्हिए याच्या घरी जेवायचे आमंत्रण होते. संध्याकाळी साडेसहा वाजता अंत्वानच्या रु द सँ-जाँ या रस्त्यावरील एका सहा मजली इमारतीतील त्याच्या घराची बेल वाजवली. घराची इमारत तशी जुनीच, पण बळकट वाटत होती. अंत्वानच्या पत्नी व मुलांशी थोडा वेळ बोलून झाल्यावर अंत्वान म्हणाला,

"उमेश, ये. आपण बाल्कनीत बसू या." घराच्या दक्षिणेला प्रशस्त बाल्कनी होती. तसे अंत्वानचे सारे घर प्रशस्त होते. त्याच्या घराशेजारून ऱ्होन नदी वाहत होती. डाव्या बाजूस असलेला प्रचंड लेक जीनिव्हा दिसत होता. दक्षिणेकडे जुरा पर्वत व त्याच्या पलीकडे दूरवर माँ-ब्ला पर्वतराजीची पांढरीशुभ्र शिखरे दिसत होती. त्या सुमारास बराच हिमवर्षावही झाला होता. अंत्वानने एक हिटर बाल्कनीत चालू ठेवला होता. त्याने रेड वाईनचे ग्लास भरले. आमच्या गप्पा सुरू झाल्या.

"अंत्वान, तुझं घर इतक्या सुंदर ठिकाणी आहे, की येथून हलावंसंच वाटणार नाही!"

"खरं आहे. माझ्या आजोबांची कृपा!"

"म्हणजे?"

“अरे, माझ्या आजोबांकडून वारसा हक्कानं हे घर मला मिळालं. आज या घराची किंमत कोटींमध्ये मोजावी लागेल. मला नसतं शक्य झालं असं घर विकत घ्यायला!”

“तलावाच्या आजूबाजूंच्या एका ओळीतील एकाच उंचीच्या त्या इमारतीदेखील येथून छान दिसतात!”

“त्या बहुतेक स्वीस बँकांच्या किंवा महागड्या घड्याळांच्या कंपन्यांच्या आहेत!”

“अंत्वान, जीनिव्हातील या बँकांमध्ये साऱ्या जगातील काळा पैसा खचाखच भरला आहे, पण त्याचबरोबर...”

लिल्यानाचा निरागस चेहरा पुन्हा डोळ्यांसमोर आला. तो विषय अंत्वानजवळ काढावा की न काढावा या द्विधा मन:स्थितीत असताना अंत्वाननेच विचारले,

“पण त्याचबरोबर काय, उमेश?”

“अंत्वान, या खेपेस मला पहिल्यांदाच जीनिव्हामध्ये भिकारी दिसले. त्यांना पाहून मला खूप आश्चर्य वाटलं.”

“खरं आहे, उमेश,” अंत्वान पुढे म्हणाला, “स्वीस सरकारनं काही निर्वासितांना आश्रय द्यायचं धोरण अंगीकारलं, तेव्हापासून हा प्रकार येथे दिसू लागला. पूर्व युरोपमधील राजकीय स्थित्यंतरं, पूर्वाश्रमीच्या युगोस्लाव्हियाचं युद्धानंतर झालेलं विभाजन व जगाच्या इतर भागांत होत असलेली युद्धं, अंतर्गत कलह व राजकीय नि वांशिक कारणास्तव होत असलेले अत्याचार, यामुळे जागतिक पातळीवरील निर्वासितांच्या समस्येविषयी तुला ठाऊक आहेच. संयुक्त राष्ट्रसंघाचं निर्वासितांचे प्रश्न सोडवणारं कार्यालय त्यांच्या सुरक्षिततेसाठी व पुनर्वसनासाठी झटत आहे. काही प्रगत राष्ट्रांनी मानवतावादी दृष्टिकोनातून त्यांचा स्वीकार करावा व त्यांचं पुनर्वसन करावं, या आवाहनास अनुसरून स्वीस सरकारनं काही निर्वासितांना आश्रय द्यायचं ठरवलं.”

“पण अशा लोकांच्या उदरनिर्वाहाचं काय?”

“प्रत्येक कुटुंबातील एकास नोकरी द्यायची सरकारनं हमी दिली. नोकरी म्हणजे बहुतेक वेळी मोलमजुरीची कामं. राहायला शहराबाहेर साध्या बॅरॅक्स बांधल्या; पण तुला ठाऊक आहेच जीनिव्हा किती महागडं शहर आहे. त्यांना मिळणाऱ्या जुजबी उत्पन्नातून ते आपल्या गरजा कशा भागवणार? अशांच्या कुटुंबातील काही लोक नाइलाजास्तव भीक मागू लागतात.”

लिल्याना व तिची आई नेमके तेच करत होत्या. ज्या वयात शाळेत जायचे, खेळा-बागडायचे, मित्र-मैत्रिणींसमवेत गमतीजमती करायच्या त्या वयात लिल्यानास भीक मागत फिरावे लागत होते, ही किती दुर्दैवी गोष्ट होती!

"अंत्वान, लिल्याना हे नाव कोणत्या देशातील मुलीचं असू शकतं?''

''पूर्वीचं युगोस्लाव्हिया, त्यातल्या त्यात आत्ताचं बोस्निया-हर्जेगोव्हिनामधील. तिकडच्या बऱ्याच कुटुंबांना स्वीस सरकारनं आश्रय दिला आहे.''

त्या खेपेस माझे जीनिव्हामध्ये दहा दिवस वास्तव्य होते. अधूनमधून मला लिल्याना व तिची आई कॉर्नव्हँच्या आसपास दिसत. काही लोक त्यांना पैसे द्यायचे, तर काही रागाने त्यांना हटकायचे. लिल्यानाची नजर कोणती व्यक्ती दयाळू असावी व कोणाकडून भीक मिळण्याची शक्यता आहे, हे सतत अजमावत असायची. नोव्हेंबरमध्ये जीनिव्हात अचानक थंडीची लाट आली. अधूनमधून हिमवर्षाव व्हायचाच, पण ती आल्यानंतर थंडीची तीव्रता वाढली. हिमवर्षावाचे प्रमाणही वाढले. रस्त्यांवर, गाड्यांवर, घरांच्या छपरांवर व झाडांवर बर्फाचे थर जमले. साऱ्या वातावरणात पांढऱ्या रंगाची उधळण झालेली. हिमवर्षाव फोटोत किंवा चित्रपटातच पाहायला बरा. एकदा पाहून झाला, की त्याचे नावीन्य संपते व बोचऱ्या थंडीने हैराण झाल्यावर कधी एकदा सूर्यदर्शन होईल असे वाटते. माझ्याजवळ गरम कपडे होते, पण थंडीमुळे व रस्त्यावर साचलेल्या बर्फामुळे माझ्या संध्याकाळच्या पायी फिरण्यावर बंधने आली. मी शक्यतो लवकरच म्हणजे सात-साडेसातला कॉर्नव्हँजवळील एखाद्या उपाहारगृहात जेवून हॉटेलवर परतायचो. ऑक्टोबरमध्ये माझी मलेशियातील पाच वर्षांची नेमणूक संपली होती. लवकरच मी पूर्व आफ्रिकेतील इथिओपिया येथील आमच्या कार्यालयात रुजू होणार होतो. त्या विभागाचा प्रमुख, जीनिव्हातील माझा सहकारी व्हिन्सेंट बर्नार्ड याने मला त्या प्रदेशाची राजकीय पार्श्वभूमी समजून घेण्यासाठी 'द स्टेट ऑफ आफ्रिका' हे मार्टिन मेरेडिथ लिखित ७६८ पानांचे एक अभ्यासपूर्ण पुस्तक वाचायला दिले होते. रोज संध्याकाळी खोलीतील हिटर लावून मी वाचनामध्ये जवळजवळ तीन तास घालवायचो. रू प्रादिये वरील माझ्या हॉटेलमधील खोली मागच्या बाजूस होती. तिच्या खिडकीजवळ एक छोटे टेबल व त्यावर टेबल लँप होता. रोज खोलीवर परतल्यावर मी तेथे बसून वाचत असे. माझ्या समोरील खिडकीतून हॉटेलच्या मागील बाजूचा रू द बर्न दिसायचा. त्या रस्त्याच्या व रू दे आल्पे यांच्या बरोबर कोपऱ्यावर 'मनान्या' हे मेक्सिकन उपाहारगृह माझ्या खिडकीतून दिसायचे.

मी वाचत बसलो असताना एकदा सहजच माझे लक्ष 'मनान्या'कडे गेले. त्याच्या मागील दाराजवळ लिल्याना, तिची आई, चौदा-पंधरा वर्षांचा एक मुलगा व पन्नाशीचा एक गृहस्थ दिसले. तिचे सारे कुटुंबच तेथे आले होते. ते सर्वजण 'मनान्या'जवळ काय करताहेत, याची मला उत्सुकता वाटली. मी त्यांच्याकडे निरखून पाहू लागलो. लिल्यानाच्या आईने उपाहारगृहाच्या किचनच्या खिडकीतून आतील एका कर्मचाऱ्यास खुणावले. त्यानंतर पाच-सहा मिनिटांनी एका कर्मचाऱ्याने मागील दार उघडले व

तिच्या हाती एक पिशवी दिली. तोपर्यंत संपूर्ण बर्फाच्छादित रस्त्यावर ते सारे कुटुंब कुडकुडत उभे होते. पिशवी मिळाल्यानंतर लगबगीने ते सर्वजण तेथून निघून गेले. त्या कर्मचाऱ्याने नक्कीच त्यांना काहीतरी खायला दिले असणार; पण 'मनान्या' उपाहारगृह तर खूपच महागडे होते. तेथे मी दोन-तीन वेळा जेवलो होतो. मला काही त्या प्रकाराचा उलगडा होईना. तो प्रकार जवळजवळ रोजच दिसू लागला. त्यांची तेथे यायची वेळही ठरलेली असायची. रोज नऊ साडेनऊच्या सुमारास ते कुटुंब 'मनान्या'जवळ पोहचायचे.

माझे जीनिव्हातले वास्तव्य संपत आले होते. वीस नोव्हेंबरला सकाळी दहा वाजता सुटणाऱ्या विमानाने मी मुंबईला जाणार होतो. एकोणीस तारखेस संध्याकाळी जेवल्यानंतर हॉटेलजवळील 'ले-पाकी' या सुपरमार्केटमधून अक्षयसाठी स्वीस चॉकलेट आणायला गेलो. ती त्याच्या खूप आवडीची. ती घेता घेता माझ्या मनात विचार आला, की 'अक्षयपेक्षा दोन-तीन वर्षांनी लहान असलेल्या लिल्यानाने तसली चॉकलेट्स कधी खाल्ली असतील का?' मी लिल्यानासाठी एक चॉकलेट विकत घेतले. माझ्याजवळचे सारे स्वीस फ्रँक्स आता मी संपवले होते. सकाळी हॉटेलची व्हॅन विमानतळावर सोडणार होती. सुपरमार्केटमधून सरळ कॉर्नव्हँकडे गेलो. तो सारा परिसर धुंडाळला, पण लिल्याना कोठे दिसेना. मग मी ठरवले, की साडेनऊच्या सुमारास ती 'मनान्या'जवळ आल्यावर तिचे चॉकलेट तिला नेऊन द्यायचे. रात्री आठपासून हिमवर्षावाला सुरुवात झाली. नऊ वाजता मी गरम कपडे चढवून बसलो. ते कुटुंब दिसले, की पटकन तिकडे जाऊन ते चॉकलेट तिला द्यायचे होते. मी खिडकीतून 'मनान्या'वर लक्ष ठेवून होतो. साडेनऊ वाजायला चार-पाच मिनिटे कमी असताना ते सारे तेथे हजर झाले. त्यांना पाहताच मी पटकन खोलीला कुलूप लावले व हॉटेलला वळसा घालून 'मनान्या'कडे गेलो, तर ते कुटुंब तेथून केव्हाच निघून गेले होते! एरवी पाच-दहा मिनिटे तेथे थांबणारी ती मंडळी आज लगेचच निघून गेल्याचे मला आश्चर्य वाटले. 'मनान्या'च्या आसपास एक चक्कर टाकली, पण ते कोठेच दिसेनात. शेवटी 'मनान्या'च्या किचनच्या खिडकीजवळ जाऊन आतील कर्मचाऱ्यास खुणावले. काहीसे आश्चर्याने त्याने मागचे दार उघडले.

"आत्ता थोड्या वेळापूर्वी एक गरीब निर्वासित कुटुंब आलं होतं, ते कोठे गेलं ठाऊक आहे?" मी विचारले.

"आलं होतं खरं, पण आज देण्यासारखं काही नाही, असं सांगितल्यावर ते लगेचच परत गेले."

"रोज तुम्ही त्यांना फुकट जेवण देता?"

"चांगलंचुंगलं जेवण? छे, छे, आमच्या गिऱ्हाइकांनी सोडलेले पदार्थ एकत्र

करून ठेवतो, ते घेऊन जातात. आज गिऱ्हाइकेच कमी. थंडीमुळे लोक बाहेर पडायला धजावत नाहीत. एका जोडप्याचा बराच 'इंचिलाडा' राहिला होता. मला वाटले चला, निदान तेवढा तरी त्यांना देता येईल; पण त्या जोडप्याने तो पॅक करून द्यायला सांगितले. आम्ही त्यास नाही म्हणू शकत नाही. आज त्या कुटुंबाला द्यायला काहीच नव्हतं.''

''पण शक्यतो रोज तुम्ही त्यांना काहीतरी देता, ही चांगली गोष्ट आहे.'' मी म्हणालो.

''ती आमच्या दयाळू मालकाची कृपा. अहो, इथल्या अन्य उपाहारगृहांच्या आसपास त्यांना फिरकू देत नाहीत, त्यांच्या उपाहारगृहाच्या उच्च दर्जाला बाधा येईल म्हणून! रोज कित्येक किलो अन्न कचऱ्याच्या डब्यात टाकतील; पण भुकेल्या गरिबाला देणार नाहीत!''

त्या कर्मचाऱ्याचे आभार मानून मी खोलीवर परतलो. सकाळी लवकरच निघायचे म्हणून रात्रीच सुटकेस भरून ठेवली. हॉटेलच्या मॅनेजरने बरोबर आठ वाजता विमानतळाकडे जाणारी व्हॅन सुटेल, असे सांगितले. सात वाजता नाश्ता घेतला. आठच्या आधी दहा मिनिटे सामान घेऊन खाली गेलो. मॅनेजरने दिलेल्या बिलावर सही केली. बील ऑफिसतर्फे परस्पर भागवले जायचे. त्या दिवशी सहा प्रवासी विमानतळाकडे जायला निघाले होते. ड्रायव्हरने माझी सुटकेस व्हॅनला जोडलेल्या सामानाच्या ट्रॉलीत ठेवली. व्हॅनच्या पलीकडील बाजूस आत चढायचे दार होते. व्हॅनला वळसा घालून मी दाराजवळ जातो, तर समोर लिल्याना! हातातील कटोरा माझ्यापुढे करून मोडक्या तोडक्या इंग्रजीत म्हणाली,

''खूप भूक लागलीय... नाश्त्याला काहीच नाही... रात्रीदेखील जेवण नव्हतं...''

दुर्दैवाने माझ्याजवळ एकही स्वीस फ्रँक नव्हता. आज जीनिव्हा सोडायचे म्हणून काल सारे पैसे चॉकलेटस् व इतर किरकोळ खरेदीत संपवले होते. मुंबईत पोहोचल्यावर लागणार म्हणून काही भारतीय चलन जवळ होते, पण लिल्यानास त्याचा काही उपयोग नव्हता, शिवाय काल तिच्यासाठी घेतलेलं चॉकलेटही सुटकेसमध्ये ठेवलं होतं!

काय करावे सुचेना. ड्रायव्हर मी व्हॅनमध्ये चढायची वाट पाहत होता. त्याने व्हॅन सुरू केली होती. इतर सर्व प्रवासी मी का उशीर करत आहे, म्हणून रागाने माझ्याकडे पाहत होते. लिल्यानाच्या नजरेत आशा आणि कारुण्य दाटून आले होते. तिची नजर चुकवत मी खालच्या मानेने व्हॅनमध्ये चढलो. व्हॅनचा दरवाजा लावताना तो माझ्याकडून जरा जोरातच ओढला गेला. त्याचा धाडकन बंद होताना आलेला आवाज कदाचित लिल्यानाला सांगून गेला असेल, 'ए भिकारडे, चल हट् इथून!' माझ्या शरमिंदेपणाला परिसीमा राहिली नव्हती!

■

# *सोमाली रॉबिनहूड*

'ग्रीक मालवाहू जहाज सोमाली चाच्यांच्या ताब्यात – १९ ऑक्टोबर २००८;' 'मायेर्स्क अलाबामा सोमाली चाचेगिरीस बळी पडले – ८ ऑगस्ट २००९;' 'सोमाली चाच्यांच्या बंदोबस्तासाठी आंतरराष्ट्रीय सहकार्य – चार अब्ज डॉलर्सचा निधी जहाज कंपन्यांकडून जमा –२० नोव्हेंबर, २००९' या व अशा आशयाच्या बातम्या २००५ च्या सुरुवातीपासून वारंवार जगभरातील प्रमुख वर्तमानपत्रांत व दूरदर्शन वाहिन्यांवर झळकू लागल्या. तसे पाहिले, तर सोमालियाजवळील अरबी समुद्रात १९९० पासून चाचेगिरीचा प्रादुर्भाव वाढत चालला होता; पण २००५ पासून त्याने उग्र स्वरूप धारण केले. फक्त २००८ या एका वर्षात चाच्यांनी १११ मालवाहू जहाजांवर हल्ला केला. त्यापैकी फक्त ४२ हल्ल्यांमध्ये ते जहाज आपल्या ताब्यात घेण्यास, त्यांच्या खलाशांना ओलिस करण्यात व खंडणी वसूल करण्यात यशस्वी झाले; पण जानेवारी २००९ पासून जवळजवळ रोज एका जहाजावर हल्ला होऊ लागला. सोमालियाजवळील अरबी समुद्रात जहाजांची वाहतूकही खूपच मोठी. युरोप, उत्तर आफ्रिका व मध्यपूर्वेतून पूर्व व दक्षिण आफ्रिका, दक्षिण आशिया, दक्षिण-पूर्व आशिया, प्रशांत महासागरातील ऑस्ट्रेलिया-न्यूझीलंडसारखे देश यांच्याकडे जाणारी व त्यांच्याकडून येणारी सर्व मालवाहू जहाजे सुएझ कॅनॉल मार्गे सोमालियाजवळून जायची. त्या सागरी मार्गावरून खूप मोठ्या प्रमाणात मालवाहू जहाजांची जा-ये व्हायची. फक्त २००८ या एका वर्षात त्या मार्गावरून २२,००० जहाजांची जा-ये झाली! जगातला सर्वांत जास्त वाहतूक

असलेला सागरी मार्ग, अशी त्याची ख्याती होती.

सोमाली चाचे भली मोठी खंडणी मिळाल्यानंतरच जहाज व ओलिसांची मुक्तता करायचे. त्यांच्याकडे अथवा परदेशातील त्यांच्या हस्तकांकडे खंडणीची रक्कम मिळाल्यावरच ते त्यांची मुक्तता करत. त्यांचे हस्तक इतर देशांत, अगदी युरोप-अमेरिकेपर्यंत विखुरले होते. चाच्यांकडे अत्याधुनिक व वेगवान लाँचेस, दूरसंचार यंत्रणा, शस्त्रास्त्रे व नोटा मोजायची यंत्रे असत. कित्येक वेळा करोडो डॉलर्सची खंडणी त्यांच्याकडे हेलिकॉप्टरमधून किंवा पॅराशूटने टाकली जायची. ते पैसे काही मिनिटांतच यंत्राद्वारे मोजून त्यांनी मागितलेली खंडणी मिळाली आहे की नाही, याची खात्री करण्यासाठी त्यांना दुसरा मार्ग नव्हता. चाच्यांच्या हस्तकांचे जाळे खूप विस्तीर्ण व कार्यक्षम होते. अगदी क्वचितच चाचे पकडले जायचे. कित्येक प्रगत राष्ट्रांची नौदले चाचेगिरी रोखण्यासाठी त्या भागात गस्त घालू लागली, पण त्यामुळे चाचेगिरी कमी झाली नाही. अफाट समुद्रात ते कोठे कोठे लक्ष ठेवणार?

संयुक्त राष्ट्रसंघाच्या महासभेच्या अलीकडील वार्षिक अधिवेशनात सोमाली चाचेगिरीचा विषय चर्चेस आला. त्या वेळी संमत केलेल्या ठरावात म्हटले, की 'परंपरागत आंतरराष्ट्रीय कायद्यात, तसेच १९८२ च्या आंतरराष्ट्रीय सागरी कायदा करारात सागरी चाचेगिरी हा गंभीर स्वरूपाचा आंतरराष्ट्रीय गुन्हा आहे, असे स्पष्ट नमूद केले आहे, तसेच चाच्यांना व त्यांना प्रत्यक्ष अथवा अप्रत्यक्षरीत्या मदत करणाऱ्यांवर ते आंतरराष्ट्रीय गुन्हेगार असल्यामुळे कोणत्याही देशात गुन्हा चालवून त्यांना जबर शिक्षा देता येते. सर्व राष्ट्रांनी या नियमांची कठोरपणे अंमलबजावणी करावी.'

इथिओपिया व सोमालिया हे शेजारीशेजारी. इथिओपियाच्या ईशान्य, पूर्व व आग्नेय दिशांना सोमालियाची भूमी होती. सोमालियाच्या पूर्वेला अरबी समुद्र, उत्तरेला जिबूती हा छोटा देश, तर दक्षिणेला केनिया. असे असले, तरी सोमाली वंशाचे लोक केवळ सोमालियातच नव्हे, तर इथिओपिया व जिबूतीमध्येही मोठ्या प्रमाणावर होते. शिवाय सोमालियातील अंतर्गत कलहांमुळे कित्येक लाख सोमाली निर्वासित आफ्रिकेतील इतर देशांत विखुरले होते. काहींना मानवतावादी दृष्टिकोनातून युरोप-अमेरिकेत आश्रय दिला होता. इथिओपियाच्या पूर्वेकडील ओगादेन या प्रांतातील बहुसंख्य रहिवासी सोमाली वंशाचे होते. त्या लोकांचा वांशिक कारणास्तव सोमालियाकडे ओढा होता. त्यांनी तो संपूर्ण प्रांत सोमालियात विलीन करावा, या मागणीसाठी लढा पुकारला होता. त्या लढ्याने हिंसक रूप धारण केल्यामुळे तेथे आमच्या कार्यालयातर्फे मानवतावादी कार्य चालू होते. त्या भागातील परिस्थितीचे बारकाईने निरीक्षण करून आम्हाला तेथील घडामोडींची माहिती देण्यासाठी तेथील

सोमाली वंशाच्या खादिर अब्दुर रहेमान या तिशीच्या उच्चशिक्षित तरुणाची आम्हाला मदत व्हायची. तो आमच्यासाठी पूर्ण वेळ काम करत नव्हता, पण तो आमचा सल्लागार होता. महिन्यातून दोन वेळा तो सल्लामसलतीसाठी आमच्या कार्यालयात यायचा. मी अधूनमधून त्याच्याशी गप्पा मारायचो.

''खादिर, सोमाली लोकांची फारच परवड होत आहे. इकडे इथिओपियातील ओगादेनमध्ये फुटीरवादी युद्ध, तर तिकडे सोमालियात यादवी युद्ध. शिवाय चाचेगिरीमुळे साऱ्या जगाचं लक्ष या भागावर केंद्रित झालं आहे.''

''खरं आहे, उमेश; पण या साऱ्या समस्या युरोपियन राष्ट्रांमुळे निर्माण झाल्या आहेत.''

मला त्याची कल्पना होती; पण खादिरचे मत जाणून घेण्यासाठी मी विचारले,

''ते कसं काय?''

''हे पाहा उमेश, १८८५ मध्ये बर्लिन परिषदेत कित्येक युरोपियन राष्ट्रं एकत्र आली नि त्यांनी सारा आफ्रिका, आपल्या बापजाद्यांची मालमत्ता असल्याप्रमाणे आपापल्यात वसाहती करण्यासाठी वाटून घेतला. त्याचं कारण त्यांना आफ्रिकेतील नैसर्गिक संपत्ती व खनिजं लुटायची होती. शिवाय त्या वेळी आफ्रिकन लोक संघटित नव्हते. त्यांना आपल्या भवितव्याविषयी तिकडे हजारो मैल दूरच्या बर्लिनमध्ये काय खलबतं चालली आहेत, याचा गंध नव्हता. बर्लिनमध्ये आफ्रिकेचा नकाशा डोळ्यांसमोर ठेवून कोणी कोणता भू-प्रदेश लाटायचा याच्याबद्दल वादावादी चालली होती. बरं, ती झाली ते झाली, त्यांनी फक्त नकाशावर रेषा मारून कोणी काय घ्यायचं हे ठरवलं.''

''पण त्याचा आणि चाचेगिरीचा काय संबंध?''

''सांगतो ना. त्यांनी नकाशावर रेषा मारताना फक्त तेथील नैसर्गिक संपत्ती व खनिजांचा विचार केला, तेथे राहणाऱ्या लोकांच्या वांशिक पार्श्वभूमीचा नाही. त्यामुळे झालं काय, एकाच वंशाचे लोक दोन-तीन युरोपियन राष्ट्रांच्या अधिपत्याखाली विभागले गेले. आता सोमाली वंशाच्या लोकांचंच उदाहरण घ्या. त्यांची विभागणी ब्रिटिश सोमालीलँड, फ्रेंच सोमालीलँड व इटालियन सोमालीलँड यांच्यात झाली. इथिओपिया १९३६ मध्ये इटालियन फौजांनी आपल्या ताब्यात घेतला व ब्रिटिशांकडील सोमालीलँडचा काही भाग इथिओपियात बळाच्या जोरावर सामावून घेतला. तोच आजचा ओगादेन प्रांत. पुढे १९५०-६० च्या सुमारास युरोपियन वसाहती स्वतंत्र झाल्या. फ्रेंच सोमालीलँड झाला 'जिबूती' हा स्वतंत्र देश. काही इटालियन व ब्रिटिश सोमालीलँडचा झाला सोमालिया, तर काही सोमाली वंशाचा ओगादेन हा भाग राहिला इथिओपियात. सोमाली वंशाचे लोक तीन देशांत विखुरले गेले. तसं झालं, तरी वांशिक कारणास्तव त्यांच्यात एकी व सामंजस्य होते. ते लोक तीन देशात विभागले गेल्यामुळे पुढे ओगादेनमध्ये अंतर्गत कलह सुरू झाला, तर सोमालिया व इथिओपिया यांच्यात

संघर्षाची ठिणगी पडली. आफ्रिकेच्या इतर भागांत तुम्हाला कमी-अधिक प्रमाणात असाच प्रकार दिसेल. या खंडातील अशांततेचं तेच मूळ कारण आहे.''

''ते मला पटतंय, खादिर; पण अजूनही तू मला या इतिहासाचा व चाचेगिरीचा काय संबंध आहे, याचा खुलासा केला नाहीस.''

''जेव्हा देश लढाई किंवा अंतर्गत कलहांना तोंड देत असतो, तेव्हा बराच खर्च संरक्षण व सुरक्षेवर केला जातो, त्यामुळे जनतेच्या इतर समस्यांकडे दुर्लक्ष होतं. ओघाओघानं गरिबी, दारिद्र्य, उपासमार यांचा विळखा जनतेभोवती पडतो. मग लोक कायदा आपल्या हातात घेतात. तशात सोमालियामध्ये इस्लामी संस्कृती व धर्माचा प्रभाव असल्याने काही कट्टर लोकांची 'अल् कायदा'स सहानुभूती आहे, त्यामुळे अमेरिका तेथे निधर्मी सरकार स्थापायला व ते बळकट करायला सढळ हाताने मदत करते; पण त्याचबरोबर जहाल मुस्लिम गटांनी सरकारबरोबर लढा पुकारला आहे, त्यामुळेदेखील सर्वसामान्य जनतेची ससेहोलपट होऊ लागली.''

''ते मी समजू शकतो; पण खादिर, प्रत्येक गरीब माणूस चाचा होऊ शकत नाही. त्यासाठी अत्याधुनिक यंत्रसामग्री ते आणणार कोठून?''

''उमेश, बरेचसे सोमाली चाचे आपल्याला मिळालेले अब्जावधी डॉलर्स गोरगरीब सोमाली जनतेमध्ये वाटतात– त्यांच्या उदरनिर्वाहासाठी!''

''खरंच की काय? म्हणजे ते आधुनिक रॉबिनहूडच म्हणायचे!'' सुप्रसिद्ध इंग्रजी लोककथेतील रॉबिनहूड हा कुशल चोर १५व्या शतकात सक्रिय होता, अशी आख्यायिका आहे. त्याचे वैशिष्ट्य हे, की तो फक्त श्रीमंतांना लुबाडायचा व लुटलेली धनदौलत गोरगरिबांना वाटायचा!

''सोमाली चाच्यांना अत्याधुनिक शस्त्रं, यंत्रं व मोटरबोटी कोठून येतात ठाऊक आहे तुम्हाला?''

''नाही.''

''कॅनडा, अमेरिका, युरोप व इतर देशांत वास्तव्य करत असलेल्या सोमाली वंशाच्या लोकांकडून! इथिओपियातील काही सोमाली वंशाचे लोकही त्यांना मदत करतात.'' आता मला या साऱ्या प्रकाराचा हळूहळू उलगडा होत होता. माझी व खादिरची अधूनमधून भेट व्हायची. अशाच एका भेटीदरम्यान मी खादिरला म्हणालो,

''खादिर, माझ्या बोले येथील रुवांडा दूतावासाजवळील घराच्या आसपास मला खूप सोमाली लोक दिसतात. तेथे जवळच सोमाली निर्वासितांची एक वस्ती आहे म्हणे.''

''हो, मला ठाऊक आहे. तेथे ओगादेनहून आलेले इथिओपियन सोमाली व खुद्द सोमालियातून युद्धामुळे विस्थापित झालेले निर्वासितही राहतात.''

''सोमाली समाजामध्ये खूप एकी असावी.''

''अर्थातच. ते कागदोपत्री कोणत्याही देशाचे नागरिक असू देत, त्यांच्यात

एकमेकांना मदत करण्याची वृत्ती असते.''

''वांशिक कारणास्तव तसं असणं स्वाभाविक आहे.''

''उमेश, तुम्ही भारतीय आहात. तुम्हाला ठाऊक आहे, आजही सोमालियात भारतीय वंशाचे हजारो लोक आहेत?''

''असं? मला नव्हतं हे ठाऊक!'' मी म्हणालो.

''अहो, सोमालीलँड हा ब्रिटिश साम्राज्याचा जेव्हा भाग होता, तेव्हा ब्रिटिशांनी हजारो भारतीयांना तिकडे नेलं. त्यांच्या पुढील पिढ्या सोमालियातच स्थायिक झाल्या. त्यांच्यापैकी बरेचसे शीख पंथाचे लोक आहेत. त्यांचा प्रभाव सोमाली भोजनावर पडला आहे.''

''असं? हे नव्हतं मला ठाऊक.''

''अहो, तुम्ही सोमाली चिकन करी खाल्ली तर म्हणाल, की ही चक्क पंजाबी चिकन करी आहे!''

''असं? आदिस अबाबामध्ये मिळते ती?''

''तुम्ही बोले भागात राहता ना? तेथे 'उरूबा' नावाचं एक सोमाली उपाहारगृह आहे. तेथे उत्कृष्ट चिकन करी मिळते. मी बऱ्याच वेळा तेथे जेवलो आहे. तुम्हाला अगदी पंजाबी करी खाल्ल्यासारखं वाटेल.''

''अरे, 'उरूबा' माझ्या घरापासून फक्त एका हाकेच्या अंतरावर आहे. नक्कीच जाईन मी तेथे कधीतरी.''

रोज ऑफिसकडे जाताना व घरी परतताना मी 'उरूबा'वरून जायचो. एकदा नीलिमाला मी सुचवले, की तेथून चिकन करी घेऊन येतो.

''ते उपाहारगृह आतून स्वच्छ असेल ना?''

''असावं असं वाटतंय. पाहू या कधीतरी सोमाली चिकन करी आणून.''

पुढे एके दिवशी नीलिमा खूप कामात होती, तेव्हा मी 'उरूबा'तून दोन प्लेट्स चिकन करी घेऊन आलो. घरी आणून पुन्हा एकदा उकळली. ती आम्हा तिघांनाही आवडली. पुढे जेव्हा नीलिमा व अक्षय भारतात सुटीवर जात व मी एकटा असे, तेव्हा वारंवार 'उरूबा'ची चिकन करी आणू लागलो, त्यामुळे त्याचा मालक जाफर मला ओळखू लागला. तो मला सढळ हाताने चिकन करी द्यायची सूचना त्याच्या नोकरांना द्यायचा. मी एकदा त्याला म्हणालो,

''जाफर, तुझ्याकडे मिळणारी चिकन करी खूपच चविष्ट आहे. मी माझ्या या भागात राहणाऱ्या भारतीय जेवण आवडणाऱ्या युरोपियन सहकाऱ्यांना, भारतीय व इथिओपियन मित्रांना तुझ्या चिकन करीची शिफारस केली आहे!''

''थँक्स, कदम साहेब. तुमचं नाव सांगायला त्यांना सांगा, म्हणजे जरा सढळ हातानं द्यायची व्यवस्था करेन!'' जाफर हसत म्हणाला.

पुढे एकदा जाफर भेटल्यावर मला म्हणाला,

"कदम साहेब, तुमच्यामुळे माझ्या चिकन करीचा खप खूप वाढला आहे. तुमचे बरेच मित्र आता माझी नेहमीची गिऱ्हाइकं झाले आहेत."

"तुमची चिकन करी असतेच तशी लज्जतदार!"

चार-पाच महिन्यांनंतरची गोष्ट. एकदा मी रात्री साडेबाराच्या सुमारास विमानतळावरून घरी पोहोचलो. एवढ्या रात्री मी पहिल्यांदाच घरी परतत होतो. तेदेखील त्या दिवशी कंपालावरून आदिस अबाबाला पोहोचणाऱ्या विमानास विलंब झाला होता म्हणून. घराजवळ पोहोचतो, तर 'उरूबा'जवळ बरीच गर्दी जमली होती. काही लोक शिस्तबद्धतेने आत जायचे व काही बाहेर पडायचे. कोठेही दंगा, घाई-गर्दी किंवा धावपळ दिसली नाही. काही लोक बाहेर हसत, गप्पा मारत उभे. कसला तरी कार्यक्रम चालला असावा, असा मी अंदाज केला. त्यानंतर दोनच दिवसांनी खादिरची भेट झाली. इकडचे-तिकडचे बोलून झाल्यावर मी त्याला म्हणालो,

"खादिर, परवा रात्री 'उरूबा'मध्ये काहीतरी कार्यक्रम चालला होता वाटतं. बरेच सोमाली जमले होते; पण रात्री साडेबाराच्या सुमारास तेथे बरेच लोक जमलेले पाहून मला आश्चर्य वाटलं."

त्यावर गालातल्या गालात हसत खादिर म्हणाला,

"तेथे कसलाच कार्यक्रम नव्हता त्या रात्री. परवा १५ तारीख होती ना? तुम्हाला प्रत्येक महिन्याच्या १ व १५ तारखांना तेथे रात्री बाराच्यापुढे सोमाली लोकांची गर्दी दिसेल!"

"ते कसं काय? का बरं ते लोक ठराविक दिवशीच तेथे गर्दी करत असावेत?"

"उमेश, कोणाजवळ वाच्यता करू नका, तुम्हाला एक गुपित सांगतो. जाफरचा चाच्यांच्या एका टोळीशी संबंध आहे. तो त्यांचा इथिओपियातील प्रतिनिधी आहे. येथे तुमच्या घराजवळ जे सोमाली राहतात, त्यांची देखभाल करायची त्याची जबाबदारी आहे. चाचेगिरीतून मिळालेल्या उत्पन्नाचा काही भाग हर्गेशा, जिजिगा व हरार मार्गे गुपचूपपणे त्याच्याकडे येतो. त्याचे जाफर येथे महिन्यातून दोन वेळा वितरण करतो. शिवाय तो स्वतःच्या उत्पन्नातील काही भाग चाच्यांना हवी असलेली दूरसंचार साधनं, हत्यारं व इतर यंत्रं विकत घेण्यासाठी देत असतो, ती मिळवून त्यांच्याकडे पोहोचती करायचं काम करत असतो!"

हे ऐकल्यावर मी पार हादरून गेलो. जाफरच्या उत्पन्नात अल्पशी भर टाकून मीही त्याच्या उपक्रमास अप्रत्यक्षरीत्या हातभार लावला होता! म्हणजे तो सोमाली रॉबिनहूड व मी आंतरराष्ट्रीय गुन्हेगार तर नव्हतो?

■

# मेंगेशाची महत्त्वाकांक्षा

"तू आमच्या घरी येऊन आम्हा सर्वांच्या बुटांना पॉलिश करशील?" मी त्या आठ-नऊ वर्षांच्या हसऱ्या चेहऱ्याच्या मुलाला विचारले. इथिओपियाची राजधानी आदिस अबाबा येथील माझ्या बंगल्याजवळील एका चौकात, कोपऱ्यावर तो मला नेहमी दिसायचा. त्या चौकात फारशी वर्दळ नव्हती. एका बाजूला 'उरूबा' हे सोमाली उपाहारगृह, तर दुसऱ्या बाजूला रुवांडाचा दूतावास होता. त्या चौकात एक टॅक्सी स्टँड होता. तेथे नेहमी ठरावीक तीन टॅक्सी उभ्या असत. त्या चौकाच्या कोपऱ्यावरील एका दगडावर तो बसलेला असे. त्याच्यासमोर एक लाकडी स्टँड असायचा. त्या स्टँडच्या खालच्या भागात पॉलिशच्या डब्या, ब्रश, कापड असे सामान, तर वरती बूट साफ करताना ठेवायची एक लाकडी पट्टी होती. त्याच्याजवळ प्लॅस्टिकच्या डब्यात पाणी असे. ते तो कॅनव्हास किंवा रेग्झिनचे चप्पल व बूट साफ करायला वापरे. मी तेथे जानेवारी २००९ मध्ये राहायला गेल्यानंतर तो मला जाता-येता त्या चौकात बूट पॉलिश करताना दिसू लागला. अक्षय, नीलिमा व मी तेथून चालत निघालो, की आमच्याकडे पाहून स्मितहास्य करायचा, 'बाय-बाय' म्हणायचा. आम्हीदेखील त्याला प्रतिसाद द्यायचो. त्याला पाहिल्यावर एक गोष्ट प्रकर्षाने माझ्या लक्षात आली. त्याच्या चेहऱ्यावर सदैव स्मितहास्य असे. त्याचे डोळेदेखील हसरे नि विलक्षण बोलके होते. तो इतका गोड दिसायचा, की त्याला जवळ घेऊन त्याच्या आफ्रिकन कुरळ्या केसांच्या डोक्यावरून हात फिरवावा असे वाटे!

त्याच्या अंगावर मळकट हाफपँट व फाटका टी-शर्ट नि पायांत जीर्ण झालेल्या स्लीपर असत.

त्या दिवशी त्याला फारसे काम नसावे. तसे पाहिले तर त्या चौकात फारशी वर्दळ नसल्यामुळे त्याच्याकडून बूट पॉलिश करून घेणाऱ्यांचे प्रमाणही कमीच होते. मी तेथून जाताना थांबून त्याला आमच्या घरी बूट पॉलिश करायला येतो का, हे विचारल्यावर तो उत्तरला,

''हो, येतो ना मी तुमच्याबरोबर. आज फारसं कामही नाही. चला,'' असे म्हणून त्याने आपला स्टँड उचलला व तो माझ्याबरोबर चालू लागला. आमचे घर तेथून एक मिनिट चालत जाण्याच्या अंतरावर होते. त्या दिवशी शनिवार असल्यामुळे अक्षयदेखील घरीच होता. मी त्या मुलाला नाव विचारले.

''मेंगेशा!'' तो हसत म्हणाला. त्याला मोडकेतोडके इंग्रजी यायचे. आम्ही घरी पोहोचल्यावर त्याला आमच्या बंगल्याच्या बागेतील एका कट्ट्यावर बसायला सांगितले. तेथे एका भल्यामोठ्या डाळिंबाच्या झाडाची सदैव सावली असे. मी आत जाऊन अक्षय नि नीलिमास त्याला घेऊन आल्याचे सांगितले. आम्ही आमचे सर्वांचे मिळून सहा-सात बूट-चपलांचे जोड त्याच्याकडे घेऊन गेलो. त्याने एकेक बूट काळजीपूर्वक, मन लावून स्वच्छ करायला सुरुवात केली. नीलिमा व मी त्याच्याशी बोलत तेथेच उभे राहिलो.

''तू राहतोस कुठे?'' नीलिमाने विचारले.

''बोले मिखेलमध्ये,'' तो हसत म्हणाला. तो भाग माझ्या घरापासून जेमतेम एक किलोमीटर अंतरावर होता. तेथून थोडे पुढे गेल्यावर आदिस अबाबाच्या 'बोले' आंतरराष्ट्रीय विमानतळाची हद्द सुरू व्हायची; पण 'बोले मिखेल' ही प्रामुख्याने कामगार वस्ती होती.

''तू शाळा शिकतोस की नाही?'' मी मेंगेशाला विचारले.

''हो, शाळेला जातो ना. मी हे काम फक्त सुटीच्या दिवशी व रोज संध्याकाळी थोडा वेळ करतो. शाळा येथून जवळच आहे.''

''तुझ्या घरी कोण-कोण असतं?'' नीलिमाने विचारले.

''आई नि थोरली बहीण. आई एका ठिकाणी घरकाम करते नि बहीण सोमाली दूतावासात साफसफाईचं काम करते. वडील दोन वर्षांपूर्वी वारले.''

मेंगेशाच्या घरची गरिबी त्याला या बालवयात कष्ट करायला भाग पाडत होती, हे स्पष्ट होते. ज्या बालवयात खेळा-बागडायचे, शिकायचे त्या वयात मोलमजुरी करून चार पैसे मिळवून घरखर्चास हातभार लावणाऱ्या चिमुरड्या मेंगेशाची मला दया आली नि कौतुकही वाटले.

''तू बूट पॉलिश व साफ करायला किती पैसे घेतोस?'' मी कुतूहलापोटी

विचारले. त्याने कितीही सांगितले असते, तरी मी ते त्याला आनंदाने दिले असते.

''चमड्याच्या बुटांना दोन बीर, तर कॅनव्हास किंवा रेग्झिनच्या बुटांना एक बीर.'' एक बीर म्हणजे जेमतेम भारतीय तीन रुपये. म्हणजे अगदी माफक पैशांत तो हे काम करायचा. आदिस अबाबामधील वाढत्या महागाईत त्या तुटपुंज्या कमाईने त्याला दिवसाअखेरीस काय मिळत असावे, असा विचार मनात आला. त्या दिवशी त्याचे काम झाल्यावर तो जायला निघाला. मी त्याचे जे पैसे झाले होते, त्यापेक्षा दहा बीर जास्तच त्याला दिले. त्याने पैसे मोजून पाहिल्यावर ते त्याच्या लक्षात आले. जास्तीची दहा बीरची नोट माझ्याकडे परत करत तो म्हणाला,

''चुकून तुम्ही दहा बीर जास्त दिले. हे घ्या ते परत.''

''मेंगेशा, चुकून नाही, मुद्दाम जास्त दिलेत. राहू देत तुझ्यासाठी,'' मी म्हणालो.

''छे, छे, मी नाही घेणार ते. मी जेवढे काम करेन फक्त तेवढ्याचेच पैसे घेणार!'' तो ठामपणे म्हणाला. ते ऐकताच मला त्याचे अधिकच कौतुक वाटले.

त्यानंतर आम्ही मेंगेशाला प्रत्येक शनिवारी किंवा रविवारी बूट-पॉलिशसाठी बोलावू लागलो. नीलिमा नि अक्षय यांनाही तो खूप आवडू लागला. नीलिमा त्याला त्याचे काम झाल्यावर घरात बोलावून केक, शिरा, बिस्किटे किंवा इतर काहीतरी खायला देऊ लागली, की तो खूप संकोचायचा. 'नको, नको, आत्ताच मी नाश्ता केला आहे' असे म्हणायचा. खूप आग्रह केल्यावर तो काहीतरी खायला तयार व्हायचा. त्याला मिरिंडा व कोकाकोला खूप आवडायचा. त्यांना कधी नको-नको म्हणायचा नाही. मी त्याच्यासाठी मुद्दाम घरी मिरिंडा व कोकाकोला ठेवू लागलो. ज्या चौकात तो बसायचा, तेथील टॅक्सी स्टँडवरील तीन टॅक्सी ड्रायव्हर्स बेन, मितिकू व दावित यांची व माझी नंतर जुजबी ओळख झाली. मेंगेशा नेहमी त्यांच्याशी गप्पा मारताना दिसत असे. तो अधूनमधून त्यांच्या गाड्या धुवायचेही काम करतो, हे एकदा माझ्या लक्षात आल्यानंतर मी त्याला आमची गाडी धुवायला सांगू लागलो. गाडी व बूट स्वच्छ असले, तरी त्याला चार पैसे मिळावेत, या हेतूने शनिवारी किंवा रविवारी बोलावून घेणे, हे नेहमीचेच झाले.

असेच एकदा मेंगेशा गाडी साफ करत असताना मी त्याच्याशी गप्पा मारत होतो.

''मेंगेशा, तू खूप शीक. तुला चांगली नोकरी मिळेल. गरिबीच्या विळख्यातून तुझी सुटका होईल. तू हुशार, प्रामाणिक नि कष्टाळू आहेस. अभ्यासातही तुला यश मिळेल, शिवाय तुला इंग्रजी भाषा चांगल्या प्रकारे बोलता आली पाहिजे. त्याशिवाय चांगली नोकरी मिळणार नाही.''

''हो, साहेब. मला शिकायची खूप आवड आहे. त्यासाठी मी खूप कष्ट

करायलाही तयार आहे; पण आमच्या शाळेत इंग्रजीवर फारसा भर दिला जात नाही. सारे विषय अम्हारिकमधूनच शिकवतात. इंग्रजी हा विषय ठीकसा शिकवला जात नाही, त्यामुळे मला इंग्रजीमधून बोलताना खूप अडखळल्यासारखं होतं.''

त्यावर विचार करून मी त्याला म्हणालो,

''तुला तुझं इंग्रजी खरंच सुधारायचं आहे?''

''हो, मला फाड-फाड इंग्रजी बोलावंसं वाटतं.''

''मी त्यावर एक मार्ग सुचवतो...'' असे म्हणून मी मेंगेशाला एक सल्ला दिला. त्यानंतर प्रत्येक रविवारी सकाळी एक तास अक्षय मेंगेशाची शिकवणी घेऊ लागला.

असेच चार-पाच महिने गेले. हल्ली मेंगेशा बऱ्यापैकी साधे इंग्रजी बोलू लागला होता. अलीकडेच आमच्याकडे आला, तेव्हा साधी-साधी वाक्ये एकही चूक न करता बोलला. त्यावर मी त्याला म्हणालो,

''मेंगेशा, तुझं इंग्रजी सुधारत आहे, बरं!''

''हो, परवा टिमोथी अंकलदेखील हेच म्हणाले.''

''हे कोण आहेत टिमोथी अंकल?''

''ते अमेरिकन दूतावासात अधिकारी आहेत. रुवांडा दूतावासाच्या मागे त्यांचं घर आहे. ते घरी एकटेच असतात. तुमच्यासारखे खूप चांगले आहेत. मला वारंवार घरी बोलावतात, खूप शिकायला सांगतात.''

''बरं, शाळेत तुझा अभ्यास ठीक चालला आहे ना?

''हो, चांगला चाललाय. घरी रोज रात्री दोन तास अभ्यास करतो. शाळेत नेहमी माझा पहिला किंवा दुसरा नंबर येतो. गणित व शास्त्र माझ्या आवडीचे विषय आहेत.''

प्रतिकूल परिस्थितीत तो काबाडकष्ट करूनदेखील अभ्यासासाठी वेळ काढतो व मन लावून अभ्यास करतो, हे ऐकून मला त्याच्या जिद्दीची कमाल वाटली.

''तुला काय व्हायचं आहे मोठं झाल्यावर?''

''मी अजून किती शिकू शकेन कोणास ठाऊक. शालांत परीक्षा उत्तीर्ण झाल्यावर सरकारतर्फे अर्थसाहाय्य मिळालं, तरच कॉलेजला जाऊ शकेन. मला कॉलेजची काही खात्री देता येत नाही. मी ज्या बेन, मितिकू नि दावित अंकलच्या गाड्या स्वच्छ करतो त्यांनी मला अठरा वर्षांचा झाल्यावर गाडी चालवायला शिकवतो, असं आश्वासन दिलं आहे. मग कोठेतरी ड्रायव्हरची नोकरी मला मिळू शकेल.''

एवढा लहान असूनदेखील मेंगेशाला वास्तवाची जाणीव होती. तो उगाचच मोठी दिवास्वप्ने पाहत नव्हता. मी त्याला काही सांगणार इतक्यात जवळील

आंतरराष्ट्रीय विमानतळाकडे उतरायला जाणारे एक मोठे जेट खूप खालून उडत गेले. त्याच्या आवाजाने आसमंत भरून गेला. मी त्या विमानाकडे पाहत असता माझ्या मनात विचार आला, मेंगेशाची महत्त्वाकांक्षा अवास्तव नाही, मात्र त्याच्यात साधा ड्रायव्हर काय, वैमानिक होण्याची क्षमता आहे! मी त्याला म्हणालो,

"तू खूप अभ्यास कर. तुला सरकारची शिष्यवृत्ती मिळेल आणि पदवीधर झाल्यावर चांगली नोकरीही मिळेल."

त्या दिवशी रात्री झोपण्यापूर्वी नीलिमास मेंगेशाबरोबर झालेल्या संवादाबद्दल सांगितले व म्हणालो,

"अजून दीड-दोन वर्षांनी आपण येथून जाणार. नाहीतर आपण मेंगेशाच्या कॉलेजची फी भरली असती. पुढे त्या बिचाऱ्याचं काय होणार आहे कोणास ठाऊक! या देशात सहजासहजी नोकऱ्या मिळत नाहीत. अगदी ड्रायव्हरचीदेखील नोकरी मिळणं सोपं नाही."

"त्याला त्याच्या स्वभावामुळे पुढे कोणीतरी दयावंत भेटला, तर कदाचित त्याच्या आयुष्याला चांगली दिशा मिळेल," नीलिमा म्हणाली.

जून-जुलैमध्ये अक्षयच्या ज्युनियर कॉलेजला सुटी होती. तेव्हा तो व नीलिमा पुण्यास गेले. मला जूनमध्ये आमच्या संघटनेच्या कैरो येथील कार्यालयात दीड महिन्यासाठी एका संशोधन प्रकल्पावर काम करण्यासाठी जायचे होते. तेथील काम आटोपून मी परस्पर पुण्यास दोन आठवड्यांसाठी जायचे व जुलैअखेरीस सर्वांनी मिळून आदिस अबाबाला परतायचे ठरले. जवळजवळ दीड-दोन महिन्यांनंतर जुलैच्या शेवटच्या आठवड्यात आम्ही ठरल्याप्रमाणे परतलो. आमचा दिनक्रम पूर्वीप्रमाणे सुरू झाला. पोहोचल्यानंतरच्या पहिल्या शनिवारी गाडी स्वच्छ करून घेण्यासाठी मी मेंगेशाला बोलावून आणण्यासाठी त्याच्या नेहमीच्या ठिकाणी गेलो, तर तो दिसला नाही. मला वाटले, की त्याने आपली बसायची जागा बदलली असावी किंवा तो अभ्यासात मग्न असावा. असेच आठ-दहा दिवस निघून गेले, पण मेंगेशाचा पत्ता नव्हता. एकदा संध्याकाळी फिरून घराकडे जाताना मला टॅक्सी ड्रायव्हर दावित दिसला. मी त्याला विचारले,

"दावित, हल्ली मेंगेशा कोठे दिसत नाही?"

"म्हणजे, तुम्हाला त्याची बातमी कळली नाही?"

"नाही, काय झालं दावित?" मी आश्चर्याने विचारले. काय बरं झालं असावं त्याच्याबाबतीत? मला क्षणभर त्याची काळजीदेखील वाटली.

"मेंगेशा अमेरिकेला गेला! येथे जवळच राहणारे, अमेरिकन दूतावासात काम करणारे मिस्टर टिमोथी पार्कर या गृहस्थांनी त्याला दत्तक घेतलं. त्यांची इथली

मुदत संपत आली होती. त्यांना तो खूप आवडायचा. त्याच्या आईची त्यांनी भेट घेऊन त्याला दत्तक घ्यायची इच्छा आहे असे सांगितले. तिची त्यास तयारी नव्हती. त्यांनी तिची खूप मनधरणी केली. तिची मन:स्थिती द्विधा झाली. किती झालं तरी आईचंच हृदय. दत्तक दिलं, तर त्याच्या सहवासास पारखी होणार होती, पण त्याचबरोबर त्याच्या आयुष्याचं कल्याण होणार होतं. मिस्टर पार्कर तिला म्हणाले, की वर्षातून एकदा दोन-तीन आठवड्यांसाठी मेंगेशा तुम्हाला भेटायला येऊ शकेल. हे ऐकल्यावर ती तयार झाली. मिस्टर पार्कर दूतावासात वरिष्ठ अधिकारी होते. सरकारदरबारी त्यांचं चांगलं वजन होतं. पासपोर्ट व्हिसाचे सोपस्कार पटपट पार पडले. तीन आठवड्यांपूर्वी मेंगेशा त्यांच्याबरोबर वॉशिंग्टनला गेला. मिस्टर पार्कर यांची तिकडे बदली झाली होती.''

''अरे, वा! छान झालं, दावित. खूप कष्टाळू आणि समजूतदार पोरगा आहे तो. त्याच्या आयुष्याचं भलं झालं म्हणायचं.''

''हो, ना. इथे बुटांना पॉलिश करण्यापासून नि गाड्या धुण्यापासून कायमची सुटका झाली बिचाऱ्याची. पार्करसाहेबांनी त्याच्या आईच्या नावे येथील एका बँकेत बऱ्यापैकी रकमेची मुदतबंद ठेवही केली आहे म्हणे. मेंगेशा आता शिकून-सवरून मोठा होईल. त्याच्या नशिबानं ते पार्करसाहेब खूपच दयाळू निघाले!''

घरी गेल्यानंतर अक्षय व नीलिमास मेंगेशाची बातमी सांगितली. त्या दोघांनाही ती ऐकून आनंद झाला. मेंगेशाची व आमची आता पुढे कधी भेट होईल की नाही, याची खात्री नव्हती. तो दिसत नसला, तरी त्याची आठवण मात्र वारंवार यायची, तो बसायच्या चौकातून जाताना तर हमखास यायची.

दिवसांमागून दिवस जात होते. मेंगेशा अमेरिकेला जाऊन जवळजवळ एक वर्ष लोटले असावे. एके रविवारी सकाळी आम्ही तिघे नुकतेच आठवड्याचा बाजारहाट करून आलो होतो. इतक्यात आमच्या बंगल्याचा रखवालदार सांगत आला, की बाहेर नऊ-दहा वर्षांचा एक मुलगा आला आहे, तुम्हाला भेटायचं आहे म्हणतोय. मी त्याला त्या मुलास आत पाठवायला सांगितले. कोण मुलगा भेटायला आला असावा, असा विचार करतो न करतो तोच दारात मेंगेशा हजर! तोच हसरा प्रसन्न चेहरा नि तेच चमकदार बोलके डोळे! त्याला पाहून माझा त्यावर विश्वासच बसेना. अंगात लि-वाय्‌ची जीन्स व डिस्नीवर्ल्डचं चित्र असलेला फिकट निळा टी-शर्ट नि पायांत पांढरेशुभ्र रिबॉकचे बूट त्याने घातले होते. त्याची उंची थोडी वाढली होती हे चटकन जाणवले.

''अरे, मेंगेशा, अमेरिकेहून कधी आलास? कसा आहेस तू?'' मी त्याच्या पाठीवर थाप मारत म्हणालो.

''मी उत्तम आहे, साहेब. परवाच आलो आईला नि बहिणीला भेटायला. तुम्ही

सारे कसे आहात?'' एव्हाना अक्षय नि नीलिमाही बाहेर आले होते. त्यांनाही त्याला पाहून आश्चर्य वाटले नि आनंद झाला. आम्ही त्याला आत घेऊन आलो. नीलिमा म्हणाली,

''बैस, मेंगेशा. तुझं कसं काय चाललं आहे, सांग बरं आम्हाला!''

''गेल्या वर्षी तुम्ही सुटीवर गेला होता तेव्हा टिमोथी अंकलनी मला दत्तक घेतलेलं तुम्हाला समजलं असेलच. आता मी त्यांना डॅडी म्हणतो. सध्या त्यांची नेमणूक वॉशिंग्टन डी.सी. येथे झाली आहे. मम्मी रेबेका तेथेच एका कंपनीत काम करतात. त्यादेखील डॅडींसारख्या खूप प्रेमळ आहेत. आम्ही तिघे वॉशिंग्टनच्या सिल्व्हर स्प्रिंग या उपनगरात राहतो. आमच्या घराजवळच्या बॅरी स्कूलमध्ये डॅडींनी माझं नाव घातलं. गेल्या ऑगस्टपासून मी तिकडे शाळेला जाऊ लागलो.''

''कसा जातोस शाळेला?'' अक्षयने विचारले.

''सकाळी साडेसातला शाळेची मोठी पिवळी बस घरासमोर येते. सकाळी नाश्ता करून गेलो, की दुपारी चारला परत घरी येतो. दुपारचं जेवण शाळेतच दिलं जातं. डॅडी व मम्मी सहापर्यंत घरी पोहोचतात. तोपर्यंत मी होमवर्क संपवलेलं असतं.''

''तुला वॉशिंग्टन आवडलं?'' नीलिमाने विचारले.

''हो, छानच आहे. गेल्या गेल्या मम्मी-डॅडींनी मला खूप फिरवलं. शिवाय जवळजवळ प्रत्येक शनिवारी-रविवारी आम्ही एखाद्या सुंदर ठिकाणी पिकनिकला जातो. दोन-चार महिन्यांतून दूरच्या प्रवासालाही जातो. गेल्या महिन्यात आम्ही ओरलँडोच्या डिस्नीवर्ल्डला भेट दिली. हा पाहा, हा टी-शर्ट तेथेच घेतला!'' मेंगेशा उत्साहाने आम्हाला त्याच्या नव्या आयुष्याविषयी माहिती सांगत होता.

''मेंगेशा, तुला तिथली शाळा कशी काय वाटते?'' अक्षयने विचारले.

''फारच छान आहे. तुम्ही मला इंग्रजी शिकवल्याचा खूप फायदा झाला. सुरुवातीस तिथली मुलं आणि शिक्षक काय बोलतात, हे समजायचंच नाही. त्यांचे उच्चार खूपच वेगळे वाटले; पण नंतर हळूहळू त्याची सवय झाली; पण मला एका गोष्टीचं आश्चर्य वाटलं, की आमच्या शाळेतील कित्येक मुलं-मुली माझ्यासारखीच आफ्रिकन आहेत. डॅडी म्हणाले, की त्यांच्या पूर्वजांना आफ्रिकेतूनच तिकडे गुलामगिरीसाठी नेलं होतं. आता त्यांना आफ्रिकन-अमेरिकन म्हणायचं असतं म्हणे; पण एक आहे, त्यांच्यामुळे मला तिकडे परकेपणा जाणवत नाही.''

''मेंगेशा, तुझ्या एक गोष्ट लक्षात आली आहे का? तुझ्या बोलण्यावरही आता त्यांच्या उच्चारांची छाप पडली आहे?''

''खरंच की काय? मला कळलंच नाही!'' मेंगेशा हसत हसत म्हणाला.

"तू तिकडे चांगला रमलेला दिसतोस हं. इकडची आठवण येते की नाही?" नीलिमाने विचारले.

"येते ना," मेंगेशा भावनाविवश होऊन म्हणाला, "आईची व बहिणीची खूप आठवण येते. त्यांना भेटायला मी वर्षातून एकदा इकडे येत राहणार."

नीलिमा मेंगेशासाठी केक व मिरिंडा घेऊन आली. आम्ही गप्पा मारत बसलो. मी त्याला म्हणालो,

"मेंगेशा, तू मोठा भाग्यवान आहेस. तुला तुझ्या डॅडींनी दत्तक घेतल्यामुळे आता तुला खूप शिकता येईल, तुझ्या आवडीच्या क्षेत्रात नाव कमावता येईल. तू इकडे होतास तेव्हा मोठा झाल्यावर काय होणार हे मला एकदा सांगितलं होतंस! आठवतंय का तुला?"

त्यावर मनसोक्त हसत मेंगेशा म्हणाला,

"पक्कं आठवतंय मला!"

"मग आता काय व्हायचं ठरवलं आहेस?" मी त्याला हसत हसत विचारले.

"डॅडी व मम्मी म्हणत होते, की मी शास्त्र शाखेचा अभ्यास करावा, शक्य झाल्यास अभियांत्रिकी शाखेकडे जावं व नंतर वैमानिकाचं प्रशिक्षण देणाऱ्या संस्थेत दाखल व्हावं. जर मी वैमानिक झालो, तर इकडे विमानं येणाऱ्या कंपनीत काम करेन. म्हणजे मला वारंवार माझ्या आईला नि बहिणीला अनायासे भेटता येईल!"

# *गगनभरारी एका झंझावाताची!*

रोमच्या लिओनार्दो द व्हिंची आंतरराष्ट्रीय विमानतळावरून २८ ऑगस्ट १९६९ या दिवशी सकाळी १० वाजून ४८ मिनिटांनी अमेरिकन विमान कंपनी ट्रान्स वर्ल्ड एअरलाइन्सच्या विमानाने अॅथेन्सकडे जायला हवेत झेप घेतली. विमानास अॅथेन्सला पोहोचायला फक्त दीड तास लागणार होता. उड्डाण केल्यानंतर पंधरा मिनिटांनी विमानाने आपली ठरावीक उंची व गती गाठली. मुख्य वैमानिक व सहवैमानिक विमानाच्या गतीवर व दिशेवर बारकाईने लक्ष ठेवून होते. इतक्यात कॉकपिटचे दार अचानक उघडले गेले व दोन्ही वैमानिकांना उद्देशून कॉकपिटमध्ये आलेली व्यक्ती म्हणाली,

"विमान दमास्कसकडे वळवायचं व तेथे उतरवायचं. माझ्या रिव्हॉल्व्हरमध्ये आठ गोळ्या आहेत. मी सांगेन ते निमूटपणे ऐकायचं!"

दोन्ही वैमानिकांनी चमकून मागे पाहिले. चेहऱ्यावर स्कार्फ बांधलेल्या त्या व्यक्तीच्या हातातील रिव्हॉल्व्हर मुख्य वैमानिकाच्या डोक्यापासून जेमतेम सहा इंच अंतरावर होते. त्याचा रोख त्याच्या डोक्याकडे होता. दोन्ही वैमानिकांना वातानुकूलित कॉकपिटच्या गारव्यात घाम फुटला. प्रवाशांच्या सुरक्षिततेसाठी त्यांना विमान दमास्कसकडे घ्यायला पर्याय नव्हता.

"ठीक आहे, दमास्कसकडे वळवतो विमान." मुख्य वैमानिक क्षीण आवाजात म्हणाले. "पण त्यापूर्वी माझी आणखी एक मागणी आहे. मी काय सांगणार आहे ते नीट ऐकून घ्या..."

आंतरराष्ट्रीय कायद्याच्या विद्यार्थ्यांना 'द हेग ॲकॅडमी ऑफ इंटरनॅशनल लॉ' या विख्यात संस्थेच्या व्याख्यानमाला, चर्चासत्रे व संशोधन सत्रे यामध्ये सहभागी व्हायची संधी मिळणे, म्हणजे एक पर्वणीच वाटे. हॉलंड– ज्याला नेदरलँडस् असंही संबोधलं जातं– या देशात आंतरराष्ट्रीय कायद्याचा अभ्यास व विकास त्या कायद्याचा उगम झाल्यापासून झाला, त्यामुळे संयुक्त राष्ट्रसंघाचे आंतरराष्ट्रीय न्यायालयही हॉलंडच्या द हेग या टुमदार शहरात स्थापण्यात आले. यथावकाश या न्यायालयाच्या आवारात म्हणजे 'द पीस पॅलेस' या भव्य राजवाडासदृश इमारतीत द हेग ॲकॅडमीची स्थापना करण्यात आली. तेथील सर्व कार्यक्रमांचे वैशिष्ट्य हे, की आंतरराष्ट्रीय न्यायालयाचे न्यायाधीश, तसेच इतर देशांतून खास निमंत्रित तज्ज्ञ यांचा त्यामधील सहभाग. तरुण अभ्यासकांना त्यांची व्याख्याने ऐकण्याची व त्यांच्याशी चर्चा करण्याची सुवर्णसंधी मिळण्याचे ते जगातील एकमेव ठिकाण होते. शिवाय अशा सर्व अभ्यासकांना, संशोधकांना आंतरराष्ट्रीय न्यायालयाचे सुसज्ज ग्रंथालय वापरायची मुभा होती. मी स्वतः १९८१ व १९८६ मध्ये तेथे झालेल्या तीन आठवड्यांच्या व्याख्यानमाला व १९९३ मध्ये झालेले एक संशोधन सत्र यामध्ये सहभागी झालो होतो.

युद्धविषयक आंतरराष्ट्रीय मानवतावादी कायद्याच्या एका संशोधन प्रकल्पावर काम करण्यासाठी जुलै २००६ मध्ये आमच्या मुख्य कार्यालयाने मला द हेग ॲकॅडमीत चार-पाच आठवड्यांसाठी जायला सांगितले. तेथे गेल्यानंतर माझ्या जुन्या आठवणींना उजाळा मिळाला.

एके दिवशी सकाळी मी आंतरराष्ट्रीय न्यायालयाच्या ग्रंथालयात काही संदर्भग्रंथ चाळत होतो. माझ्यापासून दोन टेबल्स सोडून एक पंचविशीचा गोरा तरुण काम करत बसला होता. त्याच्या टेबलवर आंतरराष्ट्रीय हवाई वाहतूक कायद्याची पुस्तके पाहून मला माझ्या एकेकाळच्या त्या आवडीच्या विषयाची आठवण झाली. मी आंतरराष्ट्रीय रेड क्रॉससाठी १९९८ पासून काम करायला लागल्यापासून माझे सारे वाचन, संशोधन व कामकाज युद्धविषयक मानवतावादी कायदा व मानवी हक्क यांच्याशी निगडित होते. पूर्वी १९८३-८४ च्या दरम्यान लंडन विद्यापीठात आंतरराष्ट्रीय कायद्याचा पदव्युत्तर अभ्यासक्रम करताना आंतरराष्ट्रीय हवाई वाहतूक कायदा हा माझ्या चार पेपर्सपैकी एक होता. थोडा वेळ कुतूहलाने त्या तरुण अभ्यासकाकडे पाहिले व मी माझ्या कामाला लागलो. तासा-दीड तासाने न्यायालयाच्या उपाहारगृहात जाऊन कॉफी प्यायची तलफ आली. तेथे जाऊन कॉफी नि क्रोसाँ घेतला व माझा ट्रे घेऊन एका रिकाम्या टेबलपाशी बसलो. त्या दिवशी एका केससंदर्भात बरीच मंडळी न्यायालयात आली होती. मी कॉफी घ्यायला सुरुवात केली, इतक्यात मघाशी ग्रंथालयात पाहिलेला तरुण आपला ट्रे घेऊन माझ्या

टेबलपाशी आला व त्याने मला विचारले,

"मी येथे बसलो तर चालेल?"

"हो बसा ना. आज येथे बऱ्यापैकी गर्दी आहे."

"थँक्स!" असे म्हणून तो बसला. मी त्याला माझी ओळख करून देण्याच्या उद्देशाने म्हणालो,

"मी उमेश कदम, आंतरराष्ट्रीय रेड क्रॉसमध्ये कायदा सल्लागारपदी काम करतो."

"असं? अरे वा, छान! माझं नाव जेमी. येथील युट्रेक्ट विद्यापीठात एम.फिल. करतोय. गेल्या वर्षी त्याच विद्यापीठातून एलएल.एम. केलं."

"हवाई वाहतूक कायद्याशी निगडित तुझ्या संशोधनाचा विषय आहे, होय ना?"

"अगदी बरोबर. हवाई चाचेगिरीविषयी जे आंतरराष्ट्रीय करार आज अस्तित्वात आहेत त्यांच्यामधील त्रुटींचा सखोल अभ्यास करायला घेतला आहे."

"त्या विषयावरील थॉमस बर्गेथाल, बिन चेंग व निकोलस मॅट यांचे लेख व पुस्तकं वाचली असशीलच!"

"हो, पण तुमचा त्या विषयाचा सखोल अभ्यास आहे असं दिसतंय!"

मी खुलासा केला. आमची कॉफी संपल्यावर आम्ही पुन्हा ग्रंथालयात गेलो. मी रोज चारच्या सुमारास हॉटेलवर जात असे. हॉटेल द हेगच्या स्केव्हनिंगेन समुद्र किनाऱ्याजवळील कैझरसत्रात मार्गावर होते. रोज संध्याकाळी मी त्या सुंदर समुद्र किनाऱ्यावर जवळजवळ एक तास पायी फिरायला जायचो. त्या दिवशी फिरताना ॲमस्टरडॅमच्या शिफोल विमानतळावर उतरण्यासाठी निघालेले के.एल.एम. रॉयल डच एअरलाईन्सचे बोईंग ७४७ विमान खूप कमी उंचीवरून जाताना दिसले. त्याला पाहिल्यावर हवाई चाचेगिरीचा विषय पुन्हा डोक्यात घोळू लागला व त्याचा अभ्यास करताना वाचलेल्या लेखांची व त्या संदर्भातील आंतरराष्ट्रीय घडामोडींची प्रकर्षाने आठवण झाली... विमान अपहरणाचे काही प्रसंग डोळ्यांसमोर उभे राहिले...

दुसरे महायुद्ध संपल्यानंतर ब्रिटिश प्रशासनाखाली असलेल्या पॅलेस्टाईनमध्ये अरब व ज्यूंमध्ये हिंसाचार सुरू झाला. दोघेही एकाच भूमीवर हक्क सांगत होते. ब्रिटिशांनी त्या भूमीची दोन राष्ट्रांत विभागणी करायचा प्रस्ताव मांडला. त्यास अरबांनी विरोध केला. मे १९४८ मध्ये ब्रिटिशांनी आपले तेथील प्रशासन विसर्जित केले. त्याच क्षणी ज्यूंनी ब्रिटिश प्रस्तावात निर्देश केलेल्या भूमीवर इस्रायलच्या स्थापनेची स्वयंघोषणा केली. त्यास विरोध दर्शवून इस्रायलवर सिरीया, इराक व इजिप्त यांनी हल्ला चढवला. तो यशस्वीरीत्या परतवून इस्रायलने जी जागा

ब्रिटिशांनी अरबांच्या पॅलेस्टाईनसाठी सूचित केली होती, त्यापैकी बरीचशी आपल्या ताब्यात घेतली. तेव्हापासून पॅलेस्टाईनच्या मुक्तीसाठी लढा पुकारण्यात आला. सुरुवातीस काही वर्षे त्या लढ्याने हिंसक स्वरूप धारण केले होते व आजही काही बाबतींत ते तसेच चालू आहे.

ज्या वेळी १९४८ मध्ये इस्रायलने पॅलेस्टाईनचे हाईफा हे शहर आपल्या ताब्यात घ्यायची तयारी सुरू केली व हल्ला चढवला, त्या वेळी अस्लम जावेद यांच्या कुटुंबाने हाईफा सोडून लेबेनॉनमध्ये आश्रय घ्यायचे ठरवले. यथावकाश १९५९-६० च्या सुमारास अस्लम जावेद यांची पंधरा वर्षांची मुलगी लैला अरब राष्ट्रीय चळवळीची कार्यकर्ती झाली. त्या चळवळीच्या पॅलेस्टाईन शाखेचे नंतर पॅलेस्टाईन मुक्ती आघाडीत रूपांतर झाले. लैलाचा स्वभाव अतिशय धाडसी व करारी. पॅलेस्टाईनच्या मुक्तीविषयी तिची मतेही परखड होती. त्या लढ्यात सहभागी झालेली, धडाडीने काम करणारी ती पहिली तरुणी होती. मुक्ती आघाडीच्या नेत्यांना तिच्या धडाडीचे कौतुक वाटायचे. अशीच आठ-दहा वर्षे गेल्यानंतर लैलाने आपल्यावर काही जोखमीची कामगिरी सोपवण्याचा हट्ट धरला. आता जवळजवळ पंचविशीत आलेली उंची-पुरी, मोठ्या पाणीदार डोळ्यांची, लांब सरळ नाक असलेली लैला आपल्या प्रभावी व्यक्तिमत्त्वाची छाप सर्वांवर उमटवायची. तिच्या धनुष्याकृती भुवया व निमुळती हनुवटी तिच्या सौंदर्यात भर घालत होत्या; पण तिचे सौंदर्य तिचा आत्मविश्वास व करारी चेहरा यांच्या आड येत नव्हते.

पायलटनी विमान दमास्कसकडे घ्यायला सुरुवात केली आणि लैलाने आपला स्कार्फ काढला. तिचे दाट काळे केस खांद्यावर रुळू लागले. लैला पुढे म्हणाली,

"मी काय सांगते ते नीट ऐका. विमान दमास्कसला उतरण्यापूर्वी इस्रायलच्या ताब्यातील हाईफावरून, कमी उंचीवरून घ्यायचे. मी चार वर्षांची असताना हाईफा सोडलं. ते आता आठवत नाही आणि आता तिकडे जाताही येत नाही. निदान हवेतून तरी पाहून घेईन!"

पायलटनी तिच्या सूचना तंतोतंत पाळल्या. आपल्या जन्मस्थळाचे हवाई दर्शन घेतल्यानंतर लैलाने विमान सिरीयाची राजधानी दमास्कसकडे घ्यायला सांगितले. सिरीयाची अरब लढ्याला सहानुभूती होती. सिरीयन सरकारने विमान दमास्कसला उतरवण्याची परवानगी दिली. दरम्यान, साऱ्या जगभर अमेरिकन विमानाचे अपहरण झाल्याच्या बातमीने एकच खळबळ उडवून दिली होती. दमास्कसमध्ये पॅलेस्टाईन समर्थकांनी लैलाचे उत्स्फूर्त स्वागत केले. तिला कडक सुरक्षेत एका गुप्त ठिकाणी नेण्यात आले. अमेरिकन व इस्रायली गुप्तहेर केव्हाही तिच्यावर हल्ला करू शकत होते. लैलाने त्यांना चकवायचे ठरवले. रात्री एकच्या

सुमारास तिने तिच्या पहाऱ्यावरील सुरक्षा कर्मचाऱ्याला तिला त्याच्या घरी घेऊन जायची विनंती केली. लैलाने बुरखा परिधान केला. त्या अरब कर्मचाऱ्याला लैलाच्या धाडसाचे कौतुक वाटत होते. त्याच्या घरी दोन दिवस राहिल्यावर तिने पॅलेस्टिनियन कार्यकर्त्यांच्या मदतीने सिरीयातून पलायन करायचे ठरवले.

त्यानंतर लैला कोठे गायब झाली, याचे गूढ कोणालाही कळेना. अमेरिकन व इस्रायली गुप्तहेर संघटनांनी लैलाचे फोटो पैदा केले व ते मध्यपूर्व व युरोपमधील बऱ्याच देशांना पाठवले. तिच्या गायब होण्याने ते हतबल झाले होते. यथावकाश अमेरिकन व इस्रायली गुप्तहेर, तसेच शोधक पत्रकार तिला विसरून गेले.

इस्रायलच्या एल्-अल् या विमान कंपनीच्या विमानाने ७ सप्टेंबर १९७० या दिवशी सकाळी ९ वाजून १२ मिनिटांनी न्यू यॉर्कला जाण्यासाठी ॲमस्टरडॅम विमानतळावरून हवेत झेप घेतली. जेमतेम वीस मिनिटे गेल्यानंतर एक तरुणी हातात दोन हँड-ग्रेनेड घेऊन कॉकपिटकडे जाती झाली; पण विमानात प्रवासी असल्याचे भासवून बसलेल्या दोन इस्रायली कमांडोंनी तिला पकडून ठेवले. तिचा साथीदार पॅट्रिक मात्र कमांडोंबरोबरील चकमकीत ठार झाला. या प्रसंगामुळे विमान लंडनला उतरवून त्या तरुणीस ब्रिटिश पोलिसांच्या ताब्यात द्यायचे ठरले. लंडनच्या हीथ्रो विमानतळावर ब्रिटिश पोलिसांची एक तुकडी दाखल झाली. त्या तरुणीस ताब्यात घेतल्यावर तिला हाउन्स्लो पोलीस स्टेशनच्या कोठडीत ठेवण्यात आले. नंतर तिच्या चौकशीस सुरुवात झाली. पोलिसांकडे लैला जावेदचे चार फोटो होते. त्यांनी ते फोटो व त्या तरुणीचा चेहरा पडताळून पाहिला. त्यात साम्य नव्हते. पोलिसांनी तिचा जबाब नोंदवून घेणे सुरू केले.

"तुझं नाव काय?"

"लैला जावेद!"

"खोटं बोलू नकोस. आमच्याकडे लैलाचे फोटो आहेत."

शेवटी त्या तरुणीस पोलिसांना सत्य परिस्थितीचे कथन करणे भाग पडले...

दमास्कसहून गायब झालेली लैला लपतछपत दीड महिन्यांनी पॅरिसला पोहोचली. तेथेही काही पॅलेस्टिनी समर्थक होतेच. लैलाला पॅलेस्टिनी मुक्ती लढ्याच्या नेत्यांचा पाठिंबा होता. लैलाची धडाडी विमान अपहरणाच्या प्रसंगाने द्विगुणित झाली होती; पण आता जगभर तिचे फोटो पोलिसांच्या व गुप्तहेरांच्या हाती असल्यामुळे तिच्या मुक्त वावरण्यावर बंधने आली होती. त्यावर मात करण्यासाठी तिने एक शक्कल लढवली.

पॅरिसच्या रू द ग्रेनेलवरील क्लिनिकमध्ये डॉ. जाँ-लुक बुर्दाँ यांनी लैलाला सांगितले,

"चला, आजचे शेवटचे सिटिंग संपले एकदाचे. हा घे आरसा!"

लैलाने आपला चेहरा त्या सुप्रसिद्ध फ्रेंच प्लॅस्टिक सर्जननी दिलेल्या आरशात न्याहाळला. दोन महिन्यांपूर्वीची लैला व आजची लैला या दोन व्यक्ती नसून एकच आहे, यावर कोणाचा विश्वास बसला नसता! लैला पुन्हा एखादी धाडसी कामगिरी पार पाडायला मोकळी झाली होती.

लैलावरील खटला कोणत्या न्यायालयात चालवायचा हा कायद्याचा मुद्दा ब्रिटिश पोलिसांना पेचात टाकणारा होता. विमान अपहरणाचा गुन्हा हॉलंडच्या हवाई हद्दीत झाला होता, तर विमान इस्रायलचे होते; परंतु तो मुद्दा निकालात निघायच्या पूर्वी इस्रायली व पॅलेस्टिनी नेत्यांमध्ये बंद्यांच्या देवाणघेवाणीची बोलणी सुरू झाली. पॅलेस्टिनी नेत्यांनी लैलाच्या मुक्ततेच्या बदल्यात दोन इस्रायली गुप्तहेरांना सोडण्याची तयारी दर्शविली. लैला मुक्त झाली.

लैला व इतरांनी केलेल्या विमान अपहरणांच्या घटनांनी कित्येक राष्ट्रे व विमान कंपन्या, तसेच आंतरराष्ट्रीय हवाई वाहतूक संघटना या समस्येवर काय उपाय योजता येतील, याचा गंभीरपणे विचार करू लागले. बऱ्याच खलबतांनंतर १९७१ मध्ये हवाई चाचेगिरीविरोधी आंतरराष्ट्रीय करार संमत व स्वीकृत करण्यात आला. विमानतळांवरील सुरक्षा व्यवस्था अद्ययावत करण्याचे आवाहन सर्व राष्ट्रांना करण्यात आले. तरीही विमान अपहरणाच्या घटना होतच राहिल्या. कायद्यातील व सुरक्षा व्यवस्थेतील त्रुटींचा अपहरणकर्त्यांनी पुरेपूर गैरफायदा घेतला.

लैलाची मुक्तता करण्यात आल्यानंतर ती कोठे गेली, याविषयी उलटसुलट बातम्या येत राहिल्या. काहींच्या मते ती रशियामध्ये एका विद्यापीठात आधुनिक इतिहासाचा अभ्यास करायला गेली, तर इतर काहींच्या मते सिरीयामध्ये जाऊन तिने तरुण पॅलेस्टिनी योद्ध्यांना प्रशिक्षण द्यायच्या कामाला वाहून घेतले. दरम्यान, पॅलेस्टिनी मुक्ती आघाडीने 'आपण यापुढे विमान अपहरणाचा मार्ग अवलंबणार नाही' असे जाहीर केले. काहीही असले, तरी एकेकाळी लैला नावाच्या झंझावाताच्या गगनभराऱ्यांनी भल्या-भल्यांची झोप उडवून दिली होती!

माझे द हेगमधले काम संपले होते. त्या दिवशी 'पीस पॅलेस'समोरील ट्रॅम स्टेशनवर मी ट्रॅमची वाट पाहत होतो. इतक्यात जेमी तेथे आला. मी त्याला विचारले,

"कसं काय चाललं आहे तुझं काम?"

“चांगलं चाललंय. पुढच्या आठवड्यात टर्म सुरू होतेय. युट्रेक्टला जावं लागेल.” युट्रेक्ट द हेगपासून खूप दूर नव्हते.

“तुझा अभ्यासक्रम कधी संपतोय?”

“अजून एक वर्षाने प्रबंध सादर करायचा विचार आहे. नंतर मायदेशी जाईन.”

“म्हणजे कोठे?” मी विचारले. तो कोणत्या देशाचा आहे, हे मला ठाऊक नव्हते.

“जॉर्डनला. मी अम्मानमध्ये राहतो. तेथील विद्यापीठात पुढे पीएच.डी.चा अभ्यासक्रम करायची इच्छा आहे.”

“तू जॉर्डेनियन आहेस?”

“हो. माझं खरं नाव जमाल बादेर. माझे मित्र मला जेमी म्हणतात.” मला वाटले होते, की तो गोरागोमटा तरुण युरोपियन असावा. एवढ्यात आमची ट्रॅम आली. त्या दिवशी मला द हेगच्या सेंट्रम या भागात काही किरकोळ खरेदी करायला जायचे होते. ट्रॅममध्ये गर्दी नव्हती. जेमी व मी एकत्रच बसलो. मी त्याला म्हणालो,

“हवाई चाचेगिरीच्या संदर्भात लैला जावेदविषयी काही तुझ्या वाचनात आलं?”

“हो, बरीच माहिती वाचली. तिच्यामुळेच १९७१ चा करार घाईघाईने संमत करण्यात आला. सखोल अभ्यास न करताच त्याचा मसुदा तयार केला गेला, त्यामुळे त्यात काही त्रुटी राहिल्या आहेत, या निष्कर्षाप्रत मी आलो आहे.”

त्याला दुजोरा देत मी म्हणालो,

“खरं आहे तुझं म्हणणं; पण पुढे त्या लैलाचं काय झालं, हे गूढ मात्र आजतागायत उलगडलं नाही.”

“म्हणजे? तुम्हाला समजलं नाही?”

“काय बरं?”

“लैला आठ वर्षांपूर्वी अज्ञातवासातून प्रकट झाली! इंटरनेटवर तुम्हाला ‘मिस्टरी ऑफ लैला जावेद अनफोल्डेड’ हा लेख वाचायला मिळेल.” हे ऐकून मला आश्चर्य वाटले.

“मी नक्कीच वाचेन. काय म्हटलंय त्या लेखात?” मला तिचे पुढे काय झाले याबद्दल उत्सुकता होती.

“ती लंडनहून सुटल्यानंतर रशियातील रोस्तॉव्ह विद्यापीठात आधुनिक इतिहासाचा अभ्यास करायला गेली. त्यानंतर ती लेबेनॉनमध्ये राहून इस्रायली सैन्याविरोधी लढ्यात सामील झाली; परंतु १९७८च्या सुमारास तिचे व लेबनिज आघाडीच्या नेत्यांचे मतभेद झाले. पॅलेस्टाईन मुक्ती लढ्याबाबतीतही तिच्या जहाल मतांशी त्या लढ्याच्या नेत्यांनी असहमती दर्शविली. शेवटी तिने त्या लढ्यांतून निवृत्त व्हायचं

ठरवलं. ती १९७९ मध्ये विवाहबद्ध झाली.''

''असं? कोणाशी?''

''एका इराकी डॉक्टरशी; पण पुढे इराण-इराक युद्धादरम्यान त्या डॉक्टरांनी सहकुटुंब अम्मानला स्थलांतर केलं.''

''तूही अम्मानचाच ना? तू कधी तिला शोधायचा प्रयत्न केलास?''

''नाही केला.''

''मी तुला एक सुचवू? तू तिला शोधून तिची मुलाखत घे. तुझ्या संशोधनाला त्यामुळे एक प्रकारची बळकटी येईल.''

''मी माझ्या मार्गदर्शकांना तसं सुचवलं होतं; पण त्यांनी मला तसं न करण्याचा सल्ला दिला.''

''असं कसं काय?''

''ते म्हणाले, की ती तुझी आई असल्यामुळे तुझ्या मुलाखतीत वस्तुनिष्ठता असणार नाही!''

■

# पट्टायाच्या ललना

'टिफनी शो' हा पट्टायाच्या थाई नर्तिकांनी केलेला नृत्याचा कार्यक्रम पाहून मी थक्क झालो होतो. पंचवीस-तीस सुडौल बांध्याच्या कमनीय शरीरयष्टी व थाई सौंदर्याचा उत्कृष्ट नमुना असलेल्या त्या नर्तिकांनी बहारदार नृत्ये करून जवळजवळ दीड तास आमची करमणूक केली होती.

"कसा काय वाटला कार्यक्रम?" शोभाने मला विचारले. शोभा माझी मावसबहीण. तिचे पती प्रा. विलासराव साळोखे हे बँकॉक येथील एशियन इन्स्टिट्यूट ऑफ टेक्नॉलॉजी या विख्यात संस्थेत कृषितंत्रज्ञान विभागात गेली जवळजवळ २५ वर्षे अध्यापन करत होते. मी मे २००२ मध्ये सहकुटुंब थायलंडला आठ-दहा दिवसांसाठी गेलो होतो. शोभा व विलासराव अतिशय आतिथ्यशील. आम्हाला रोज वेगवेगळी सुंदर ठिकाणं दाखवण्यासाठी, उत्कृष्ट थाई भोजनाचा आस्वाद घेण्यासाठी, खरेदीसाठी घेऊन जायचे. आमच्या तेथील वास्तव्यादरम्यान एके दिवशी ते आम्हाला पट्टाया दाखवायला घेऊन गेले. बँकॉकपासून जवळजवळ दीडशे कि.मी. अंतरावरील पट्टाया समुद्राच्या काठावर वसले होते.

"कार्यक्रम फारच सुंदर वाटला. त्या नर्तिकांनी तर कमालच केली!" मी म्हणालो.

"त्यांच्याबरोबर फोटो काढून घेता येतो. आता त्याही बाहेर आल्या असतील." शोभा म्हणाली. मला त्यांच्याबरोबर फोटो काढून घ्यायची इच्छा नव्हती. फोटोंसाठी त्या पैसेही घ्यायच्या म्हणे. आम्ही बाहेरच्या प्रांगणात आलो, तर त्या

नर्तिका तेथे आल्या होत्या. तोकडे तंग झगमगीत कपडे, केसांमध्ये रंगीबेरंगी पंखांचे तुरे घातलेल्या व आकर्षक केशरचना व प्रसाधने केलेल्या त्या तरुणींबरोबर काही हौशी पाश्चात्त्य प्रवासी फोटो काढून घेत होते. इतक्यात माझ्यासमोरील एका नर्तिकेने तिच्याबरोबर फोटो काढून घेतलेल्या एका प्रवाशास विचारले, ''तू कोणत्या देशाचा आहेस?'' आणि मी चमकून गेलो. त्या तरुणीचा आवाज पुरुषी होता. मी प्रश्नार्थक नजरेने विलासरावांकडे पाहिले.

''आता तुम्हाला सांगायला हरकत नाही. यांच्यापैकी एकही नर्तिका 'तरुणी' नाही. हे सर्व तृतीयपंथी आहेत!'' हसत हसत विलासरावांनी खुलासा केला. माझा त्यावर विश्वास बसत नव्हता.

''कार्यक्रम पाहून झाल्यावर याचा गौप्यस्फोट करायचा, असं आम्ही आधीच ठरवलं होतं!'' शोभा म्हणाली.

''उमेश, या सर्वांनी लिंगबदलाची शस्त्रक्रिया करून घेतली आहे. अशा शस्त्रक्रिया करण्यामध्ये काही थाई शल्यविशारदांचा हातखंडा आहे. केवळ लिंगबदलच नाही, तर संपूर्ण शरीरावर शस्त्रक्रिया करून त्या व्यक्तीचं कमनीय, सुडौल बांध्याच्या तरुणीमध्ये रूपांतर केलं जातं. त्यांचा फक्त आवाज मात्र बदलता येत नाही.'' विलासरावांनी खुलासा केला.

मी त्या 'तरुणीं'कडे निरखून पाहिले. त्यांची नितळ कांती, भावुक डोळे, नाजूक हात, आकर्षक पाय, नितंब, उरोज व चेहरे एखाद्या लावण्यवतीला लाजवतील असे होते.

भारतामध्ये दुर्दैवाने तृतीयपंथी व्यक्तींना किती हेटाळणी आणि कुचेष्टा सहन करावी लागते, याची जाणीव झाली. पुरुषाचे शरीर, पण स्त्रीचे मन व भावना घेऊन एखादा जन्मला, तर अशा व्यक्तींना समाज जवळजवळ वाळीत टाकतो. ते तसे जन्मले यात त्यांची काय चूक? पण त्यांना सन्मार्गाने जगणे मुष्कील होऊन जाते. त्यांच्याकडे कोणीही सहानुभूतीने पाहत नाही, याचा खेद वाटला. थायलंडमध्ये त्यांना तुच्छ लेखले जात नाही, याचे कौतुक वाटले.

फेब्रुवारी २००४ मध्ये माझी क्वालालंपूरला बदली झाली. थायलंड माझ्या कार्यक्षेत्रात होते. वर्षातून तीन-चार वेळा माझे थायलंडला जाणे व्हायचे. आमच्या संस्थेच्या बँकॉक येथील कार्यालयातील एकाराद राकनावात हा थाई तरुण माहिती व प्रसारण विभागात काम करायचा. तो मला माझ्या कामात साहाय्य करायचा. त्याची व माझी चांगलीच मैत्री जमली होती. काम संपल्यावर कधीकधी आम्ही जेवायला जायचो. एकदा असेच जेवायला गेलो असताना बोलता-बोलता एकारादला विचारले,

''एकाराद, येथे तू राहतोस कोठे?''

''मी बांग– ना या भागात एक खोली भाड्यानं घेतली आहे. एकटाच असतो मी तेथे.''

सव्वीस-सत्तावीस वर्षांचा गोरा, गोल चेहऱ्याचा एकाराद अविवाहित आहे, हे मला ठाऊक होते.

''तसा मी मूळचा पट्टायाचा. आई-वडील तिकडेच असतात. थोरला भाऊही तिकडेच असतो. आमचं तेथे स्टेशनरीचं दुकान आहे. तुम्ही पट्टाया पाहिलं आहे?''

''हो, तीन वर्षांपूर्वी गेलो होतो तिकडे. बँकॉक येथे माझी मावसबहीण असते. ती व तिचे पती आम्हाला घेऊन गेले होते. त्या वेळी मी सहकुटुंब थायलंड पाहायला आलो होतो.''

''तेथील टिफनी-शो पाहिला तुम्ही?'' एकारादने हसत हसत विचारले.

''हो, आणि खरंच थक्क झालो. तो कार्यक्रम संपेपर्यंत माझ्या मावसबहिणीने व तिच्या पतींनी त्या नर्तिका कोण आहेत याची वाच्यता केली नव्हती. जेव्हा ते कळलं, तेव्हा आश्चर्याचा धक्का बसला.''

''पहिल्यांदा पाहणाऱ्याची तीच गत होते.'' एकाराद म्हणाला.

''पण त्या लिंगबदलाच्या व शरीराचं रूपांतर करायच्या शस्त्रक्रिया करणाऱ्या शल्यविशारदांचं कौतुक करायला हवं. त्यांच्या सौंदर्यदृष्टीची कमाल आहे. मी तर म्हणेन, की ते केवळ शल्यविशारद नसून शिल्पकारही असावेत. मातीचं किंवा दगडाचं शिल्प करण्यापेक्षा जिवंत शरीराचं शिल्प बनवणं ख़ूपच कठीण आणि जोखमीचं असावं असं मला वाटतं.''

''अशा शस्त्रक्रिया व रूपांतर करून घ्यायला इतर देशांतून कित्येक लोक थायलंडला येतात. तशा त्या बऱ्याच खर्चिकही असतात व त्या टप्प्याटप्प्यात कराव्या लागतात.'' एकारादने खुलासा केला.

''काहीही असो, त्या करणाऱ्यांच्या कलेचं व त्या करून घेणाऱ्यांच्या धाडसाचं कौतुक करावंसं वाटतं.''

त्यानंतर सात-आठ महिने उलटून गेले. दरम्यान, एकारादने आमच्या कार्यालयातील नोकरीचा राजीनामा दिला. त्याला थाई मानवाधिकार आयोगात चांगली नोकरी मिळाली होती. बँकॉकला गेल्यावर मी त्याला फोन करून त्याचे कुशल विचारत असे. एक-दोन वेळा आम्ही जेवायलाही गेलो होतो. आमच्या बँकॉक येथील कार्यालयातील माझी साहाय्यिका सुचिथा एकारादच्या संपर्कात असायची. अलीकडच्या एका खेपेस सुचिथाला विचारले,

''एकारादची काय खबरबात? ठीक चाललं आहे ना त्याचं?''

''हो, ठीक आहे तो. सध्या खूप कामात असावा. मला भेटूनही तीन-चार

आठवडे झाले असावेत.'' सुचिथा म्हणाली.

त्या दिवशी दुपारी मी एकारादला फोन केला. त्याच्या कार्यालयातून मला समजले, की सध्या वैद्यकीय कारणास्तव तो रजेवर असून, त्याच्यावर कसलीतरी शस्त्रक्रिया करण्यात आली आहे.

मला एकारादची काळजी वाटली. त्या दिवशी संध्याकाळी त्याला भेटायला जायचे ठरवले. सुचिथाकडून त्याच्या बांग-ना भागातील खोलीचा पत्ता घेतला. साडेसहाच्या सुमारास तेथे पोहोचलो व त्याच्या दाराची बेल वाजवली. थोड्याच वेळात एकारादनेच दार उघडले.

''अरे, कदम साहेब? तुम्ही कसे काय इकडे?'' एकारादने आश्चर्याने विचारले.

''काही बैठकांसाठी आलो परवाच. खूप दिवसांत तुझी भेट झाली नव्हती म्हणून मुद्दाम तुला भेटायला आलो. शिवाय मला समजलं, की तुझी प्रकृती...''

''प्रकृती उत्तम आहे. चला छान झालं तुम्ही आलात. बरं, मोकळे आहात आज? जेवायला जाऊया. येथून जवळच्याच एका उपाराहगृहात तुमच्या आवडीचा उत्कृष्ट टॉम याम सूप व चिकन पाड-प्रिक मिळतं.'' एकाराद उत्साहाने म्हणाला.

''ठीक आहे, चालेल. मी मोकळाच आहे.''

''बसा हं, पाच मिनिटांत तयार होऊन येतो.''

एकारादची खोली साधीच होती. खोलीला लागून असलेल्या बाथरूममध्ये तो कपडे बदलायला गेला होता. एकारादवर कसली शस्त्रक्रिया करण्यात आली होती, याचे कोडे अजून उलगडले नव्हते. त्याने 'तसली' शस्त्रक्रिया करून घ्यायचे तर ठरवले नव्हते? दुपारपासून त्या शंकेची पाल माझ्या मनात चुकचुकत होती; पण त्याचा चेहरा पूर्वीसारखाच दिसत होता. एकाराद तयार होऊन आला.

''चला, जाऊया. 'तुक-लाये-दी' हे उपाहारगृह जवळच आहे. पाच-सहा मिनिटांत पोहचू आपण तेथे.''

तुक-लाये-दीमध्ये पोहोचल्यावर आम्ही जेवण व त्यासोबत 'चांग' बीयर मागवली. आमच्या गप्पा सुरू झाल्या. अजूनही एकारादने त्याच्यावर कसली शस्त्रक्रिया झाली होती, हे मला सांगितले नव्हते. त्याला स्पष्टपणे विचारावे, की न विचारावे, या द्विधा अवस्थेत मी होतो. बीयरचा एक ग्लास पोटात गेल्यावर औपचारिकतेचे बंधन गळून पडले. मी त्याला स्पष्टपणे विचारायचे ठरवले.

''हल्ली तुझ्यावर कसलीतरी शस्त्रक्रिया करण्यात आली आहे, असं तुझ्या कार्यालयातून मला सांगण्यात आलं. तुझी प्रकृती ठीक आहे ना?''

त्यावर जरासे संकोचून एकाराद म्हणाला,

''तुम्हाला सांगायला हरकत नाही, पण विषय जरा नाजूक आहे...''

हे ऐकल्यावर माझ्या मनातील शंकेने पुन्हा डोके वर काढले. एकाराद पुढे

काही बोलणार इतक्यात माझा मोबाईल वाजला. क्वालालंपूरहून नीलिमाचा फोन आला होता. मी बाहेरगावी असताना अधूनमधून ती मला फोन करून माझे ठीक चालले आहे की नाही, याची विचारपूस करायची. माझे जेवणाचे हाल तर होत नाहीत ना, याची खात्री करून घ्यायची. आमचे थोडेफार संभाषण झाल्यावर तिने विचारले,

''तुमच्या आज संध्याकाळच्या जेवणाचं काय? एकटेच आहात की काही सहकारी सोबत आहेत?''

मी तिला सांगणार, की एका मित्राबरोबर जेवायला बाहेर पडलो आहे. एवढ्यात मनात विचार आला, की आपण 'मित्रा'बरोबर आहोत की 'मैत्रिणी'बरोबर याची अजून खात्री झालेली नाही! पण नीलिमास 'एका मित्राबरोबर किंवा मैत्रिणीबरोबर बाहेर जेवायला आलो आहे' असे सांगितले, तर ती गोंधळून जाईल म्हणून फारसे खोलात न जाता मी म्हणालो,

''आमच्या कार्यालयात पूर्वी काम करणाऱ्या एकारादबरोबर जेवायला एका उपाहारगृहात आलो आहे.''

आमचा फोन झाला व इतक्यात वेटरने वाफाळलेल्या टॉम याम सूपचे बाऊल्स आणले.

''इथला टॉम याम तुम्ही खाऊन तर पाहा. तुमच्या प्रत्येक बँकॉक भेटीदरम्यान तुमची इकडे एकतरी चक्कर होईल– फक्त टॉम यामसाठी!'' एकाराद म्हणाला. सूप खरोखरच चविष्ट होतं; पण एकारादने जाणून-बुजून विषयांतर केले असावे, अशी शंका माझ्या मनात डोकावली. त्या 'नाजूक' विषयावर त्याला बोलायचे नसावे; पण माझ्या मनातील संभ्रम मला सतावत होता. शेवटी मनाचा हिय्या करून मी त्याला सरळसरळ विचारले,

''एकाराद, तुझ्यावर कसली 'नाजूक' शस्त्रक्रिया केली आहे, याची मला उत्सुकता लागून राहिली आहे. तू 'तसली' शस्त्रक्रिया करून घ्यायचा तर विचार करत नाहीस ना?''

'' 'तसली' म्हणजे कसली, कदम साहेब?'' एकारादने विचारले.

''अरे, मागे आपण बोललो होतो ना तसली, पट्टायाच्या नर्तिकांनी करून घेतली तसली!'' मी स्पष्टपणे काहीही आडपडदा न ठेवता एकदाचा बोलून गेलो. ते ऐकल्यावर एकाराद खो-खो हसत सुटला. बीयरचा एक मोठा घोट घेऊन तो म्हणाला,

''कदम साहेब, पुढच्या महिन्यात मी व सुचिथा विवाहबद्ध होणार आहोत...'' असे म्हणून पुढे सरकून हलक्या आवाजात त्याच्यावर कसली शस्त्रक्रिया केली गेली होती, याचा त्याने खुलासा केला. तो ऐकल्यावरच माझा जीव भांड्यात पडला!

## *शासन आणि आश्वासन*

‘सुप्रसिद्ध परराष्ट्र व्यवहार व विदेशनीती तज्ज्ञ, डॉ. अन्वर खलीज यांना खुनाच्या आरोपावरून अटक’ ही बातमी जेव्हा सेलांगतीची राजधानी विजयपुत्र येथील सर्व प्रमुख वर्तमानपत्रांत झळकली, तेव्हा साऱ्या देशात एकच खळबळ उडाली. प्रशांत महासागरातील, इंडोनेशियाच्या ईशान्येकडील सेलांगती या पाचशेहून अधिक लहान-मोठ्या बेटांचा समूह असलेल्या देशात डॉ. अन्वर खलीज ही एक नावाजलेली व्यक्ती होती. सत्तेचाळीस वर्षांचे डॉ. अन्वर खलीज यांनी सेलांगती विद्यापीठातून १९८५ मध्ये राज्यशास्त्रात एम.ए. केलं. त्यानंतर लगेच त्यांना अमेरिकेतील सुप्रसिद्ध ‘फ्लेचर स्कूल ऑफ लॉ अँड डिप्लोमसी’ या संस्थेची शिष्यवृत्ती मिळाली. तेथील दोन वर्षांचा अभ्यासक्रम पुरा झाल्यानंतर त्यांना सेलांगती सरकारने डॉक्टरेट करण्यासाठी ‘लंडन स्कूल ऑफ इकॉनॉमिक्स अँड पोलिटिकल सायन्स’ या विख्यात संस्थेत शिष्यवृत्ती देऊन पाठवले. ते १९९० मध्ये लंडनहून सेलांगतीला परतले. त्यानंतर लागलीच सरकारने त्यांची सेलांगतीचे ऑस्ट्रेलियातील राजदूतपदी नेमणूक केली; पण डॉ. अन्वरनी ती नाकारली व आपल्याला सेलांगतीत राहून आपल्या विषयावर कार्य करायचे असल्याचे विदेशमंत्री जब्बार अली जंग यांना सांगितले. त्यांची यथावकाश विदेश मंत्रालयात विशेष सल्लागार म्हणून निवड करण्यात आली. हे पद केवळ त्यांच्यासाठी नव्यानेच निर्माण केले होते.

सेलांगतीची मूळची जनता सेलानेशियन वंशाची. इसवी सनाच्या पाचव्या शतकापासून नवव्या शतकापर्यंत दक्षिणपूर्व आशियामध्ये हिंदू सम्राटांचा प्रभाव होता. कंबोडियातून तेव्हाच्या अंकोर साम्राज्याचा प्रसार करता करता तेथील हिंदू सम्राट इंद्रवर्मन याने आपले लक्ष सेलांगतीकडे वळवले. त्या साऱ्या बेटांचा कब्जा त्याने आपल्याकडे घेतला व आपला धाकटा बंधू विजयवर्मन याला तिकडे पाठवले. त्याला ज्या ठिकाणी पुत्ररत्न प्राप्त झाले त्या गावास 'विजयपुत्र' असे नाव दिले. पुढे दहाव्या शतकाच्या सुमारास हिंदू सम्राटांचा त्या संपूर्ण भागावरील प्रभाव कमी झाला व प्रजामहित या बुद्ध साम्राज्याचा प्रभाव वाढला. पुढे चौदाव्या शतकात मुस्लीम धर्मगुरूंनी तिकडे प्रस्थान केले. जवळच्या इंडोनेशियामध्ये इस्लामचा प्रभाव वाढला होताच. त्याची व्याप्ती वाढून बौद्ध धर्माचा प्रभाव कमी होऊन संपूर्ण देश इस्लामच्या प्रभावाखाली आला. तेव्हापासून सातत्याने तेथे सुलतान देशाचा कारभार पाहायचे; परंतु १८३५ मध्ये स्पॅनिश वसाहतवाद्यांनी तो प्रदेश बळकावला. यथावकाश १९५२ मध्ये स्पॅनिशांविरुद्ध लढा पुकारून सेलांगती राष्ट्रीय आघाडीने १९५६ मध्ये स्वातंत्र्य मिळवले. तेव्हापासून सातत्याने सेलांगतीमध्ये लोकशाही नांदत राहिली. अल्पावधीत राष्ट्राची आर्थिक भरभराट झाली. त्याचे कारण म्हणजे किनाऱ्यांलगतच्या सागरात सापडलेले खनिज तेलाचे प्रचंड साठे आणि साऱ्या देशात मिळालेले ॲल्युमिनियम ज्याच्यापासून तयार होते, त्या बॉक्साईटचे साठे! आर्थिक सुबत्तेमुळे पायाभूत सुविधा नि भव्य रस्ते झाले. टोलेजंग इमारती, शैक्षणिक संस्था उभारल्या गेल्या. सेलांगतीचे सरकार विभागीय राजकारणात सक्रिय झाले. होतकरू तरुणांना उच्चशिक्षणासाठी परदेशी पाठवले जाऊ लागले. डॉ. अन्वर यांच्यासारख्या तज्ज्ञांना हाताशी धरून परदेशनीतीच्या धोरणात आमूलाग्र बदल केले. सेलांगतीचे नाव जगभर झाले. प्रगतशील राष्ट्रे त्याच्याकडे एक आदर्श राष्ट्र म्हणून पाहू लागली.

डॉ. अन्वर यांना सरकारदरबारी खूप मान होता. त्यांची विशेष सल्लागारपदी नेमणूक झाल्यानंतर अल्पावधीतच त्यांनी विदेशमंत्री जब्बार अली जंग यांचा विश्वास संपादन केला. त्यांच्या खास मर्जीतील एक विश्वासू व अभ्यासू सल्लागार अशी त्यांची सर्वत्र ख्याती झाली. पंतप्रधान व विदेशमंत्र्यांच्या प्रत्येक परदेश दौऱ्यावेळी त्या दोघांना सल्लामसलतीसाठी डॉ. अन्वर हमखास लागायचे. त्यांची नेमणूक झाल्यानंतर चार-पाच वर्षांनी जब्बार अली डॉ. अन्वरना एकदा म्हणाले,

"अन्वर, मला वाटते विदेशनीतीच्या बाबतीत कार्य करणारी एक संस्था तू सुरू करावीस. काही तरुण संशोधकांना नि अभ्यासकांना अशा संस्थेत नेमून संस्थेतर्फे संशोधन प्रकल्प हाती घे. सरकारतर्फे आम्ही तुझ्या संस्थेला सल्ला-

मसलतीची कामे देऊ. संस्था उभारणीसाठी सरकार जागा व अर्थसाहाय्य तर देईलच, पण प्रत्येक सल्लामसलतीच्या कामासाठी यथायोग्य मानधनही दिलं जाईल.''

''सर, कल्पना चांगली आहे.''

''मी हे तुला का सुचवत आहे हे सांगतो. आज आम्ही तुला फक्त तुझा पगार देतो, ते तू एक सरकारी अधिकारी या नात्याने. आमच्यावर त्यासाठी राष्ट्रीय सेवा आयोगाच्या मर्यादा आहेत. तू जर सध्याच्या तुझ्या नोकरीचा राजीनामा दिलास व नव्या संस्थेमार्फत सरकारला विदेशनीतीबाबत सल्ला द्यायचं कंत्राट घेतलंस, तर तुझा आजपेक्षा कितीतरी पटीने अधिक आर्थिक लाभ होईल. अर्थात त्यात बेकायदेशीर अथवा वावगं काहीही असणार नाही.''

जब्बार अलींच्या सूचनेनुसार मार्च १९९५ मध्ये 'राष्ट्रीय विदेशनीती अभ्यास व संशोधन केंद्र' (नॅशनल सेंटर फॉर फॉरेन पॉलिसी स्टडीज अँड रीसर्च) याची स्थापना करण्यात आली. अर्थात संचालक झाले डॉ. अन्वर. जब्बार अलींनी आश्वासन दिल्याप्रमाणे सरकार संस्थेस सढळ हाताने अर्थपुरवठा करत राहिले. तरुण संशोधकांच्या मदतीने डॉ. अन्वर सरकारने सोपवलेल्या जबाबदाऱ्या समर्थपणे पार पाडू लागले. पाहता पाहता त्यांच्या केंद्रास जगन्मान्यता मिळाली. दक्षिण-पूर्व आशिया व प्रशांत महासागरातील काही लहान-मोठी राष्ट्रे त्या केंद्राकडे सल्ला-मसलतीसाठी येऊ लागली. केंद्राचा कारभार पाच-सहा वर्षांत खूप वाढला. विजयपुत्रच्या एका प्रमुख रस्त्यावर संस्थेची स्वतंत्र भव्य इमारत उभी राहिली. डॉ. अन्वर यांच्या नावाचा दबदबा वाढतच होता. सर्व महत्त्वाच्या कार्यक्रमांमध्ये त्यांचा सहभाग असायचा. मंत्रिमंडळातील काही सदस्य त्यांचा हेवा करू लागले; पण पंतप्रधान व विदेशमंत्र्यांच्या खास मर्जीतील डॉ. अन्वर यांच्याबद्दल कोणीही 'ब्र' काढायला धजत नव्हते. शिवाय डॉ. अन्वर यांचे व्यक्तिमत्त्वही असे, की कोणी त्यांच्याविरुद्ध बोलायला धजत नसे. सहा फूट उंच, गोरा रंग, दाट काळे केस, हनुवटीवरील छोटी फ्रेंचकट दाढी, धारदार लांब नाक व निळसर झाक असलेल्या पाणीदार डोळ्यांच्या अन्वर यांचा स्वभाव नम्र आणि मनमिळाऊ होता. त्यांचा प्रशस्त बंगला विजयपुत्रच्या वर्मनपूर या उच्चभ्रू वस्तीत होता. त्यांचा १९९१ मध्ये विजयपुत्रचे आघाडीचे उद्योगपती सलमान अख्तर यांची कन्या रेहाना हिच्याशी विवाह झाला. त्यांना आज बारा वर्षांचा एक मुलगा व दहा वर्षांची एक मुलगी होती.

जून २००७ मध्ये सेलांगतीच्या मंत्रिमंडळाची फेररचना करण्यात आली. आता जब्बार अली उपपंतप्रधान व गृहमंत्री झाले. मुश्ताक सईद या नव्या विदेशमंत्र्यांनी

पूर्वीचेच धोरण पुढे चालू ठेवले. डॉ. अन्वर यांच्या केंद्राच्या कामकाजावर मंत्रिमंडळ फेररचनेचा काहीही परिणाम झाला नाही. आता त्यांची संस्था व ते स्वत: या दोहोंचे सेलांगतीच्या सरकारदरबारी असलेले स्थान अढळ होते.

'डॉ. अन्वर यांना खुनाच्या आरोपाखाली अटक' ही न भूतो न भविष्यती बातमी ४ ऑगस्ट २००७ च्या वर्तमानपत्रात प्रसिद्ध झाली आणि तिने साऱ्या देशात एकच खळबळ माजवली. ती वाचणाऱ्यांना तो काहीतरी घोटाळा असावा, अशी शंका आली. डॉ. अन्वर यांच्यासारख्या सरकारदरबारी खूप वजन असणाऱ्या सरळमार्गी, सज्जन व्यक्तीला अटक होणे, केवळ अशक्य होते. वर्तमानपत्रात त्या मथळ्याखाली सविस्तर बातमी छापण्यात आली होती.

'विजयपुत्र, ता. ३ ऑगस्ट : तैवान येथील सेरेना ऊर्फ फेंग शिनहाऊ या एकोणतीस वर्षांच्या तरुणीचा पोलिसांच्या मदतीने खून करून तिच्या मृतदेहास स्फोटके लावून त्याचा २७ जुलैच्या रात्री विजयपुत्रच्या पश्चिमेकडील जगन्सम्राट नजीकच्या जंगलात स्फोट घडवून मृतदेह नष्ट करण्याचा प्रयत्न डॉ. अन्वर खलीज यांनी केला असल्याचे प्राथमिक चौकशीत निष्पन्न झाले आहे, असे जगन्सम्राट पोलीस स्टेशनच्या मुख्य निरीक्षकांनी आमच्या वार्ताहरास सांगितले. याबाबत मिळालेली अधिक माहिती अशी, मृत सेरेनाची बहीण अमेलिया हिने दिलेल्या लेखी तक्रारीत म्हटले आहे, की आपल्या बहिणीची दिशाभूल करून तिला २७ जुलै या दिवशी संध्याकाळी ७ वाजता राष्ट्रीय विदेशनीती अभ्यास व संशोधन केंद्राच्या इमारतीत नेण्यात आले. त्यानंतर पाऊण तासाने संस्थेच्या इमारतीतून एक मोठी ट्रंक आवारात उभ्या असलेल्या पोलिसांच्या व्हॅनमध्ये ठेवण्यात आली. तेथून ती व्हॅन नऊ वाजता जगन्सम्राट या उपनगराच्या दिशेने जाऊ लागली. त्या वेळी आपण सावधपणे आपल्यासोबत आलेल्या एका मित्राच्या साहाय्याने पाठलाग केला. ती व्हॅन जंगलात गेल्यानंतर वीस मिनिटांनी एका प्रचंड स्फोटाचा आवाज आपण ऐकला. तेथून पोलीस निघून गेल्यानंतर आपण स्फोटाचे ठिकाण शोधून काढले. त्या ठिकाणी आपल्या बहिणीच्या मृतदेहाच्या ठिकऱ्या व तिच्या कपड्यांचे तुकडे आपल्या पाहण्यात आले. त्या वेळी पहाटेचे चार वाजले होते. त्याच वेळी आपण जगन्सम्राट पोलीस स्टेशनवर फिर्याद नोंदवण्यासाठी गेल्यानंतर तेथील पोलिसांनी ती नोंदवून घेण्यास नकार दिला, त्यामुळे आपण आपले तैवानमधील उद्योगपती असलेले वडील मिस्टर वेन शिनहाऊ यांना ही घटना कळवली. त्यांनी राजकीय पातळीवर हालचाली करून सेलांगतीच्या सरकारला या गंभीर गुन्ह्याची दखल घेणे भाग पाडले. त्यानंतरच हा प्रकार उघडकीस आला. पोलिसांनी निरीक्षक हबीब व महिला पोलीस साफिरा यांना अटक केल्यानंतर अधिक तपशील उघडकीस

आला. डॉ. अन्वर यांनी २७ जुलैस सकाळी ११ वाजता निरीक्षक हबीब यांना आपल्या कार्यालयात बोलावून, विश्वासात घेऊन सांगितले, की त्यांचे व सेरेनाचे गेली चार वर्षे अनैतिक संबंध होते. बरेच वेळा ते परदेश दौऱ्यावर असताना सेरेना त्यांच्यासोबत असे. अलीकडे सेरेनाने डॉ. अन्वर यांनी तिच्याशी विवाह करायचा अट्टहास धरला होता. आतापर्यंत गुप्ततेत ठेवलेले आपले संबंध आपण आता जगजाहीर करू, अशी तिने डॉ. अन्वरना धमकी दिली होती. सेरेना २७ तारखेस डॉ. अन्वर यांच्या पत्नीस भेटण्यासाठी त्यांच्या निवासस्थानी दुपारी चार वाजता गेली होती. त्या वेळी तेथील सुरक्षा कर्मचाऱ्याने तिला घरात जाऊ दिले नाही. डॉ. अन्वर यांना ही गोष्ट कळल्यानंतर त्यांनी सेरेनाला चर्चेसाठी आपल्या कार्यालयाकडे बोलावून घेतले. आपण सामोपचाराने यातून मार्ग काढू, अशी तिची भलावण करून तिला चर्चेमध्ये गुंतवून ठेवले. दरम्यान, तेथे साध्या वेशातील निरीक्षक हबीब व महिला पोलीस साफिरा पोहोचले. त्यानंतर डॉ. अन्वर तेथून निघून गेले. निरीक्षक हबीब यांनी डॉ. अन्वर यांच्या सांगण्यावरून सेरेनाचा ०.३२ पिस्तुलाने डोक्यात गोळी घालून खून केला व स्फोटके लावून मृतदेहाची विल्हेवाट लावायचे ठरवले, असे आपल्या जबाबात म्हटले आहे.'

ही बातमी प्रसिद्ध झाल्यानंतर वर्तमानपत्रात पुढील कित्येक दिवस त्या विषयावर अधिक बातम्या छापून आल्या. डॉ. अन्वर यांच्या अभ्यासू व्यक्तिमत्त्वाची सर्वत्र ख्याती होतीच, पण त्यांच्या हातून मनुष्यवधासारखा गंभीर गुन्हा व्हावा, हे सर्वांना अनाकलनीय होते. ही सेरेना कोण होती, याचा शोधक पत्रकारांनी पाठपुरावा केला. सेलांगतीचे आघाडीचे वर्तमानपत्र 'सेला-सागर'च्या रविवारच्या पुरवणीत 'व्यासंगी व्यक्तिमत्त्वाला भुरळ घालणारी मेनका– सेरेना' हा विस्तृत लेख सेरेनाच्या नव्या-जुन्या छायाचित्रांसह प्रकाशित करण्यात आला. त्यातून तिच्याबद्दल बरीच माहिती उजेडात आली.

सेरेना मूळची तायपेची. तिचे वडील मिस्टर वेन शिनहाऊ तैवानमधले एक आघाडीचे उद्योगपती होते. त्यांचे विजेची उपकरणे, सौंदर्य प्रसाधने व कपडे तयार करण्याचे प्रकल्प साऱ्या तैवानमध्ये मोठ्या प्रमाणावर कार्यरत होते. त्यांना सेरेना व तिच्या पाठीवरची अमेलिया ही दोनच अपत्ये. रूपवान सेरेनाचा २००० मध्ये तरुण उद्योजक विली वेंची याच्याबरोबर विवाह झाला. तो तिच्या वडिलांनी जुळवून आणला होता. लग्नानंतर दीड वर्षाने तिला एक मुलगा झाला; पण त्या सुमारास तिचे व विलीचे वारंवार खटके उडू लागले. सेरेनाचे चिनी, फ्रेंच, इंग्रजी व स्पॅनिश भाषांतर प्रभुत्व होते. विलीचा विरोध न जुमानता ती मोठमोठ्या कार्यक्रमांत दुभाषी म्हणून काम पाहू लागली. बऱ्याच आंतरराष्ट्रीय परिषदांसाठी ती सरकारी शिष्टमंडळांसोबत परदेशी जाऊ लागली. तिचा वावर उच्चभ्रू वर्तुळात होऊ लागला. एव्हाना ती व

विली विभक्त झाले होते. मिस्टर शिनहाऊ यांना ही गोष्ट आवडली नव्हती. झाल्या प्रकाराने ते व्यथित झाले होते. सेरेना एका भाड्याच्या फ्लॅटवर स्वतंत्रपणे राहू लागली. तायपेमध्ये २००१ मध्ये आशिया-प्रशांत भागातील सव्वीस राष्ट्रांची 'विभागीय सामरिक आणि संरक्षणनीती' या विषयावर एक परिषद भरविण्यात आली होती. ती तैवानची राष्ट्रीय संरक्षण प्रबोधिनी व डॉ. अन्वर यांचे केंद्र यांच्या संयुक्त विद्यमाने आयोजित केली होती. सेरेनास त्या संपूर्ण परिषदेचे सूत्रसंचालन व इंग्रजीतून चिनी भाषेत भाषांतर करण्यासाठी पाचारण करण्यात आले होते. त्या परिषदेत डॉ. अन्वर यांचा खूप मोठा सहभाग होता. त्या वेळी त्या दोघांची ओळख झाली. डॉ. अन्वर यांच्या अभ्यासू व्यक्तिमत्त्वाने व त्यांच्या मुद्देसूद भाषणांनी सेरेना त्यांच्यावर भाळली असावी. त्यांच्या ओळखीचे रूपांतर मैत्रीत व मैत्रीतून प्रेमात व्हायला फारसा वेळ लागला नसावा. डॉ. अन्वर वारंवार विदेशमंत्र्यांसोबत परदेशी जात. त्या वेळी सेरेना हमखास त्यांच्या सोबत असे. सुरुवातीस तिने डॉ. अन्वर यांच्याकडे लग्नाचा अट्टहास धरला नव्हता, पण फेब्रुवारी २००४ मध्ये तिला विली वेंचीपासून घटस्फोट मिळाल्यानंतर तिने डॉ. अन्वर यांना लग्नासाठी गळ घातली. जवळजवळ दोन वर्षे 'आणखी काही दिवस जाऊ देत, पुढे पाहू' असे म्हणत डॉ. अन्वर यांनी त्यात चालढकल केली. डॉ. अन्वर यांना हे प्रकरण अंगाशी येईल, असे वाटले नव्हते; परंतु गेल्या तीन-चार महिन्यांपासून सेरेनाने आपले संबंध जगजाहीर करू, अशी धमकी द्यायला सुरुवात केली, त्या वेळी मात्र त्यांनी तिचा कायमचा काटा काढायचे ठरवले असावे. या प्रकरणाशी आपला काडीचाही संबंध नाही, असा खुलासा उपपंतप्रधान व गृहमंत्री जब्बार अली जंग यांनी केला आहे. माननीय मंत्रिमहोदयांनी डॉ. अन्वर यांना सेरेनाची समस्या सोडविण्यासाठी गुप्तपणे मदत केली असल्याच्या अफवांच्या पार्श्वभूमीवर मंत्रिमहोदयांनी जाहीर खुलासा केला.'

डॉ. अन्वर यांना चौदा दिवसांच्या न्यायालयीन कोठडीतून जामिनावर मुक्त केल्यानंतर त्यांना घ्यायला रेहाना जेव्हा तुरुंगाजवळ पोहोचली, त्या वेळी तिला तेथे जवळजवळ चाळीस-पन्नास वार्ताहर, छायाचित्रकार, दूरदर्शनच्या वाहिन्यांचे प्रतिनिधी कॅमेरे घेऊन डॉ. अन्वरना केव्हा बाहेर आणले जाते, याची प्रतीक्षा करत असलेले दिसले. आता या प्रकरणास मिळणारी प्रसिद्धी थोपविण्यास पंतप्रधान व उपपंतप्रधान काहीही करू शकत नव्हते. दोघेही या साऱ्या प्रकाराने अस्वस्थ झाले होते. गर्दीतून वाट काढत रेहाना तुरुंगाच्या दाराजवळ पोहोचली. आपले खिन्न डोळे कोणाला दिसू नयेत, म्हणून तिने काळ्या काचांचा मोठा गॉगल लावला होता. वार्ताहरांच्या प्रश्नांकडे तिने दुर्लक्ष केले. बरोबर साडेअकरा वाजता डॉ. अन्वरना सोडण्यात आले. त्यांना पाहताच वार्ताहरांनी त्यांच्यावर प्रश्नांचा भडिमार सुरू केला. काहीसे अशक्त

डॉ. अन्वर सचिंत मुद्रेने व खालच्या मानेने गाडीत बसले. कॅमेऱ्यांच्या फ्लॅशगन्स चमकत होत्या. ड्रायव्हरला गाडी तेथून मुख्य रस्त्याकडे घेऊन जाता जाता नाकी नऊ आले. कसेबसे ते घरी पोहोचले, तर घराच्या दारातही वार्ताहरांची ही गर्दी!

डॉ. अन्वर घरी जाईपर्यंत रेहानाशी एक शब्दही बोलले नव्हते. घरी गेल्यावर रेहानाने त्यांना विचारले,

''अन्वर, चहा किंवा सरबत काही हवे? तुमची अंघोळ झाल्यावर आपण जेवू. दोन आठवड्यांत किती थकल्यासारखे दिसताय?''

''मला आता काहीच नको. मी दाढी – अंघोळ आटोपतो, मग जेवू. सलीम आणि सानिया कसे आहेत?''

''दोघांनाही खूप मोठा धक्का बसला आहे. शाळेतील बरोबरीची मुले-मुली आता त्यांच्याकडे विचित्र नजरेने पाहतात. बरं, ते जाऊ दे. नंतर आपण बोलू. तुम्ही आता आवरून घ्या. किती दिवस झाले तुम्हाला अंघोळ करून कोणास ठाऊक!''

तायपे येथील मिनशेंग मार्गावरील आपल्या फ्लॅटमधून सेरेनाने २४ जुलैला सकाळी अमेलियास फोन केला.

''अमेलिया, मी उद्या विजयपुत्रला चाललेय. तेथील एका बड्या असामीशी माझे प्रेमाचे संबंध आहेत. मी आता त्याच्याशी लग्न करायच्या विचारात आहे.''

''सेरेना, अगं कोण आहे तुझा प्रियकर?''

''ते मी तुला नंतर सांगेन. खूप बडं प्रस्थ आहे. तो विवाहित आहे, पण त्याचे माझ्यावर प्रेम आहे. आता मला त्याच्याबरोबर लग्न न करता राहण्याचा कंटाळा आला आहे.''

''पण तो लग्नाला तयार आहे?''

''मागे एकदा विषय काढल्यावर तो टाळाटाळ करत होता; पण मी आता हा प्रश्न धसास लावायचं ठरवलं आहे. बऱ्या बोलानं कबूल झाला नाही, तर आपले संबंध जगजाहीर करेन, अशी धमकी द्यायला मी मागे-पुढे पाहणार नाही. अगं, तसं झालं तर तो कायमचा आयुष्यातून उठेल! पाहते ना तो कोठे जातो.''

अमेलियाने सेरेनाबरोबर झालेला संवाद आपल्या वडिलांना सांगितला. सेरेनाच्या सुरक्षिततेविषयी त्यांना चिंता वाटली. ते अमेलियाला म्हणाले,

''अमेलिया, सेरेनाच्या या हालचाली मला काही बऱ्या वाटत नाहीत. तो कोण असेल ते असो, पण आपलं वजन वापरून तिला त्रास द्यायलाही तो मागे-पुढे पाहणार नाही. तिला एकटीला तिकडे पाठवायला नको. मी काय म्हणतो, तू व जिया तिला न सांगता विजयपुत्रास का जात नाही? तिच्यावर बारकाईनं लक्ष ठेवायला हवं.''

जिया अमेलियाचा मित्र होता. त्या दोघांचे लग्न ठरले होते.

"ठीक आहे, डॅडी. मी लगेच जियाला विचारते."

जिया जायला तयार झाला. त्या दोघांनी वेगळ्या विमानाने विजयपुत्रला जायचे ठरवले. मिस्टर शिनहाऊ त्यांच्या प्रवासाचा व विजयपुत्रमधील वास्तव्यासाठी होणारा सारा खर्च करणार होते. विजयपुत्रला पोहोचल्यावर अमेलियाने सेरेनाच्या मोबाईलवर फोन करून ती कोठे उतरली आहे, याची बोलता बोलता माहिती घेतली. तिच्या हॉटेलच्या जवळच दुसऱ्या एका हॉटेलमध्ये ते उतरले. दोघे आळीपाळीने सेरेनाच्या हालचालींवर बारकाईने लक्ष देऊ लागले.

डॉ. अन्वरनी अंघोळ करून स्वच्छ कपडे परिधान केले. न्यायालयीन कोठडीत दोन आठवडे राहिल्यामुळे त्यांना त्या वातावरणाचा उबग आला होता. डेटॉल घातलेल्या पाण्याने अंघोळ केल्यानंतर त्यांना त्या वातावरणाची जळमटे झटकून टाकल्यासारखे वाटले, पण मनावरचा बोजा तसाच होता. रेहानाने स्वयंपाक्याकडून डॉ. अन्वर यांच्या आवडीची थाई चिकन करी, साधा भात व कच्च्या पपईचे थाई सॅलड करून घेतले होते. दोघेही व्यवस्थित जेवले. जेवताना दोघेही काहीसे शांतच होते. जेवण झाल्यानंतर रेहाना म्हणाली,

"अन्वर, जरा आराम करा. आता पुढे काय करायचं, ते आपण नंतर पाहू. संध्याकाळी पाच वाजता बॅरिस्टर लियाकत घरी येणार आहेत."

"रेहाना, बेडरूमकडे चल. मला तुझ्याशी काही बोलायचं आहे."

"आता माझ्याशी बोलण्यासारखं काय राहिलंय? मी गेस्टरूममध्ये पडते थोडा वेळ. या प्रकाराने माझी झोप केव्हाची उडाली आहे. आता मला तुमचा स्पर्श सहन होणार नाही, अन्वर."

"रेहाना, मला फक्त तुझ्याशी बोलायचं आहे."

"बोलायला होती ना ती मेनका! तिलाही मारून टाकलंत. आता कशाला हवी मी?"

"रेहाना, माझं ऐक तर खरं. चल, फक्त दहा मिनिटं चल माझ्याबरोबर."

रेहाना नाखुषीने तयार झाली. बेडरूममध्ये गेल्यानंतर तिने दार लावून घेतले. डॉ. अन्वर कॉटवर बसले, तर रेहाना एका खुर्चीवर.

"रेहाना, तुझा विश्वास बसणार नाही, पण मी अल्लाशपथ खरं सांगतो, माझे सेरेनाबरोबर संबंध नव्हते!"

"अन्वर, कशाला वेड पांघरताय? साऱ्या जगाला कळून चुकलं आहे, की गेली चार वर्षं तुमचे व तिचे अनैतिक संबंध होते. तिच्या पासपोर्टमधील नोंदींवरून तुम्ही व ती हाँगकाँग, क्वालालंपूर, पॅरिस, लंडन, सिडनी व इतर अनेक ठिकाणी

एकाच वेळी त्या शहरांमध्ये होता, हे शोधक पत्रकारांनी सिद्ध केलं आहे.''

''रेहाना, मी खरंच सांगतो तुला, माझे व तिचे मुळीच संबंध नव्हते. ती जब्बार अलींची रखेली होती!''

''जब्बार अलींची?'' विश्वास न बसलेल्या रेहानाने डॉ. अन्वरना खात्री करून घेण्यासाठी विचारले.

''हो. मी फक्त त्यांची ओळख करून दिली होती. परदेश दौऱ्यांदरम्यान त्या दोघांच्या गाठीभेटी मी आयोजित करत असे. जब्बार अलींचे माझ्यावर किती उपकार आहेत, हे तुला ठाऊक आहेच. त्याखातर मी नाही म्हणून शकत नव्हतो. जवळजवळ एक महिन्यापूर्वी जब्बार अलींनी मला भेटायला बोलावलं...''

''अन्वर, एक घोटाळा झाला आहे. सेरेना मला त्रास देऊ लागली आहे. माझ्याशी लग्न करा, असा तगादा तिने माझ्या मागं लावला आहे. केवळ गंमत म्हणून तिची संगत केली, पण ती गळ्यात पडेल, असं वाटलं नव्हतं. मला वाटतं तिचा कायमचा बंदोबस्त करण्याशिवाय दुसरा मार्ग नाही. सार्वत्रिक निवडणुका तोंडावर आल्या आहेत. मे २००८ मध्ये त्या झाल्यानंतर पंतप्रधानांनी आपण राजीनामा देणार आहोत व राजकारणातून निवृत्त होणार आहोत, असं जाहीर केल्याचं तुला ठाऊक आहेच. पक्षाच्या अंतर्गत गोटात माझ्याकडे त्यांचा राजकीय वारस या दृष्टिकोनातून पाहिलं जात आहे. या पार्श्वभूमीवर लोकांच्या मनात माझ्या चारित्र्याविषयी काही शंका उपस्थित झाल्या, तर माझी राजकीय महत्त्वाकांक्षा फलद्रूप होणार नाही. सेरेनाला संपवून टाकले की, प्रश्न कायमचा मिटेल. मी सी.आय.डी.तील विश्वासू पोलिसांना तुला अतिशय गुप्ततेत मदत करायला सांगतो. त्या प्रकरणाला मुळीच वाचा फुटणार नाही आणि अगदीच फुटली, तर तो दोष आपल्यावर घे. मी आजच स्वित्झर्लंडमधील जीनिव्हाच्या व्हॉन्टोबेल बँकेत तुझ्या नावे खातं उघडून त्यात दहा कोटी अमेरिकन डॉलर्स जमा करतो...''

हे ऐकताच डॉ. अन्वरना काय बोलावे कळेना.

''सर, ही गोष्ट खूप गंभीर आहे. त्या प्रकरणावर कायमचा पडदा पाडायला हवा, हेही मला मान्य आहे; पण मला यात गुंतवलं नाही तर बरं होईल. यदाकदाचित बिंग फुटलं, तर माझं भवितव्य... माझं कुटुंब...'' डॉ. अन्वर त्या प्रस्तावामुळे गोंधळून गेले होते.

''हे पाहा अन्वर, कोणालाही कळणार नाही. अगदीच प्रकरण चिघळलं, तर तुला न्यायालयातून सहीसलामत मोकळं करायची मी जबाबदारी घेतो, शिवाय अशा गोष्टी लोकांच्या फार काळ लक्षात राहत नाहीत.''

डॉ. अन्वरनी विचार केला. बहुतेक या प्रकरणास वाचा फुटणार नाही. जर

फुटली, तर काही दिवस मानहानी सहन करायची. दहा कोटी डॉलर्स म्हणजे पुढील तीन पिढ्यांचे आयुष्य सुखासमाधानात जाणार होते!

''रेहाना, तू कोणाजवळ याची वाच्यता करू नकोस. हे सारं प्रकरण यथावकाश निवळेल.''

रेहाना उठून डॉ. अन्वर बसले होते त्या कॉटकडे गेली. त्यांच्या शेजारी बसून त्यांच्या पाठीवर हात फिरवत म्हणाली,

''अन्वर, जब्बार अलींचे तुमच्यावर खूप उपकार आहेत हे नाकारता येणार नाही. यातून मोकळं झाल्यावर आपण दूर कोठेतरी स्थायिक होऊ. सध्या मला समाजात तोंड दाखवायला जागा नाही. आपण दोघं आणि आपली दोन मुलं येथून दूर जाऊ. स्वित्झर्लंडसारख्या एखाद्या देशाला!''

रेहानाच्या डोळ्यांसमोर दहा कोटी डॉलर्सच्या नोटांचा ढीग नाचू लागला!

डिसेंबर २००७ मध्ये डॉ. अन्वर, निरीक्षक हबीब व पोलीस साफिरा यांच्यावरील खुनाच्या खटल्याची सुनावणी सुरू झाली. तिघा आरोपींनी गुन्हा नाकबूल केला होता. बॅरिस्टर लियाकतनी सर्व पुरावा परिस्थितीजन्य आहे, याचा फायदा घ्यायचे ठरवले. खून झाला त्या दिवशी एका ट्रंकमधून काही ग्रंथ व फाईल्स राष्ट्रीय विदेशनीती अभ्यास व संशोधन केंद्राच्या कार्यालयातून पोलिसांच्या गाडीत ठेवल्या गेल्या होत्या. जगन्सम्राट येथील जंगलात कोणी स्फोट घडवून आणला याबाबत शंका व्यक्त केली, तिकडे पोलीस गस्त घालण्यासाठी गेले होते, डॉ. अन्वर व सेरेना यांचे संबंध केवळ व्यावसायिक पातळीवर होते, असे युक्तिवाद केले. सरकारी वकील व न्यायाधीशांवरही बराच दबाव आणला गेला होता. त्यासाठी बरेच पैसे खर्च केले गेले होते. अपेक्षेप्रमाणे न्यायालयाने तीनही आरोपींना संशयाचा फायदा देऊन दोषयुक्त केले. संपूर्ण खटल्याचे कामकाज ऐकणारे मिस्टर वेन शिनहाऊ अमेलिया व जिया यांच्यासोबत विषण्ण मनाने तायपेला परतले.

खटल्याचा निकाल जाहीर होऊन दोन आठवडे उलटले होते. मिस्टर वेन शिनहाऊंनी आपला फोन उचलला.

''मार्टिन, मला भेटायला ये.''

''कधी येऊ?''

''आज संध्याकाळी, माझ्या फार्म हाऊसवर.''

मिस्टर वेन शिनहाऊंचे तायपेच्या ईशान्येस पस्तीस किलोमीटर अंतरावरील समुद्राकाठच्या चि-लुंग या गावाबाहेरील एका टेकडीवर फार्म हाऊस होते. मार्टिन मिंग याची तायपेमध्ये खासगी गुप्तहेर संस्था होती. मिस्टर शिनहाऊ त्यांच्या

व्यावसायिक प्रतिस्पर्ध्यांच्या हालचाली जाणून घेण्यासाठी मार्टिनची वेळोवेळी मदत घेत.

"मार्टिन, मी विजयपुत्रमध्ये असताना 'सेरेना खटला' या विषयावर इंटरनेटवर प्रसिद्ध होणाऱ्या बातम्या रोज वाचत असे. एकदा माझ्या वाचनात एक खळबळजनक बातमी आली. त्यात म्हटले होते, की 'सेरेना खटल्यातील खरा आरोपी सेलांगतीतील एक अतिमहत्त्वाची व्यक्ती असून, आपल्याकडे ते सिद्ध करण्यासाठी नि:संदिग्ध पुरावे आहेत. डॉ. अन्वर व सेरेना यांचे अनैतिक संबंध नव्हते.' ही बातमी सर्फराज नावाच्या एका वादग्रस्त पत्रकाराच्या ब्लॉगवर मी वाचली."

"तुम्ही त्याच्याशी संपर्क साधायचा प्रयत्न केला?"

"हो. एका स्थानिक खासगी गुप्तहेराची त्यासाठी मदत घेतली. त्याने सर्फराजची चौकशी केली; पण त्यातून या साऱ्या प्रकरणाला वेगळंच वळण लागेल, अशी एक घटना घडल्याचं त्याला समजलं."

"काय झालं नेमकं?"

"ज्या दिवशी ती बातमी त्याच्या ब्लॉगवर प्रकाशित झाली, त्या संध्याकाळपासून सर्फराज बेपत्ता आहे!"

"असं? म्हणजे त्याच्या म्हणण्यात नक्कीच तथ्य असणार!"

"मार्टिन, मला वाटतं तू हे प्रकरण हाताळावंस. गेली काही वर्षं सेरेना चुकीच्या मार्गानं गेली, पण काहीही झालं तरी शेवटी ती माझी मुलगी होती. तिला लहानपणी अंगा-खांद्यावर खेळवल्याच्या आठवणी मला वारंवार सतावतात. जो कोणी नराधम तिच्या मृत्यूस कारणीभूत असेल, त्याला शासन व्हायलाच हवे!"

चार एप्रिल २००८ च्या 'सेला-सागर'मधील पहिल्या पानावरील ती ठळक बातमी वाचल्यावर सेलांगतीच्या जनतेला आश्चर्याचा जबरदस्त धक्का बसला. 'उपपंतप्रधान व गृहमंत्री जब्बार अली जंग यांचे दु:खद निधन. घातपाताची शक्यता. विजयपुत्र, ता. ३. सेलांगतीच्या राजकीय क्षेत्रातील एक अग्रणी नि प्रभावी व्यक्ती मानले जाणारे उपपंतप्रधान व गृहमंत्री माननीय जब्बार अली जंग यांचे काल रात्री अकराच्या सुमारास विजयपुत्र जनरल हॉस्पिटलमध्ये दु:खद निधन झाले. त्यांच्या पत्नी सुलताना बेगम यांनी आपल्या पतींची हत्या करण्यात आली असावी, अशी शंका व्यक्त केली. हॉस्पिटलमधील प्रवक्त्याने आमच्या प्रतिनिधीला सांगितले, की 'टेट्रोडेटॉक्सिन' या नावाने ओळखल्या जाणाऱ्या विषाची तीव्र मात्रा पोटात गेल्यामुळे त्यांचा मृत्यू झाला. काल संध्याकाळी माननीय मंत्रिमहोदय त्यांच्या पत्नींसमवेत संसद मार्गावरील त्यांच्या आवडीचे 'तायकुकू' या जपानी उपाहारगृहात जेवायला गेले होते. तेथून रात्री साडेनऊ वाजता ते आपल्या निवासस्थानी परतले. रात्री पावणेदहाच्या

सुमारास त्यांनी आपल्या नेहमीच्या सवयीनुसार एक ग्लास दूध घेतले. रात्री दहाच्या दूरदर्शनवरील बातम्या पाहून ते साडेदहा वाजता आपल्या बेडरूमकडे गेले, तेव्हा त्यांना श्वासोच्छ्वासात अडथळा जाणवू लागला. श्रीमती अलींनी तातडीने त्यांना विजयपुत्र जनरल हॉस्पिटलमध्ये दाखल केले; परंतु कोणतेही उपचार करायची संधी न देता अकराच्या सुमारास त्यांची प्राणज्योत मालवली. सेलांगतीच्या राजकीय क्षेत्रात अतिशय महत्त्वपूर्ण भूमिका बजावलेल्या जब्बार अलींचा जन्म १९५० मध्ये लामाक येथे झाला. कायद्याचे शिक्षण पुरे झाल्यानंतर त्यांनी १९७७ मध्ये लामाक मतदारसंघातून लोकसभेची निवडणूक लढविली व जिंकली. त्यानंतर सातत्याने आजवर ते लामाक मतदारसंघातून लोकसभेवर निवडून गेले. राजकीय वर्तुळात त्यांच्या नावाची पंतप्रधानपदासाठी जोरदार चर्चा सुरू होती. त्यांच्या हत्येमागे राजकीय विरोधकांचा हात असावा, अशी शक्यता विजयपुत्रचे पोलीस कमिशनर रेहमत बेग यांनी व्यक्त केली. पोलिसांनी 'तायकुकू' या उपाहारगृहातील सर्व कर्मचारी व त्याचे मॅनेजर, तसेच मंत्रिमहोदयांच्या निवासस्थानातील दोन सेवकांना चौकशीसाठी ताब्यात घेतले आहे. मंत्रिमहोदयांच्या अकाली निधनाबद्दल संपूर्ण देशभरात हळहळ व्यक्त केली जात आहे.'

जब्बार अलींची हत्या ही अर्थातच अतिशय धक्कादायक व खळबळजनक घटना होती. पोलीस कमिशनर रेहमत बेग यांच्या मार्गदर्शनाखाली पोलीस त्यांच्या हत्येकऱ्याचा कसोशीने शोध घेत होते. 'तायकुकू'चा जपानी मॅनेजर युजी इवासावा याची पोलीस चौकशी करत होते.

''मंत्रिमहोदयांनी कोणकोणते पदार्थ मागवले होते!''

''सामन् सुशी, कोबे बीफची तेप्पनयाकी व ट्युना साशिमी. हे पदार्थ त्यांच्या आवडीचे. महिन्यातून एकदा तरी ते माझ्या उपाहारगृहात जेवायला यायचे.''

''काल फुगूचा एखादा पदार्थ त्यांनी खाल्ला?''

''नाही. फुगू येथे मिळत नाही.''

''मंत्रिमहोदयांनी तो मागविण्याची तुला कधी विनंती केली होती?''

''नाही. पूर्वी एकदा बोलता बोलता विषय निघाला होता, तेव्हा त्यांनी टोकियोत चांगला फुगू कोठे मिळतो, याची विचारणा केली होती.''

कमिशनर रेहमत अलींना फुगू या जपानमध्ये मिळणाऱ्या दुर्मीळ माशाविषयी माहिती होती. फुगूच्या त्वचेत व यकृतात एक विषारी पदार्थ असतो. तो मासा अतिशय कौशल्याने साफ करावा लागतो. अन्यथा ते विष पोटात गेल्यास मृत्यू ओढवू शकतो. जपानमध्ये दरवर्षी जवळजवळ पन्नास जणांना फुगूची विषबाधा होते. मंत्रिमहोदयांच्या पोटातील अन्नांशात मिळालेलं 'टेट्रोडेटॉक्सिन' हेच विष

फुगूमध्ये आढळते. त्या दिवशी 'तायकुकू'मध्ये भोजन घेतलेल्यांना पोलिसांनी त्यांच्याशी संपर्क साधायचे आवाहन केले. त्यास प्रतिसाद देऊन पंचवीस जणांनी पोलिसांशी संपर्क साधला. त्यांच्यापैकी एकालाही कसलीच विषबाधा झाली नव्हती. पोलिसांनी आपला रोख मंत्रिमहोदयांच्या निवासस्थानी काम करणाऱ्या सेवकांकडे वळवला. त्या संध्याकाळी निवासस्थानी फक्त दोन सेवक होते. एक साफसफाई करणारा हुसेन व दुसरा कुक झुल्फिकार झिया. झुल्फिकारवर पोलिसांनी प्रश्नांचा भडिमार सुरू केला.

"काल सकाळपासून मंत्रिमहोदयांनी काय काय घेतलं हे नीट आठवून सांग."

"सकाळी सहा वाजता त्यांना बाईसाहेबांच्या हातच्या चहाचे दोन कप लागत. ते व बाईसाहेब बंगल्याच्या व्हरांड्यात अर्धा-पाऊण तास बसून चहा घेत. आठ वाजता त्यांनी मी बनवलेलं ओट पॉरिज घेतलं. ते साडेआठ वाजता कार्यालयाकडे जात. दुपारी जेवायला ते घरी येत. काल मी त्यांच्यासाठी बीफ केमुबू, चिनी पद्धतीच्या मिश्र भाज्या नि साधा भात असं जेवण केलं होतं. दुपारी चारच्या सुमारास ते कार्यालयात कॉफी व तीन बिस्किटं घेत. काल संध्याकाळी जेवायला बाहेर जाणार होते म्हणून काहीही स्वयंपाक केला नाही. रात्री पावणेदहाच्या सुमारास मी त्यांना एक ग्लास दूध दिलं."

"तो ग्लास कोठे आहे?"

"दूध पिऊन झाल्यावर मी रिकामा ग्लास रात्रीच हुसेनकडे दिला. रोज रात्री तो भांडी घासूनच झोपी जातो. कालही त्यानं तो ग्लास इतर काही भांड्यांबरोबर घासून त्याच्या जागी ठेवला. बाईसाहेब सकाळी चहा करायला स्वयंपाकघरात आल्यानंतर त्यांना तेथे खरकटी भांडी आवडायची नाहीत."

पोलिसांनी हुसेनचीही चौकशी केली. 'तायकुकू'चे सर्व कर्मचारी, हुसेन व झुल्फिकार यांच्या घरांची बारकाईने तपासणी केली. हुसेन व झुल्फिकार बंगल्याच्या आउटहाऊसमध्ये राहायचे. एकाच्याही घरी काहीही आक्षेपार्ह वस्तू मिळाली नाही. 'टेट्रोडेटॉक्सिन' या विषाची बाटली मिळणे तर दूरच राहिले.

कमिशनर रेहमत अस्वस्थ झाले होते. त्यांच्या हाताखालील सहा अधिकाऱ्यांना त्यांनी चर्चेसाठी बोलावले होते.

"एवढ्या मोठ्या व्यक्तीच्या हत्येकऱ्यास तुम्ही शोधू शकत नाही, ही शरमेची गोष्ट आहे. ती दुर्घटना घडून तीन आठवडे उलटले आहेत. काहीही धागादोरा हाती लागत नाही म्हणजे काय?"

"सर, आमच्या मते फक्त दोन संशयित आहेत. तायकुकूचा कुक मेजी फुकूरा आणि बंगल्यावरचा कुक झुल्फिकार. दोघांचा पूर्वेतिहास आम्ही अभ्यासला. एकाचाही कसल्या गैरव्यवहारात किंवा संशयास्पद गोष्टीशी संबंध दिसून येत नाही."

''तरीदेखील त्यांच्या हालचालींवर पुढील ८-१० महिने बारकाईने लक्ष ठेवा.''

''सर, त्या प्रकारानंतर 'तायकुकू'कडे जाणाऱ्यांचं प्रमाण एकदम कमी झालं. ते आता जवळजवळ बंद पडलं आहे. त्याचा कुक मेजी ओसाकाला जाणार आहे, असं समजलं.''

''इंटरपोलच्या मदतीने त्याच्यावर पाळत ठेवायला हवी. झुल्फिकारचं काय?''

''सध्या तो तेथेच काम करतो. या महिनाअखेरीस श्रीमती सुलताना बेगम बंगला खाली करणार आहेत. त्यानंतर तो जिंतान या आपल्या गावी जाणार, असं म्हणत होता. तेथे एक छोटं उपाहारगृह काढू इच्छितो असं म्हणाला.''

''त्याच्यावर बारकाईने लक्ष ठेवा; पण त्यापूर्वी त्याच्यावर 'थर्ड डिग्री'चा प्रयोग करून पाहा...''

जब्बार अलींच्या हत्येला एप्रिल २००९ मध्ये एक वर्ष पुरे झाले. शेवटी पोलिसांना त्यांचा हत्येकरी शोधण्यात यश आलेच नाही. सेलांगतीची जनताही हळूहळू ते प्रकरण विसरून गेली.

तायपेच्या मुख्य रेल्वे स्टेशनजवळील झाँग शिआवो मार्गावर एकापेक्षा एक प्रसिद्ध उपाहारगृहे होती. आज १२ एप्रिलला त्यामध्ये आणखी एकाची भर पडणार होती. ते होते 'शिंगलीन प्लाझा' या अतिशय महागड्या शॉपिंग मॉलमधील 'केरांबित' हे उपाहारगृह. त्या शॉपिंग मॉलमध्ये अद्ययावत 'केरांबित' हे उपाहारगृह सुरू करणारा गृहस्थ गर्भश्रीमंत असावा, कारण तेथे जागा मिळण्यासाठी त्याला लाखो तैवानी डॉलर्स खर्च करावे लागले असावेत. त्याच्या उद्‌घाटनाच्या कार्यक्रमासाठी तायपेतील अतिमहत्त्वाच्या पन्नास व्यक्तींना आमंत्रित केले होते. उद्‌घाटन तैवानचे पर्यटनमंत्री करणार होते. आपल्या भाषणात ते म्हणाले,

''तायपेमध्ये थाई, मलेशियन, भारतीय, मेक्सिकन, इटालियन, जपानी, कोरियन व अन्य देशांतील चविष्ट खाद्यपदार्थ उपलब्ध करून देणारी उपाहारगृहं आहेत; पण आजवर सेलांगतीत खाल्ले जाणारे वैशिष्ट्यपूर्ण खाद्यपदार्थ मिळण्याची सोय नव्हती. ती उणीव आज 'केरांबित'ने भरून काढली आहे. आता तायपेच्या खवय्यांना बीफ केमुबू, चिकन जेरिक, मटण दाबोंग व भाताचे मेरांग, सिंपांग व निबोंग हे व अन्य सेलांगती खाद्यपदार्थ चाखायची संधी मिस्टर अमजद अलींनी उपलब्ध करून दिल्याबद्दल मी त्यांचे आभार मानतो व त्यांना सुयश चिंतीतो.''

नंतर 'केरांबित'चे मालक अमजद अली म्हणाले,

“सेलांगतीत मिळणाऱ्या खाद्यपदार्थांवर वेगवेगळ्या देशांतील भोजनाचा प्रभाव पडला आहे. पूर्वी भारतातून आलेले राज्यकर्ते, बुद्ध राजे, इंडोनेशियातून आलेले मुसलमान धर्मगुरू व नंतर आलेले स्पॅनिश वसाहतवादी या सर्वांचा प्रभाव कमी-अधिक प्रमाणात सेलांगतीतील खाद्यपदार्थांवर दिसून येतो. हेच त्याचं प्रमुख वैशिष्ट्य आहे.” नंतर त्यांनी सर्व उपस्थितांना बुफेसाठी पाचारण केले. तेथे खास सेलांगती खाद्यपदार्थांची रेलचेल होती. सर्व उपस्थितांनी भोजनाचा यथेच्छ आस्वाद घेतला. प्रत्येकजण अमजद अलींना भेटून शुभेच्छा व्यक्त करून त्यांचा निरोप घेत होते. मिस्टर वेन शिनहाऊ मात्र त्यांना न भेटताच निघण्यासाठी उठले. अमजद अलींनी त्यांच्याकडे एक अर्थपूर्ण कटाक्ष टाकला व त्यांनी जवळजवळ एक वर्षापूर्वी दिलेल्या आश्वासनाचा शब्द पाळला, याबद्दल नजरेनेच आभार व्यक्त केले.

अमजद अलींनी अलीकडेच नवे नाव धारण केले होते. त्यांचे पूर्वीचे नाव झुल्फिकार झिया होते, ही गोष्ट तेथील उपस्थितांपैकी केवळ मिस्टर वेन शिनहाऊंनाच ठाऊक होती!

# जेमीचे जेवण

डेव्ह आणि नॅन्सी सचिंत मुद्रेने डॉक्टर काय म्हणतात याची वाट पाहत बसले होते. आत डॉक्टर जेमीला तपासत होते. जीनिव्हाच्या रू लोंबार्डवरील जनरल हॉस्पिटलच्या बाल आरोग्य विभागाचे प्रमुख डॉ. जॉन फिलिप यांनी तपासणी झाल्यावर डेव्ह आणि नॅन्सीला आत बोलावले.

''आता जेमीचा ताप उतरला आहे. व्हायरल इन्फेक्शनही आटोक्यात आलेलं आहे; पण चिंतेची एक गोष्ट अशी आहे, की तो गेल्या दहा-बारा दिवसांत खूपच अशक्त झाला आहे. मधूनमधून तो झोपेत बडबडतो. त्याच्या आवडीचे पदार्थ त्याला खायला घातले, तर त्याची प्रकृती झपाट्याने सुधारेल.'' डॉक्टर म्हणाले.

''आम्ही त्याला वेगवेगळे पदार्थ खायला दिले, तर तो खातच नाही.'' नॅन्सी म्हणाली.

''मघाशी मी त्याला तपासता तपासता विचारलं, की तुला काय खावंसं वाटतंय? तो म्हणाला...''

जीनिव्हा येथील आंतरराष्ट्रीय रेड क्रॉसच्या मुख्य कार्यालयात मी जून १९९१ मध्ये कायदा विभागाच्या प्रमुख मिसेस लुईस डोस्वाल्ड बेक यांना भेटायला गेलो होतो. माझे संयुक्त राष्ट्रसंघातील एका बैठकीचे कामकाज नुकतेच संपले होते. मिसेस डोस्वाल्ड बेक यांचा मी लंडनमध्ये शिकत असताना विद्यार्थी होतो. त्यांची भेट झाल्यावर आमच्या बऱ्याच गप्पा झाल्या.

''उमेश, तुझा व माझा संपर्कच तुटला होता. बरं झालं

आठवणीने भेटायला आलास.''

''काल तुमची सहकारी फ्रान्स्वासची व माझी भेट सिल्व्ही बॉयताँ या मैत्रिणीच्या घरी झाली. त्याच वेळी फ्रान्स्वास बोलता बोलता म्हणाली, की तुम्ही सध्या कायदा विभागाच्या प्रमुख आहात. त्याच वेळी ठरवलं, की आज तुमची भेट घ्यायचीच.''

''बरं, तू दिल्लीला कधी गेलास, तर आमच्या तेथील विभागीय कार्यालयाचा प्रमुख डेव्हिड देमिएरला भेट. मी त्याला तुझ्याविषयी कळवते.''

त्याच वर्षी नोव्हेंबरमध्ये आंतरराष्ट्रीय कायद्याच्या एका चर्चासत्रासाठी दिल्लीला जायचा योग आला. त्या वेळी डेव्हिड ऊर्फ डेव्ह देमिएरना भेटलो.

''मला लुईसनं तुमच्याबद्दल कळवलं होतं. प्रा. कदम, बरं झालं आपली ओळख झाली.''

''युद्धविषयक आंतरराष्ट्रीय मानवतावादी कायदा मला मिसेस डोस्वाल्ड-बेकनी लंडनमध्ये मी पदव्युत्तर अभ्यासक्रम करत असताना शिकवला. मला त्या विषयात खूप रस आहे. त्या विषयाशी निगडित समस्यांवर मी काही संशोधनपर लेख लिहून प्रकाशित केले आहेत.''

''या विषयावर आम्ही वेळोवेळी चर्चा, परिसंवाद, कार्यशाळा असे कार्यक्रम आयोजित करत असतो. अशा कार्यक्रमात काही व्याख्यानं देण्यासाठी तुम्हाला आमंत्रित केलं, तर तुम्ही येऊ शकाल?''

''जरूर येईन मी, मिस्टर देमिएर!''

त्यानंतर दर तीन-चार महिन्यांतून एकदा मला दिल्लीहून आमंत्रण येऊ लागले. त्या वेळी मी पुण्याच्या आय.एल.एस. लॉ कॉलेजमध्ये अध्यापन करत होतो. पुढे १९९४ पासून मी बंगळुरु येथील नॅशनल लॉ स्कूलमध्ये प्राध्यापक झालो. माझे वेळोवेळी दिल्लीला जाणे चालूच होते. एव्हाना माझी व डेव्ह देमिएर यांची चांगलीच मैत्री जुळली होती. माझ्या १९९३ मधील एका दिल्ली भेटीदरम्यान ते मला त्यांच्या निझामुद्दिन भागातील घरी जेवायला घेऊन गेले होते. त्या वेळी त्यांच्या पत्नी नॅन्सी यांचीही ओळख झाली. त्यांना दहा वर्षांचा जेमी नावाचा एक गोड मुलगा होता. त्याचे लालसर भुरे केस व निळे डोळे खूपच सुंदर दिसत होते. डेव्ह यांची १९९४ मध्ये दिल्लीहून जीनिव्हाला बदली झाली. त्यांच्या जागी मिस्टर मिशेल ड्युक्रो नवे कार्यालयप्रमुख झाले. डेव्हनी मिशेलना माझ्याबद्दल सांगितले होते. त्यांनीही मला वेळोवेळी दिल्लीला बोलावले. नोव्हेंबर १९९८ मध्ये मिशेलनी मला आंतरराष्ट्रीय रेड क्रॉससाठी विभागीय कायदा सल्लागार म्हणून पूर्णवेळ काम करायची विनंती केली.

त्यांच्या प्रस्तावावर बराच विचार केल्यानंतर मी त्यास मान्यता दिली. जानेवारी १९९८ मध्ये आम्ही बंगळुरुहून दिल्लीला प्रस्थान केले. काही कामानिमित्त मी जीनिव्हाला गेलो, की हमखास डेव्हना भेटायचो. तेही मला अगत्याने त्यांच्या घरी जेवायला घेऊन जात. अशाच एका भेटीदरम्यान डेव्ह, नॅन्सी व मी गप्पा मारत बसलो असता त्या दोघांनी मला जेमीच्या जेवणाविषयी एक गमतीदार किस्सा ऐकवला...

डेव्हनी मार्च १९९० मध्ये दिल्ली कार्यालयाच्या प्रमुखपदाची सूत्रे आपल्याकडे घेतली होती. नॅन्सीची त्याच वेळी त्याच कार्यालयाच्या चॅन्सरीची प्रमुख म्हणजे मुख्य सचिवपदी नेमणूक झाली. त्या वेळी जेमी सात वर्षांचा होता. तो ब्रिटिश स्कूलमध्ये शिकायचा. ड्रायव्हर त्याला दुपारी साडेबाराच्या सुमारास घरी घेऊन येई. जमुना नावाची तिशीची एक बाई नॅन्सीने जेमीची देखभाल करण्यासाठी नेमली होती. तिचा नवरा शिवशरण बंगल्याचा माळी होता. त्या दांपत्याला नॅन्सीने बंगल्यामागील आउटहाऊस राहायला दिले होते. रोज सकाळी एक आचारी जेमीसाठी पाश्चात्त्य पद्धतीचे भोजन बनवायचा. डेव्ह व नॅन्सी ऑफिसमध्येच एखादे सँडविच व फळ लंचच्या वेळी घ्यायचे. ते संध्याकाळी पाचच्या सुमारास घरी परतायचे. तोपर्यंत जमुना जेमीची देखभाल करायची. तिलाच दुपारी लंच गरम करून जेमीला खाऊ घालायला लागायचे; पण जेमीला ते आवडत नसे. जमुना व शिवशरण दुपारी त्यांच्या आउटहाऊसमध्ये जेवायचे. त्या वेळी जेमी जमुनाच्या मागे मागे जायचा व ते दोघे जेवायला बसल्यावर त्यांच्या जेवणाचा हट्ट धरायचा. जमुना त्याला प्रेमाने चार घास खाऊ घालायची. ती पंजाबी पद्धतीचे राजमा, छोले, माँ-की दाल, आलू मटर, पालक पनीर, फुलके, जिरा पुलाव असे पदार्थ बनवायची. ते दांपत्य शाकाहारी होते. जेमीला अल्पावधीतच त्यांच्या लज्जतदार जेवणाची चटक लागली. नंतर नंतर तो चक्क त्यांच्याच घरी जेवू लागला.

"जमुना, अगं बाईसाहेबांना हे कळलं, तर रागावतील. त्याला आपल्या जेवणाची सवय नको लावूस."

"त्यांना काही कळत नाही. तू जेमीसाठी केलेलं जेवण निझामुद्दिन रेल्वे स्टेशनवरच्या एखाद्या भिकाऱ्याला देत जा. लेकरू माझ्या हातचं आवडीनं खातंय, खाऊ दे त्याला!"

त्या दोघांना मूल-बाळ नव्हतं. जेमी जमुनाला 'जम्ना मां' असं संबोधायचा. खाऊन झाल्यावर तिला बिलगायचा. त्या वेळी जमुनाचे डोळे हमखास पाणावत. बऱ्याच संध्याकाळी डेव्ह व नॅन्सी वेगवेगळ्या दूतावासांनी किंवा

आंतरराष्ट्रीय संघटनांनी आयोजित केलेल्या मेजवान्या, स्वागत समारंभ किंवा अन्य कार्यक्रमांत मग्न असत. अशा वेळी जेमी 'जम्ना-मां'कडेच जेवायला असायचा. एव्हाना जेमीला पंजाबी पद्धतीचे जेवण अतिशय आवडू लागले होते. त्यातल्या त्यात त्याच्या आवडीचे पदार्थ होते, आलू मटर, पालक पनीर, जिरा पुलाव, काकडीचे रायते व गरम गरम फुलके! असे जेवण खाऊन तो चांगला गुटगुटीत झाला होता.

"उमेश, हा प्रकार आमच्या कधीच लक्षात आला नसता," डेव्ह रेड वाईनचा एक घोट घेऊन म्हणाले व पुढे सांगू लागले, "जेव्हा १९९४ मध्ये आम्ही जीनिव्हास आलो, तेव्हा नॅन्सीला जाणवलं, की जेमी खायची टाळाटाळ करतोय. हळूहळू त्याची प्रकृती खालावली. तो अशक्त झाला. त्या जुलैमध्ये त्याला खूप ताप आला. काही केल्या तो हटेना म्हणून आम्ही त्याला येथील जनरल हॉस्पिटलमध्ये हलवलं..."

डॉक्टर डेव्ह व नॅन्सीला म्हणाले,

"मघाशी मी त्याला तपासता तपासता विचारलं, की तुला काय खावंसं वाटतंय? तो म्हणाला, की मला जम्ना-मांच्या हातचे आलू मटर, पालक पनीर, जिरा पुलाव, काकडीचे रायते व फुलके खावेसे वाटतात. ही जम्ना-मां कोण?"

"जम्ना-मां? ती तर त्याची दिल्लीतील आया होती; पण तिच्या हातचे हे सारे पदार्थ तो केव्हा खायचा, हे आम्हाला ठाऊकच नाही." नॅन्सी विचार करत म्हणाली.

"जेमीची प्रकृती सुधारण्यासाठी ते पदार्थ त्याला देऊन पाहूया." डेव्ह डॉक्टरांना म्हणाले.

जीनिव्हाच्या कॉर्नव्हँ भागातील रू दू मॉ-ब्ला व रू द लुसाँ यांच्या कोपऱ्यावर 'द ज्युवेल ऑफ इंडिया' हे भारतीय उपाहारगृह आहे. तेथून डेव्ह नि नॅन्सी यांनी जेमीच्या आवडीचे ते सारे पदार्थ आणून त्याला खाऊ घालायचा प्रयत्न केला; पण जेमी एक घास खाऊन म्हणायचा,

"हे नाही चांगलं लागत. मला जम्ना-मांच्या हातचं जेवण हवं."

आता मात्र डेव्ह आणि नॅन्सी यांनी हात टेकले. जेमीच्या जेवणाची समस्या कशी सोडवायची, याच्यावर ते विचार करू लागले.

दिल्लीच्या आंतरराष्ट्रीय रेड क्रॉस कार्यालयाचा प्रवास विभागप्रमुख रफिक झिया याची गाडी निझामुद्दिनला पोहोचली. शिवशरण व जमुना मिस्टर ड्युक्रोंच्या

घरीच काम करायचे. त्यांना गाठून रफिक म्हणाला,

''चला माझ्याबरोबर पटकन. तुमचे दोघांचे फोटो काढायचे आहेत.''

''आमचे फोटो कशासाठी बरं?'' शिवशरणने चेहऱ्यावर आश्चर्य प्रदर्शित करत रफिकला विचारले.

''उद्या सकाळी तुम्हा दोघांचे पासपोर्ट काढायचे आहेत. काल मिशेल साहेबांना जीनिव्हावरून डेव्ह साहेबांचा फोन आला होता...'' रफिकने खुलासा केला.

त्या वेळी नुकतेच पासपोर्ट कार्यालयाने 'तात्काळ' योजनेंतर्गत काही खास तातडीच्या कारणास्तव एक दिवसात पासपोर्ट देण्याची सुविधा सुरू केली होती; पण त्यासाठी बरीच मोठी रक्कम आकारली जायची. मिस्टर ड्युक्रोंनी भारत सरकारच्या परराष्ट्र व्यवहार मंत्रालयाच्या संपर्क अधिकाऱ्याला फोन करून शिवशरण व जमुना यांचे पासपोर्ट 'तात्काळ' योजनेंतर्गत मिळावेत, यासाठी प्रयत्न करायची विनंती केली, तसेच स्वित्झर्लंडच्या राजदूतांना फोन करून स्वीस व्हिसा मिळवण्याची सोय केली. दरम्यान, रफिकने स्वीस एअरवेजच्या दुसऱ्या दिवशी रात्री म्हणजे ४ ऑगस्टच्या पहाटे जीनिव्हाला जाणाऱ्या विमानाची तिकिटे काढली. शिवशरण व जमुना यांचा आपण विलायतेला जाणार आहोत, या गोष्टीवर अजूनही विश्वास बसत नव्हता...

''त्यानंतर जेमीची प्रकृती सुधारली?'' मी डेव्हना विचारले.

''उमेश, जमुनाला पाहताच जेमीची कळी खुलली. तिने त्याच्या आवडीचे पदार्थ करून त्याला खाऊ घालायला सुरू केले आणि आश्चर्य म्हणजे एक आठवड्याच्या आत जेमी ठणठणीत बरा झाला! मी मिशेलला त्या दोघांबरोबर पंजाबी भोजनास आवश्यक असतात ते सारे मसाले पाठवायला सांगितले होते.''

''आम्ही त्या दोघांना एक महिना ठेवून घेतलं. मी जमुनाकडून काही पदार्थ करायला शिकले. एव्हाना जेमीलाही कळून चुकलं, की जम्ना-मांला दिल्लीला परत जाणं भाग आहे. ती जाताना विमानतळावर तो तिच्या गळ्यात पडून अर्धा तास हुंदके देत रडला. यथावकाश आम्ही त्याची समजूत काढली!'' नॅन्सी म्हणाल्या.

त्यानंतर माझी व डेव्ह यांची भेट दर एक-दोन वर्षांतून एकदा व्हायची. त्यांची २००२ मध्ये बँकॉक येथील आमच्या विभागीय कार्यालयाचे प्रमुख म्हणून नियुक्ती झाली. माझी २००४ मध्ये क्वालालंपूर येथे बदली झाली. बँकॉक माझ्या कार्यक्षेत्रात येत असल्याने वारंवार माझे तिकडे जाणे व्हायचे. आमची शेवटची भेट ऑगस्ट २००७ मध्ये झाली. त्या संध्याकाळी मी त्यांच्या घरी गेलो होतो.

''जेमी काय म्हणतोय?'' आमच्या काही गप्पा झाल्यानंतर मी डेव्हना विचारले.

नॅन्सी किचनमध्ये स्वीस फॉन्ड्यू करण्यात मग्न होत्या.

"उत्तम आहे. सध्या जीनिव्हा विद्यापीठात व्यवस्थापनाचा अभ्यासक्रम करतोय!"

"खरं म्हणजे तुम्ही त्याला केटरिंग कॉलेजमध्ये घालून पंजाबी जेवण शिकायला प्रोत्साहन द्यायला हवं होतं!" मी हसत व्हाईट वाईनचा एक घोट घेत म्हणालो. डेव्हही माझ्या हसण्यात सामील झाले.

डेव्ह व नॅन्सी यांची २००८ मध्ये मेक्सिकोला व माझी २००९ मध्ये इथिओपियाला बदली झाली. असे असले, तरी आम्ही ई-मेलवर सातत्याने संपर्कात असायचो. गेल्या जवळजवळ १७-१८ वर्षांत आमची मैत्री दृढ झाली होती. अलीकडेच म्हणजे जून २०१० मध्ये मला डेव्हची ई-मेल आली. ती वाचून मला आश्चर्य वाटले.

'प्रिय उमेश,

तू, नीलिमा व अक्षय कसे आहात? आम्ही सर्वजण उत्तम आहोत. जेमी गेली दोन वर्षं 'नेस्ले'मध्ये नोकरी करत आहे, हे तुला ठाऊक आहेच. तो आता २७ वर्षांचा झाला आहे. तीन महिन्यांपूर्वी 'नेस्ले'ने पुण्याजवळील लोणावळा येथे चॉकलेट्सचा नवा प्रकल्प उभा केला आहे. गेल्याच महिन्यात कंपनीने जेमीची त्याच्या व्यवस्थापकपदी नेमणूक केली. सध्या तो लोणावळ्यात राहतो. कंपनीने त्याला एका डोंगराच्या कड्याजवळ प्रशस्त बंगला दिला आहे. भारतात गेल्यावर तू पुण्यास जातोस, हे मला मागे सांगितले होतेस. लोणावळा पुणे-मुंबई मार्गावर आहे, असे जेमी म्हणत होता. तुला कधी शक्य झाले, तर जेमीची जरूर भेट घे. त्याला खूप आनंद होईल. त्याचे फोन नंबर्स व घरचा पत्ता खाली दिला आहे.

वेळोवेळी संपर्कात राहा.

तुझा मित्र
डेव्ह.'

जीनिव्हाला डेव्हकडे गेल्यावर जेमीची व माझी भेट व्हायची; पण गेली ८-९ वर्षे मी त्याला भेटलो नव्हते. जुलैमध्ये मी एकटाच पुण्याहून मुंबईला टॅक्सीने निघालो होतो. माझे इथिओपियाचे विमान रात्री उशिरा सुटणार होते. त्या दिवशी जेमीची भेट घ्यायचे ठरवले. मीही त्याला पाहण्यास उत्सुक होतो. त्या दिवशी सकाळी त्याला फोन केला, पण तो लागला नाही. शेवटी मी त्याची प्रत्यक्ष भेट घ्यायचे ठरवले. संध्याकाळी साडेसहाच्या सुमारास जेमीचे

घर शोधून काढले व त्याची बेल वाजवली. काही मिनिटांनी पन्नाशीच्या एका नोकराने दार उघडले.

"जेमी देमिएर येथे राहतात?" मी विचारले.

"हो, बरोबर. आपण कोण?"

"मी उमेश कदम, जेमीचे वडील डेव्ह यांचा मित्र. मीदेखील आंतरराष्ट्रीय रेड क्रॉसमध्ये काम करतो."

हे ऐकल्यावर तो नोकर म्हणाला,

"असं, असं. आत या साहेब. बसा हं, मी जेमीसाहेबांना बोलावतो."

मी दिवाणखान्यात स्थानापन्न झालो. घर प्रशस्त होते. समोरच्या 'फायर-प्लेस'वर डेव्ह, नॅन्सी व जेमी यांचा बँकॉकच्या शाही राजवाड्यासमोर घेतलेला मोठा रंगीत फोटो होता. भिंतीवर आल्प्स पर्वताची वेगवेगळी तैलचित्रे होती. दिवाणखान्यात उंची फर्निचर होते. इतक्यात आतून उंचा-पुरा, गोरा, भुऱ्या लाल केसांचा देखणा जेमी आला व माझ्याशी हस्तांदोलन करून म्हणाला,

"हॅलो, कदम अंकल! तुम्ही चांगलंच 'सरप्राईज' दिलंत मला. कसे आहात तुम्ही?"

"मी उत्तम आहे. तुला जवळजवळ ८-९ वर्षांनंतर भेटतोय! डेव्हनं मला तुझी भेट घ्यायला सांगितलं."

"हो, डॅडी मला मागे म्हणाले, की तुमचं पुण्याला वारंवार जाणं-येणं होतं व सध्या तुम्ही इथिओपियात असता. बरं अंकल, वेळ आहे ना? आता जेवण करूनच जायचं!"

"अरे, जेवणाचं राहू दे. तशी माझी फ्लाईट रात्री उशिरा आहे. असं करू, आपण थोडा वेळ गप्पा मारत बसू, मी निघेन साडेसात-आठच्या सुमारास!"

"अंकल, ते काही चालणार नाही! शिवशरण, जम्ना-मांला सांग एक पाहुणे आज जेवायला आहेत. बरं अंकल, तुम्हाला कसलं जेवण आवडेल? भारतीय की पाश्चात्त्य?"

"मला पंजाबी जेवण आवडतं. त्यातल्या त्यात आलू मटर, पालक पनीर, जिरा पुलाव, काकडीचे रायते व फुलके असले तर उत्तमच!" मी म्हणालो.

जेमी आश्चर्यचकित होऊन माझ्याकडे पाहतच राहिला!

## *एक होता मित्र...*

"**प्रा.** कदम, समजा जर तैवान आणि चीनमध्ये चकमकी झाल्या, तर कोणते युद्धविषयक कायदे त्यास लागू होतील?" एका उपस्थिताने प्रश्न केला. तैवानचे वादग्रस्त अस्तित्व लक्षात घेता तो प्रश्न गुंतागुंतीचा होता; पण तो मला अपेक्षित असल्याने माझे उत्तर तयार होते. युद्धांदरम्यान लागू होणाऱ्या आंतरराष्ट्रीय मानवतावादी कायद्यांचा मी रेड क्रॉसचा सल्लागार होतो. त्या वेळी माझी नेमणूक मलेशियात झाली होती नि माझे कामकाज दक्षिण-पूर्व व पूर्व आशियातील पंधरा राष्ट्रांमध्ये चालले होते. आमचे कार्यालय व तैवान विद्यापीठ यांच्या संयुक्त विद्यमाने तैवानची राजधानी तायपे येथे डिसेंबर २००६ मध्ये एक चर्चासत्र आयोजित केले होते. त्यात जवळजवळ चाळीस सरकारी अधिकारी, सैन्यातील अधिकारी, प्राध्यापक, सेवाभावी संस्थांचे प्रतिनिधी, वगैरे सहभागी झाले होते. त्यातील एका सत्राचे मी सूत्रसंचालन करत होतो.

तो प्रश्न ऐकल्यावर मी समोर दुसऱ्या रांगेत बसलेल्या मा-यिंग जौकडे एक कटाक्ष टाकला. आमच्या काल झालेल्या गप्पांची आठवण झाली. तो मला म्हणाला होता,

"उमेश, उद्या तुला अडचणीत टाकणाऱ्या काही प्रश्नांना उत्तरं द्यावी लागतील, बरं का!"

"हे पाहा मा-यिंग, ते मला अपेक्षित आहे. मी संभावित प्रश्नांच्या उत्तरांची केव्हाच तयारी केलेली आहे!"

आम्ही तायपे शहरातून वाहणाऱ्या तानशुई नदीच्या काठावरील हुआनहो रस्त्यावरील 'चुंगसिआवो' या उपाहारगृहात

जेवायला गेलो होतो. मा-यिंग तैवान विद्यापीठात आंतरराष्ट्रीय कायद्याचा प्राध्यापक होता. त्याचा व माझा परिचय गेल्या तीन वर्षांचा. मलेशियात कामाला सुरुवात केल्यानंतर लगेचच म्हणजे मार्च २००४ मध्ये मी पहिल्यांदा तैवानला गेलो. माझ्या काही सहकाऱ्यांनी तेथे आमच्या कामकाजात मदत होण्यासाठी काही व्यक्तींच्या ओळखी करून घ्यायचा सल्ला दिला होता. त्यापैकी एक व्यक्ती होती प्रा. मा-यिंग जौ. अंदाजे पंचेचाळीस वयाचा मा-यिंग उंचेला, गोरा व प्रसन्न व्यक्तिमत्त्वाचा होता. गेली जवळजवळ पंधरा वर्षे तैवान विद्यापीठात आंतरराष्ट्रीय कायदा शिकवत होता. आंतरराष्ट्रीय रेड क्रॉसमध्ये कामकाजास सुरुवात करण्यापूर्वी मीदेखील आंतरराष्ट्रीय कायद्याचा प्राध्यापक होतो. पहिल्या भेटीतच आम्हा दोघांची तार चांगलीच जुळली. मा-यिंगने १९८७ मध्ये कोलंबिया विद्यापीठातून आंतरराष्ट्रीय कायद्याची पदव्युत्तर पदवी संपादन केली, तर मी लंडन विद्यापीठातून १९८४ मध्ये. मा-यिंग माझ्यापेक्षा तीन-चार वर्षांनी लहान होता. युरोप-अमेरिकेतील ज्या चार-पाच आंतरराष्ट्रीय कायद्याचा प्रसार करणाऱ्या संस्थांचा अभ्यास व संशोधन सत्रांमध्ये मी भाग घेतला होता, त्यात मा-यिंगनेदेखील भाग घेतला होता; पण अशा सत्रांत आम्ही दोघे केव्हाच एकत्र नव्हतो. असे असले, तरी आमचे प्रशिक्षक तेच होते, त्याच शहरांमध्ये आम्ही कित्येक दिवस वास्तव्य केले, त्यामुळे आम्हाला त्या विषयांवर बोलण्यासारखे खूप होते. आमची मैत्री व्हायला खूप वेळ लागला नाही. माझी तैवानला वर्षातून तीन-चार वेळा फेरी व्हायची. प्रत्येक खेपेस मा-यिंग माझ्या दिमतीला हजर असायचा, मला वेगवेगळ्या उपाहारगृहांत जेवायला, चिनी ऑपेरा व इतर सांस्कृतिक कार्यक्रम पाहायला, शहरातील सुंदर स्मारके, बगीचे दाखवायला घेऊन जायचा. आम्ही शक्यतो त्याच्या मोटारसायकलवरून फिरत असू.

काल 'चुंगसिआवो'मध्ये गप्पा मारताना मा-यिंग मला म्हणाला होता,

''उमेश, तुला चीन व तैवान यांचा इतिहास, त्यांचे संबंध, तैवानच्या स्वतंत्र अस्तित्वावरून झालेला वाद या साऱ्यांपासून आंतरराष्ट्रीय कायद्याचे जे गुंतागुंतीचे प्रश्न उद्‌भवलेले आहेत, त्याची चांगलीच जाणीव आहे; पण उद्या सैन्यातील काही अधिकारी तुला राजकीयदृष्ट्या अडचणीत टाकणारे काही प्रश्न विचारून त्याबाबतीत रेड क्रॉसचं काय मत आहे, हे अजमावण्याचा प्रयत्न करणार, यात शंका नाही. तू येथे जे बोलशील, ते लगेचच 'बीजिंग'पर्यंत पोहोचेल. तुमचे तिकडेही मोठ्या प्रमाणावर कामकाज चालत असल्याने तुला 'बीजिंग'लाही दुखवून चालणार नाही. तुला तारेवरची कसरत करावी लागेल!''

''मा-यिंग, अशा प्रश्नांना मी डावलणार नाही. माझी व ओघाओघाने रेड क्रॉसची भूमिका अशी आहे, की...'' मी त्याला खुलासा केला.

चीन आणि तैवान यांच्या परस्पर संबंधांचे आंतरराष्ट्रीय कायद्याच्या दृष्टिकोनातून विश्लेषण करणे तसे सोपे नव्हते. त्याचे कारण त्यांचा जवळजवळ गेल्या पन्नास वर्षांचा इतिहास. एकोणिसाव्या शतकाच्या अखेरीस चिनी सम्राटांच्या मनमानी कारभारास कंटाळून जनतेने डॉ. सुन यात्सेन यांच्या नेतृत्वाखालील राष्ट्रवादी लढ्यास पाठिंबा दिला. यथावकाश १९१२ मध्ये तो लढा यशस्वी होऊन डॉ. यात्सेन यांच्या नेतृत्वाखालील राष्ट्रवादी 'कुओमिनतांग' पक्षाचे सरकार अस्तित्वात आले; पण १९४० च्या दशकात चीनमध्ये माओंच्या साम्यवादी चळवळीने उग्र रूप धारण केले व राष्ट्रवादी लोकशाही सरकार हटविण्यासाठी हालचाली सुरू केल्यानंतर त्या चळवळीस हिंसक वळण मिळाले, तसेच १९३७ पासून जपानने चीनवर केलेला हल्ला व घेतलेला कब्जा यामुळे सरकारला साम्यवादी योद्ध्यांना नामोहरम करणे अशक्य झाले होते. यथावकाश साम्यवादी योद्ध्यांनी आपला प्रभाव वाढवला व सरकारची पीछेहाट चालवली. जवळजवळ संपूर्ण चीनमध्ये त्यांनी आपले वर्चस्व प्रस्थापित केले. राष्ट्रवादी सरकार हळूहळू माघार घेत चीनच्या एकेकाळी 'फोर्मोसा' नावाने ओळखल्या जाणाऱ्या बेटावरच उरले. तेथून ते साम्यवाद्यांचा मुकाबला करत होते. फोर्मोसावरील जपानचा ताबा १९४५ मध्ये राष्ट्रवादी सरकारने बळाच्या जोरावर आपल्याकडे घेतला होता. दुसऱ्या महायुद्धात जपानची पीछेहाट होत होतीच. राष्ट्रवादी सरकार व साम्यवाद्यांमध्ये तुंबळ युद्ध सुरू झाले. ते पाहून संयुक्त राष्ट्रसंघाने शांतता प्रस्थापित करण्यासाठी त्यात हस्तक्षेप केला व युद्धबंदी करण्यासाठी साम्यवाद्यांवर व राष्ट्रवादी सरकारवर दबाव आणला. त्या समस्येवर तोडगा निघेपर्यंत 'जैसे थे' परिस्थिती ठेवायचा त्यांना सल्ला दिला. तो दोघांनी मानला. एव्हाना चीनच्या मुख्य भूमीवर साम्यवादी सरकार अस्तित्वात आले होते. फोर्मोसा, ज्याला नंतर तैवान असं संबोधण्यात आलं– मात्र राष्ट्रवादी 'कुओमिनतांग' सरकारच्या ताब्यात राहिलं. त्याने संपूर्ण चीनचे पूर्वीचे नाव 'चिनी गणराज्य' कायम ठेवले. त्या वेळी तैवानच्या नेत्यांना स्वतंत्र सार्वभौम राष्ट्राची घोषणा करता येणे अशक्य नव्हते; पण त्यास नव्या चिनी सरकारने विरोध दर्शविला व तसे केल्यास संयुक्त राष्ट्रसंघास न जुमानता तैवानवर हल्ला केला जाईल, अशी धमकीही दिली.

इकडे तैवानच्या नेत्यांनाही स्वतंत्र राष्ट्राची घोषणा करायची नव्हती. त्यांचा असा दावा होता, की चीनच्या मुख्य भूमीवरील साम्यवादी सरकार बेकायदेशीर आहे. आम्ही साम्यवाद्यांचा प्रभाव कमी झाला, की पुन्हा एक होणार आहोत, त्यामुळे स्वतंत्र राष्ट्राची घोषणा करून आम्हाला एकीकरणाच्या प्रक्रियेत आडकाठी आणायची नाही. असे असले, तरी तैवानमध्ये स्वतंत्र राष्ट्रात असते, तसे प्रशासन स्थापण्यात आले. आज तैवानमध्ये स्वतंत्र सरकार, संसद, सैन्यदल व कायदे

आहेत. त्याचे स्वत:चे वेगळे चलन आहे नि वेगळी अर्थव्यवस्था आहे. तेथील नागरिकांकडे तैवान ऊर्फ चिनी गणराज्याचे पासपोर्ट आहेत. त्याचे बऱ्याच राष्ट्रांशी मैत्रिपूर्ण संबंध आहेत नि राजदूतांसारखे प्रतिनिधी दूतावासांसारख्या वाणिज्य कार्यालयात नेमले आहेत. सारे काही स्वतंत्र राष्ट्रासारखे असले, तरी तैवान स्वत:ला स्वतंत्र राष्ट्र म्हणवून घेत नाही. काही तैवानी नागरिक व नेते तशी घोषणा करावी या मताचे आहेत; पण तसे केल्यास चीनकडून हल्ला होण्याची भीतीदेखील आहे.

त्या दिवशी संध्याकाळी सहाच्या सुमारास चर्चासत्र संपले. मा-यिंग माझ्याकडे येऊन म्हणाला,

''उमेश, तू मात्र प्राध्यापकापेक्षा मुत्सद्दी व्हायला हवं होतंस! साऱ्या प्रश्नांना तू रेड क्रॉसचं नि:पक्षपाती धोरणाचं तत्त्व अनुसरून जी उत्तरं दिलीस ती अगदी योग्य होती!''

''तसं करणं आवश्यक होतं. बरं, ते जाऊ दे. आज संध्याकाळचा काय प्रोग्रॅम, मा-यिंग? जरा श्रमपरिहार व्हायला हवा बरं का!'' मी हसत हसत म्हणालो.

''हे पहा, आता सहा वाजत आलेत. आपण तुझ्या हॉटेलवर जाऊ. तू फ्रेश हो. नंतर तुला एका खास ठिकाणी जेवायला घेऊन जायचा विचार आहे नि तुझ्याशी एका खास विषयावर बोलायचंही आहे; पण ते तेथे गेल्यानंतरच!''

मा-यिंगने माझी उत्सुकता वाढवली होती. आम्ही त्याच्या मोटारसायकलवरून हॉटेलवर गेलो. तेथून अर्ध्या तासाने बाहेर पडलो.

''आज कोठे घेऊन जाणार आहेस?'' मी मा-यिंगला विचारले.

'' 'यांग-कांग' मार्गावरील 'दिन-ताम-फंग' या उपाहारगृहात!''

''तू मला कोठेही घेऊन जा, पण तेथे काय खायला घालणार आहेस, हे आधी सांग!'' मी म्हणालो. काही चिनी खाद्यपदार्थांची चव व ते ज्यापासून बनवलेले असतात ते मांस बऱ्याच वेळेस आपल्याला रुचणारे नसते म्हणून खबरदारी घेणे आवश्यक होते. पूर्वी मला तैवानमध्ये एक गमतशीर अनुभव आला होता. कोल्हापूरचा माझा मित्र डॉ. गिरीश वझे त्याच्या व्यवसायानिमित्त बऱ्याच वेळेस तैवानला जायचा. एकदा मी सुटीसाठी कोल्हापूरला गेलो असता गिरीशची भेट झाली. मी त्याला म्हणालो,

''गिरीश, पुढच्या महिन्यात मी तायपेला जाणार आहे. माझी तिकडे जायची पहिलीच वेळ आहे!''

''असं? तू तेथील एका खास उपाहारगृहात जायला विसरू नकोस!'' गिरीश म्हणाला. आम्ही दोघेही खवय्ये, त्यामुळे त्याला तेथील खास ठिकाणे ठाऊक असणे साहजिकच होते. तो म्हणाला,

"तुला त्या उपाहारगृहाचं नाव, पत्ता व तेथे मिळणाऱ्या एका खास पदार्थाचे नाव लिहून देतो."

गिरीशने दिलेला कागद जपून ठेवला. नवख्या ठिकाणी अशा माहितीचा उपयोग होतो, हा माझा अनुभव. तायपेला गेल्यानंतर ते उपाहारगृह शोधून काढले व तो पदार्थ मागवला. एक प्रकारच्या माशाचे वेगवेगळ्या भाज्या घालून केलेले ते सूप चवीला अप्रतिम होते. साध्या भाताबरोबर ते खायची प्रथा होती. बिल देता देता वेटरला म्हणालो,

"जेवण छान होते. कोणत्या माशाचे सूप होते ते?"

त्यावर आश्चर्यचकित झालेला वेटर मला म्हणाला,

"सूप माशाचे नव्हते, सापाचे होते!"

हे मला आधी ठाऊक असतं, तर ते मी नक्कीच मागवला नसते. मनातल्या मनात म्हणालो, 'गिरीश, थांब, मला कोल्हापूरला येऊ दे, मग तुला पाहून घेतो!

या पार्श्वभूमीवर मी मा-यिंगला आज काय खायचे आहे, हे विचारले होते. तो म्हणाला,

"तेथे फक्त 'शिआवो-लोंग-बाओ' म्हणजे पोर्कच्या खिम्याचे रसाळ डंपलिंग मिळतात. तुला चालेल ना?"

"नक्कीच चालतील!" मोदकासारखे चिनी डंपलिंग मला आवडायचे. आम्ही त्या उपाहारगृहाजवळ जाऊन पोहोचलो, तर त्याच्या दारात लांबलचक रांग लागलेली होती. सारेजण आपल्याला जागा केव्हा मिळेल, यासाठी उतावीळ झाले होते. ते पाहून मी म्हणालो,

"आता आपल्याला दुसरीकडे जावे लागेल."

"मुळीच नाही. मघाशी मी या उपाहारगृहाच्या मालकांना फोन केला होता. त्यांनी आपली बसायची वेगळी व्यवस्था केली आहे. त्यांचा मुलगा माझा विद्यार्थी आहे."

आम्ही स्थानापन्न झालो. मा-यिंगने डंपलिंग व ताकासागो बीयर मागवली. आमच्या गप्पा पुढे सुरू झाल्या.

"उमेश, तुला ठाऊक आहे, अजून एक वर्षभराने तैवानच्या अध्यक्षपदाची निवडणूक होणार आहे?"

"हो, सध्याच्या अध्यक्षांच्या गैरकारभाराविषयी मी बरंच वाचलं आहे!"

"मी कुओमिनतांग पक्षाचा सदस्य आहे. आमच्या पक्षाच्या उमेदवाराची निवड पुढच्या महिन्यात होणार आहे."

''असं? तुझा कोणी जवळचा मित्र अध्यक्षपदाच्या शर्यतीत उतरणार आहे की काय?''

''कार्यकारिणीत माझ्या नावाची जोरदार चर्चा सुरू आहे!'' मा-यिंग बीयरचा एक घोट घेऊन म्हणाला.

''खरंच की काय? तसं झालं आणि तू तैवानचा अध्यक्ष झालास, तर मला खूप आनंद होईल. तुझी राजकीय महत्त्वाकांक्षा मला ठाऊक नव्हती!''

''सध्याचे अध्यक्ष चेन-शुई बियान यांच्या तैवानने टप्प्या-टप्प्याने स्वातंत्र्याकडे व सार्वभौमत्वाकडे वाटचाल करावी या धोरणाने तैवान-चीन यांच्या संबंधात खूप तणाव निर्माण झाला आहे. चीन आपल्या बळावर व विभागीय वर्चस्वावर तैवानवर दबाव आणत आहे. इतर राष्ट्रांनी तैवानबरोबर आर्थिक व राजकीय संबंध ठेवू नयेत, व्यापार करू नये यासाठी प्रयत्नशील आहे. त्याचा परिणाम तैवानच्या अर्थव्यवस्थेवर व पर्यायाने रोजगारावर झाला आहे. महागाई पराकोटीची वाढली आहे. सर्वसामान्य माणसास जगणं कठीण झालं आहे, तसेच अध्यक्ष व त्यांच्या कुटुंबीयांवर भ्रष्टाचाराचे आरोप आहेत. या पार्श्वभूमीवर विरोधी पक्ष असलेला 'कुओमिनतांग' स्वच्छ प्रतिमा असलेला व चीनशी संबंध सुधारण्याच्या धोरणाचा पाठपुरावा करणारा उमेदवार निवडणार आहे. पक्षातील माझ्या काही मित्रांनी माझ्या नावाचा पुरस्कार केला...''

जानेवारी २००८ मध्ये मा-यिंग जौच्या पक्षाने ११३ पैकी ८१ जागा जिंकून निर्विवाद बहुमत सिद्ध केले ही बी.बी.सी.वरील बातमी ऐकून मला आनंद झाला. त्याचा शपथविधी २ फेब्रुवारीस होणार होता. त्याचे अभिनंदन कसे करावे, या विचारात मी होतो. त्याचा ई-मेल माझ्याकडे होताच. मी लागलीच त्याला अभिनंदनपर संदेश पाठवला. तो पाठवून आठ दिवस झाले, तरी त्याचे उत्तर आले नाही. आता त्याला त्यासाठी वेळ मिळणे दुरापास्त होते.

जानेवारीच्या २० तारखेस सकाळी अकराच्या सुमारास मी कार्यालयात एक रिपोर्ट तयार करत होतो. इतक्यात आमच्या कार्यालयाची स्वागतिका रंजिता हिचा मला फोन आला.

''मिस्टर कदम, तुम्हाला भेटायला तैवानच्या वाणिज्य कार्यालयातील दोन अधिकारी आले आहेत.''

''पाठव बरं त्यांना.'' मी जरा आश्चर्यानेच म्हणालो. त्यांनी माझ्याकडे काय काम काढले असावे, याचा अंदाज करू लागलो. ते दोघे माझ्या खोलीत आले व त्यांनी आपली ओळख करून दिली.

''मिस्टर कदम, आम्हाला तायपेवरून काल एक महत्त्वाचा निरोप आला

आहे. आपण नवनिर्वाचित अध्यक्षांच्या शपथविधी समारंभास उपस्थित राहावे, असे आमंत्रण आमच्याकडे आले आहे. तुम्ही तुमचा पासपोर्ट आमच्याकडे द्या. आम्ही तुमचा व्हिसा व विमानाचे तिकीट उद्या सकाळी घेऊन येऊ. आपली राहायची सोय राष्ट्रपती भवनात केली आहे. हे घ्या तुमचे आमंत्रण.''

त्यांनी दिलेल्या आमंत्रणाचा कागद मी घेतला. त्यावर मा-यिंगची सही होती. तो मला विसरला नव्हता तर! मी त्या अधिकाऱ्यांना म्हणालो,

''मी त्या समारंभास हजर राहू शकत नाही. फेब्रुवारीच्या १ तारखेस मला बाली येथे एका महत्त्वाच्या चर्चासत्रासाठी जायचे आहे. त्याच्या संयोजकांना मी खूप पूर्वी माझा होकार कळवला आहे. मी ऐनवेळी त्यांना 'येऊ शकणार नाही' असं कळवलं, तर त्यांची खूप पंचाईत होईल. तुम्ही कृपया नवनिर्वाचित अध्यक्षांना माझी दिलगिरी कळवा.''

हे ऐकताच त्या दोघांना आश्चर्य वाटले. त्यांची खात्री होती, की मी माझी सारी कामे बाजूला सारून ते आमंत्रण स्वीकारेन. अध्यक्षांच्या शपथविधीचे आमंत्रण नाकारणारा हा गृहस्थ चमत्कारिक असावा, अशा नजरेने पाहत त्यांनी माझा निरोप घेतला.

मा-यिंगचा शपथविधी सोहळा मी दूरदर्शनवर पाहिला. अध्यक्षपदाची सूत्रे हाती घेतल्यानंतर अल्पावधीतच त्याने तणावपूर्ण चीन-तैवान संबंध सुधारण्यावर भर दिला. त्याचे परिणाम दिसून येऊ लागले. तैवानची आंतरराष्ट्रीय व्यापारात प्रगती होऊ लागली. रोजगार वाढले व महागाई कमी झाली अशा बातम्या वाचनात येऊ लागल्या. मा-यिंगची प्रतिमा अतिशय स्वच्छ होती. त्याने अध्यक्षपदाचा डामडौल बाजूला सारून पूर्वीची साधी राहणीकरणी तशीच चालू ठेवली. त्याची पत्नी एका कन्याशाळेची मुख्याध्यापिका होती. ती नोकरी तिने चालूच ठेवली. इतकेच काय, पूर्वीप्रमाणे आजही ती सार्वजनिक बसनेच कामावर जायची. मला मा-यिंगचा अभिमान वाटला.

त्यानंतरच्या माझ्या कोल्हापूर भेटीदरम्यान गिरीशची भेट झाली. मी त्याला मा-यिंगबद्दल सांगितले. तो म्हणाला,

''तुझ्या बाली येथील चर्चासत्रामुळे तुझी एक अनोखी संधी हुकली. अध्यक्षांच्या शपथविधी समारंभाचा खास आमंत्रित म्हणजे तेथे तुझी किती चांगली बडदास्त ठेवली गेली असती!''

''पण गिरीश, त्या वेळी मला बालीला जायचं नव्हतंच. मी त्या तैवानी अधिकाऱ्यांना चक्क थाप ठोकली!'' मी म्हणालो.

''म्हणजे त्या वेळी तू मोकळा होतास?'' गिरीशने आश्चर्याने विचारले.

“अर्थातच; पण ते आमंत्रण सरळसरळ नाकारण्यापेक्षा काहीतरी सबब पुढे करणं आवश्यक होतं.” मी म्हणालो.

“पण तू तसं का केलंस?”

“आम्ही आंतरराष्ट्रीय रेड क्रॉससाठी काम करताना उच्चपदस्थांशी चांगले संबंध ठेवतो, पण ते फक्त व्यावसायिक पातळीवर. राजकीय पुढारी व नेते यांच्याबरोबरील वैयक्तिक पातळीवरील मैत्री आमच्या नि:पक्षपाती व तटस्थतेने काम करायच्या तत्त्वांच्या आड येते. अर्थात अशी मैत्री असण्याबद्दल आमच्या आचारसंहितेत काही स्पष्ट निर्बंध नाहीत, पण आम्ही स्व-संयमाखातर काही गोष्टी टाळतो, वर्ज्य मानतो. त्याचाच एक भाग म्हणून मी ते आमंत्रण स्वीकारलं नाही.”

“असं होय? आता तू हा खुलासा केल्यावर समजलं, की ती सुवर्णसंधी तू का डावललीस.”

“तुला एक सांगतो गिरीश, माझ्या एका सुस्वभावी, अभ्यासू व दिलदार मित्रास पारखा झाल्याचं मला दु:ख झालं, पण त्याचबरोबर तैवानच्या जनतेस एक स्वच्छ प्रतिमेचा, त्यांच्या समस्या दूर करायची तळमळ असलेला, पुरोगामी विचारसरणीचा नेता मिळाला याचं समाधानही झालं!”

# अश्राप आश्रयदाता

"उमेश, मी थोड्याच वेळात लांताऊ बेटावरील पो-लिन भागाकडे जाणार आहे. तुला चलायचंय माझ्याबरोबर? तेथील तियान-तान बुद्धाचा पुतळा तू पाहिला आहेस?" फ्रेडरिकने मला विचारले.

"मी येईन तुझ्याबरोबर, फ्रेड. तो पुतळा मी पाहिला नाही. त्याच्याबद्दल मी बरंच ऐकलं आहे. या किंवा पुढच्या खेपेस मी तिकडे जायचा विचार करतच होतो. आज मी मोकळाच आहे." मी म्हणालो.

हाँगकाँग रेड क्रॉसच्या हॅरकोर्ट मार्गावरील मुख्य कार्यालयातील माझी बैठक नुकतीच संपली होती. दुपारचे तीन वाजले होते. मार्च २००८ मध्ये मी क्वालालंपूरहून हाँगकाँगला गेलो होतो. आंतरराष्ट्रीय रेड क्रॉसमध्ये आंतरराष्ट्रीय मानवतावादी कायद्याचा प्रसार करण्यासाठी मी विविध उपक्रम राबवत होतो. त्या कायद्याचा विद्यार्थिवर्गात प्रसार व्हावा, या दृष्टिकोनातून त्याच्याशी निगडित विषयावर अभिरूप न्यायालय स्पर्धा भरवण्याचा प्रस्ताव जून २००४ मध्ये हाँगकाँग रेड क्रॉसचे सचिव फ्रेडरिक फांग यांना पाठवला होता. तो त्यांना आवडला. माझ्या कार्यालयाच्या व हाँगकाँग रेड क्रॉसच्या संयुक्त विद्यमाने २००५ पासून आशिया प्रशांत विभागातील प्रमुख देशांतील विद्यार्थ्यांच्या संचासाठी ही स्पर्धा सुरू करण्यात आली व अल्पावधीत तिला विद्यार्थिवर्गातून उत्स्फूर्त प्रतिसाद मिळाला.

दरवर्षी मार्चच्या दुसऱ्या आठवड्यात ती आयोजित करायचे ठरले. यथावकाश माझी व फ्रेडरिक फांगची मैत्री झाली.

चाळिशीचा फ्रेड किंचित स्थूल, मोठे टक्कल असलेला, हसऱ्या गोल चेहऱ्याचा होता. त्याचा गोल काचांचा चष्मा त्याच्या टक्कल पडलेल्या गोल चेहऱ्याला शोभून दिसत असे. स्पर्धेच्या वेळी तिचा सहसंयोजक व परीक्षक या नात्याने मला हजर राहणे क्रमप्राप्त होते. त्यानिमित्ताने माझी व फ्रेडची भेट व्हायची. आम्ही संध्याकाळी एखाद्या बारमध्ये रंगात येऊन गप्पा मारत असू किंवा छानपैकी कँटोनिज पद्धतीच्या चिनी जेवणाचा आस्वाद घ्यायला जात असू.

हाँगकाँग प्रशासनाच्या अखत्यारित हाँगकाँग बेटाशिवाय जवळचा कौलून व 'नवीभूमी' नावाने ओळखला जाणारा प्रदेश, तसेच लांताऊ व अन्य छोटी छोटी बेटे येत. लांताऊ बेटावरील पो-लिन या खेड्याजवळ १९९३ मध्ये एक प्रचंड बुद्धस्मारक स्थापले आहे, हे माझ्या वाचनात आले होते. तेथे ११० फूट उंचीचा २५० मेट्रिक टन वजनाचा गौतम बुद्धाचा भव्य बैठा पुतळा एका टेकडीवर बसवण्यात आला आहे व तो पाहण्यास देशोदेशीचे प्रवासी तिकडे जातात, असेही मी वाचले होते. तो पाहण्याची मला खूप उत्सुकता होती.

"उमेश, लांताऊला फेरीनं किंवा गाडीनं जाता येतं. आज आपण गाडीनं जाऊ, कारण फेरीला खूप वेळ लागतो व फेरीच्या धक्क्यापासून डोंगरावरील पो-लिनला जायला टॅक्सी करावी लागते."

"ठीक आहे. तू आज तिकडे काय काम काढलं आहेस?" मी फ्रेडच्या 'किया' गाडीत बसता बसता विचारले.

"पो-लिनला एक प्रचंड बुद्धविहार आहे. त्याच्याशेजारी हाँगकाँग रेड क्रॉसमार्फत चालवण्यात येणारा एक वृद्धाश्रम आहे. त्याच्या व्यवस्थापकांना मला काही कामासाठी भेटायचं आहे. एक तासाभरात माझं काम आटोपेल. तेथे जाण्यापूर्वी मी तुला तियान-तान स्मारकाजवळ सोडतो. ते तासाभरात पाहून घे. मी काम झालं, की तुला घ्यायला येतो."

"फारच छान. चला, आज तियान-तान स्मारक पाहायचा योग तुझ्यामुळे आला."

फ्रेडने गाडी लांताऊकडे जाणाऱ्या महामार्गावर घेतली. मार्ग जमिनीवरून व खाडीखालील बोगद्यांतून गेला होता. आम्ही लांताऊ बेटावर पोहोचल्यावर मोठा घाट सुरू झाला. जवळजवळ अर्ध्या तासाने वळणावळणांचा रस्ता एका उंच डोंगराच्या माथ्यावर पोहोचला. माथ्यावरील पो-लिन या खेड्याच्या जवळ जायच्या आधीच एका टेकडीवरील भव्य बुद्ध पुतळ्याने माझे लक्ष वेधून घेतले. फ्रेड मला त्या टेकडीच्या पायथ्याशी सोडून गेला. मी त्या पुतळ्यापर्यंत जाण्यासाठी पायऱ्या चढू लागलो. सारा परिसर माणसांनी फुलला होता. बुद्धाचे भक्त व प्रवाशांची गर्दी झाली होती. त्या जवळजवळ २७० पायऱ्या चढून मी पुतळ्याजवळ पोहोचलो.

गौतम बुद्धाचा जगातील सर्वांत मोठा खुल्यावरील पुतळा, अशी त्याची ख्याती होती. मूर्तीच्या चेहऱ्यावरील भाव अतिशय धीरगंभीर, शांत व प्रसन्न होते. तिच्याभोवती अप्सरांची शिल्पे होती. मूर्तीच्या चबुतऱ्याखाली एका दालनामध्ये बुद्ध स्मृतिभवन होते. तेथे गौतमबुद्धाच्या काही अस्थी जतन करून ठेवण्यात आल्या होत्या. त्या टेकडीवरून चोहोबाजूंचा परिसर खूपच मोहक दिसत होता. डोंगरावरील एक प्रचंड तलाव, दाट हिरवी झाडी व दूरवरचा खळाळणारा समुद्र यांचे दृश्य तासन्तास पाहत बसावे असे वाटले.

एका तासाने फ्रेडने मला ज्या ठिकाणी थांबायला सांगितले होते, तेथे जाऊन थांबलो. पाच मिनिटांत तो तेथे पोहोचला.

''कसं काय वाटलं स्मारक?''

''फारच सुरेख! सभोवतीचा परिसरही छान दिसतो टेकडीवरून. पो-लिन बुद्धविहार व वृद्धाश्रमाची इमारतही नजरेस पडली.''

''हवा स्वच्छ असेल तर मकावही दिसते!''

''असं? मला मकाव पाहायचं आहे एकदा; पण असं दुरून नाही, तिकडे जाऊन व तेथे २-३ दिवस राहून. भारतातील गोव्याप्रमाणे तेथेही पोर्तुगीजांची वसाहत होती, त्यामुळे गोवा व मकावमध्ये बरंच साम्य आहे, असं मी ऐकलं आहे. गोवा हा माझ्या खूप आवडीचा प्रदेश आहे.''

''तू हाँगकाँगहून मकावला वेगवान फेरीनं एका तासात पोहोचू शकतोस. फक्त जाताना मोजकेच पैसे घेऊन जा!'' फ्रेड हसत हसत म्हणाला. अमेरिकेतील लास व्हेगासशी स्पर्धा करणाऱ्या मकावमध्ये एकापेक्षा एक भव्य कॅसिनो म्हणजे जुगार अड्डे आहेत व मकावची अर्थव्यवस्था त्यावर अवलंबून आहे, हे मला ठाऊक होते. तिकडे साऱ्या जगातून जुगारी लोक जायचे; पण त्यात भरणा असायचा चीनमधील व दक्षिण-पूर्व आशियातील चिनी वंशाच्या लोकांचा. त्याचे कारण चिनी लोकांची जन्मजात जुगारी प्रवृती!

''फ्रेड, चिनी वंशाच्या लोकांना जुगाराचं एवढं वेड का बरं असावं?'' मी विचारले.

''का कोणास ठाऊक! कदाचित ते त्यांच्या जीन्समध्येच असावं. त्याचं अनुवंशशास्त्रीय दृष्टिकोनातून कोणीतरी संशोधन करायला हवं. रस्त्यावर लॉटरी विक्रेता दिसला, की माझाही हात न कळत पैशाच्या पाकिटाकडे जातो!'' फ्रेड हसत म्हणाला.

''तुला एक गंमत सांगतो. माझा मलेशियातील शीख सहकारी सुखदेव सिंग एकदा मलेशियाच्या उत्तरेकडील अलोर सेतार या गावी गेला होता. तेथे त्याने शिक्षकांसाठी पाच-सहा दिवसांची एक कार्यशाळा आयोजित केली होती. त्या

कार्यशाळेत जवळजवळ तीस शिक्षक सहभागी झाले होते. ते सर्व चिनी वंशाचे मलेशियन होते. कार्यशाळेच्या दुसऱ्या दिवसानंतर सुखदेवच्या लक्षात आलं, की सकाळी तो कार्यशाळेच्या कक्षात गेल्या गेल्या त्या शिक्षकांमध्ये काही कुजबुज चालायची. त्यांच्या त्यांच्यात नेत्रसंकेत व्हायचे, पण लगेच एका मिनिटात सारे शांत व्हायचे, गप्प बसायचे. नेमकं काय चाललं आहे, हे सुखदेवला कळेना. चौथ्या दिवशी मात्र त्याने चहाच्या सुटीत एका शिक्षकाला बाजूला बोलावलं व त्या प्रकाराबद्दल गप्पा मारता मारता खुलासा विचारला. तो काहीही सांगायला तयार नव्हता. सुखदेवने खोदून खोदून विचारल्यावर तो म्हणाला, ''आमच्यात रोज संध्याकाळी थोडाफार जुगार चालतो. दुसऱ्या दिवशी सकाळी तुमची पगडी कोणत्या रंगाची असेल यावर बेटिंग केलं जातं!''

''अरे, चार चिनी एकत्र आले, की कशावर बेटिंग करतील सांगता येत नाही.'' फ्रेड म्हणाला.

गप्पा मारता मारता आम्ही हाँगकाँग बेटावर पोहोचलो.

''तुला हॉटेलवर सोडतो.'' फ्रेड म्हणाला.

''अरे, मी भुयारी रेल्वेने जाईन. तू नको त्रास घेऊस.''

''ठीक आहे. बरं, सकाळी साडेआठला दोन कोचेस हॉटेलवर येतील. तू सर्वांबरोबर त्यानेच विद्यापीठात पोहोच.''

''हो, हो, माझ्या वाहतुकीची वेगळी सोय करायला नको.'' फ्रेड माझा निरोप घेऊन निघून गेला.

माझी व त्या स्पर्धेसाठी आलेल्या विद्यार्थ्यांच्या संचांची नि त्यांच्या मार्गदर्शक प्राध्यापकांची राहण्याची सोय वानचाय भागातील हेनेसी रोडवरील चाळीस मजली 'हार्बरव्ह्यु' हॉटेलमध्ये केली होती. आम्ही सर्वजण मिळून जवळजवळ साठ लोक होतो. त्या महागड्या हॉटेलचे मालक मिस्टर हॅरॉल्ड हुआन एक गर्भश्रीमंत व्यावसायिक होते. ते हाँगकाँग रेड क्रॉसला सढळ हाताने आर्थिक मदत करत. आम्हा सर्वांच्या ५-६ दिवसांच्या राहण्याची व जेवणाची सोय त्यांनी एक पैसाही न घेता केली होती. स्पर्धेच्या पहिल्या वर्षापासून पडलेला हा प्रघात त्यांनी आजवर मोडला नव्हता. ही सोय नसती, तर हाँगकाँगसारख्या महागड्या शहरात आम्हाला ती स्पर्धा आयोजित करता आली नसती.

दुसऱ्या दिवशी स्पर्धा सुरू झाली व तीन दिवसांनी संपली. शेवटच्या दिवशी संध्याकाळी सर्व स्पर्धकांना, त्यांच्या मार्गदर्शकांना, स्पर्धेच्या परीक्षकांना व संयोजकांना मि. हुआन एक मेजवानी देत. ते ती त्यांच्या हॉटेलच्या चाळिसाव्या मजल्यावरील प्रशस्त गच्चीतील 'द लाईट्स अँड स्टार्स' या इटालियन उपाहारगृहात आयोजित करत. तेथून हाँगकाँगच्या गगनचुंबी इमारतींवरील दिव्याची रोषणाई व रोज रात्री

चालणारा त्या रोषणाईचा जगातील सर्वांत मोठा ध्वनिप्रकाश कार्यक्रम, तसेच आकाशातील तारकांचे मोहक दृश्य दिसे. नैसर्गिक आणि मानवनिर्मित रोषणाईचा अभूतपूर्व संगम व त्यांचे खाडीतील पाण्यावर पडलेले प्रतिबिंब पाहत, इटालियन व्हाईट वाईन 'चियांती'चे घोट घेत, त्या उपाहारगृहाची खासियत असलेल्या चिकन टॉर्टेलिनी, रिसोतो आणि तिरामीसूचा आस्वाद घ्यायची संधी मिळणे ही केवळ मेजवानी नसून एक पर्वणी होती. मेजवानीच्या समारोपाच्या वेळी मि. हुआन सर्वांचे आभार मानायचे. खरे तर सर्वांना त्यांचे आभार मानायचे असत. माझा व मि. हुआन यांचा परिचय झाला होता. प्रत्येक स्पर्धेच्या वेळी त्यांची भेट व्हायची. उंचीने कमी, विरळ होत गेलेले पांढरे केस, बोलके पाणीदार डोळे व चेहऱ्यावर ओसंडून वाहणारा आत्मविश्वास असलेले मि. हुआन सत्तरीकडे झुकले होते. त्यांच्याबद्दल फ्रेडने मला काही माहिती दिली होती. त्यांचा परिचय झाल्यानंतर एकदा फ्रेड व मी कौलूनच्या खाडीशेजारील एका उपाहारगृहात जेवायला गेलो होतो. तेव्हा मी त्याला विचारले,

"फ्रेड, मि. हुआन यांचा कसला व्यवसाय आहे?"

"त्यांचा कसला व्यवसाय नाही हे विचार! अरे, त्यांचं हॉटेलचं उत्पन्न हे त्यांना पॉकेटमनीसारखं आहे. त्यांची गुंतवणूक बऱ्याच वित्त संस्था, आंतरराष्ट्रीय म्युच्युअल फंडस्, मोठमोठ्या कंपन्यांचे शेअर्स, विमा कंपन्या यांच्यापासून मोठे बांधकाम प्रकल्प, जहाज कंपन्या असा अनेक उद्योगधंद्यांत आहे."

"कमाल आहे हं त्यांच्या कर्तृत्वाची!"

"त्यांनी शून्यातून उभं केलेलं हे साम्राज्य म्हणजे हाँगकाँगमध्ये एक चमत्कार मानला जातो. वयाच्या सतराव्या वर्षी त्यांनी घरची गरिबी पाहून इलेक्ट्रिकचे प्लग, सॉकेट्स असं सामान दारोदारी जाऊन विकायचा व्यवसाय सुरू केला. चिकाटी, कष्ट करायची तयारी व काही धोका पत्करून धाडसानं केलेली गुंतवणूक, यांच्यामुळे हळूहळू वेगवेगळ्या व्यवसायांत त्यांचा जम बसला. अरे, ते मॅट्रिकदेखील उत्तीर्ण झालेले नाहीत, पण आज मोठमोठ्या कंपन्या त्यांना आपल्या संचालक मंडळावर घेण्यासाठी चढाओढ करतात!"

"हे मला ठाऊक नव्हतं. खरं म्हणजे त्यांनी आपलं आत्मचरित्र लिहायला हवं. तरुणांना त्यांच्यापासून प्रेरणा मिळेल; पण फ्रेड, त्यांच्या पश्चात आमच्याकडे भारतात अंबानींचं झालं तसं व्हायला नको."

"हे अंबानी कोण?"

"अरे, मि. हुआन यांच्यासारखेच धीरुभाई अंबानी यांनी शून्यातून साम्राज्य निर्माण केलं; पण त्यांच्या पश्चात त्यांची मुलं मुकेश आणि अनिल एकमेकांत भांडत बसलेत!"

''तसं मि. हुआन यांच्या बाबतीत व्हायची शक्यता नाही.''

''का बरं?''

''मि. हुआन यांनी कधी लग्न केलंच नाही! मी माझ्या व्यवसायाला वाहून घेतल्यामुळे मला इतर व्याप व कौटुंबिक कटकटी नको आहेत, असा त्यांचा दृष्टिकोन होता. तरुणपणी त्यांच्या काही 'खास' मैत्रिणी होत्या, असं माझ्या वडिलांनी मला एकदा सांगितलं!''

''पण फ्रेड, मूल-बाळ नाही तर एवढा व्याप त्यांनी का वाढवला? ही सारी धन-दौलत कशासाठी संपादली?''

''केवळ समाजकार्यासाठी! तेच तर त्यांचं वैशिष्ट्य आहे. ते म्हणतात, की मी काहीही गैरव्यवहार न करता खूप पैसे मिळवणार व ते गोरगरिबांच्या, वंचितांच्या उद्धारासाठी व अन्य मानवतावादी कार्यासाठी वाटून टाकणार! रेड क्रॉसचे ते एक एक फार मोठे आश्रयदाते आहेत. हाँगकाँग व्यतिरिक्त इतर देशांतील गोरगरिबांसाठी काम करणाऱ्या सेवाभावी संस्थांनाही ते सढळ हाताने मदत करतात. सध्या त्यांच्या साहाय्याने कित्येक संस्था कंबोडिया, लाओस, व्हिएतनाम, बांगलादेश, सुदान, काँगो, ब्राझील अशा अनेक देशांतील पददलितांचा उद्धार करायचे विविध प्रकल्प राबवत आहेत. आपल्या मृत्युपत्रात त्यांनी आपली सर्व मालमत्ता रेड क्रॉस व अनेक सेवाभावी संस्थांना द्यावी, असं लिहून ठेवलं आहे. गरजू विद्यार्थ्यांसाठी शिष्यवृत्त्यांची तरतूद करून ठेवली आहे.''

''खरंच, अजब व्यक्तिमत्त्व आहे त्यांचं!''

''शिवाय आपल्या दानशूरतेला ते काटेकोरपणे प्रसिद्धीपासून दूर ठेवतात.''

नोव्हेंबर २००८ मध्ये माझी क्वालालंपूर येथील नेमणूक संपली व इथिओपियाला बदली झाली. मलेशियात मी पाच वर्षे होतो. तेथून पंधरा देशांमध्ये माझे कामानिमित्त जाणे व्हायचे. त्या दरम्यान फ्रेडसारखे अनेक मित्रही मला मिळाले होते. आता त्यांची भेट दुर्मीळ होणार, याचे वाईट वाटते.

सप्टेंबर २००९ मध्ये मी आमच्या जीनिव्हा येथील मुख्य कार्यालयात काही कामासाठी गेलो होतो. माझे काम एक आठवडाभर चालणार होते. तेथे गेल्याच्या दुसऱ्या दिवशी लंचसाठी आमच्या कार्यालयाच्या तळमजल्यावरच्या उपाहारगृहात गेलो व पाहतो, तर समोर फ्रेड जेवत बसलेला!

''अरे फ्रेड, कसा आहेस तू? इकडे कधी आलास?''

''मी उत्तम आहे. तू कसा आहेस सांग! मी परवाच इकडे आलो. रेड क्रॉस फेडरेशनच्या कार्यकारी मंडळावर माझी निवड झाली आहे. सध्या तिची बैठक चालू आहे.''

"फार बरं वाटलं तुला भेटून. अजून किती दिवस आहेस येथे?"

"मी शनिवारी सकाळी येथून निघणार. लंडनला चुलतभावाकडे चार दिवस राहून हाँगकाँगला जाणार आहे."

"मी रविवारी आदिस अबाबाला जाणार आहे. आपण एखाद्या संध्याकाळी भेटलं पाहिजे. तू कोठे उतरला आहेस?"

"रु द लुसाँवरील हॉटल माँ-रिपाँमध्ये. तू?"

"मी कॉर्नव्हँजवळच्या हॉटेल क्रिस्टलमध्ये. बरं, असं करू या, शुक्रवारी संध्याकाळी मी तुझ्या हॉटेलवर येतो. मला ठाऊक आहे ते. तेथून जवळच्या बोटॅनिकल गार्डन शेजारी लेक जीनिव्हाच्या काठावर 'लुझर्नी' हे छान उपाहारगृह आहे. जाऊ तिकडे जेवायला!"

"उत्तम; पण मी एक सुचवतो. तू साडेसहापर्यंत माझ्या हॉटेलवर पोहोच. माझ्याकडे ब्लॅक लेबल आहे. दोन-दोन पेग घेऊ व मगच जेवायला जाऊ!"

शुक्रवारी ठरल्याप्रमाणे मी साडेसहा वाजता फ्रेडच्या हॉटेलवर पोहोचलो. त्याने वेफर्स, सोडा व बर्फ यांची तयारी केली होती. ब्लॅक लेबल जॉनी वॉकर स्कॉचने गप्पांना रंगत आली. आठच्या सुमारास आम्ही 'लुझर्नी'वर पोहोचलो. मी ग्रिल्ड फिश आणि स्वीस रोस्टी, तर फ्रेडने स्पॅगेटी बुलॉनिज मागवली. मला शंका आली, की जीनिव्हामध्ये तो नुडल्सचे समाधान स्पॅगेटीवर भागवत असावा. आमच्या गप्पा पुढे सुरू झाल्या.

"फ्रेड, या वर्षीची अभिरूप न्यायालय स्पर्धा कशी काय झाली?" मी फ्रेडला विचारले. माझ्या पुढाकारानं सुरू झालेली ती स्पर्धा कशी काय चालली आहे, याची मला उत्सुकता होती. माझा प्रश्न ऐकल्यावर फ्रेड जरा गंभीर झाला व म्हणाला,

"उमेश, या वर्षी आम्ही स्पर्धा आयोजित करू शकलो नाही. आर्थिक कारणास्तव ती यापुढे दोन वर्षांतून एकदा घ्यायचं ठरलं आहे."

"पण असं कसं काय झालं?"

"तुला गेल्या वर्षी सप्टेंबरमध्ये जागतिक अर्थविश्वात झालेले प्रचंड घोटाळे आणि त्यानंतर आलेली आर्थिक मंदी याबद्दल ठाऊक आहेच. त्याचा हाँगकाँगच्या व्यावसायिकांना व गुंतवणूकदारांना जबरदस्त फटका बसला."

सप्टेंबर २००८ मध्ये मोठमोठ्या अमेरिकन वित्तसंस्था, बँका, विमा कंपन्या एकामागोमाग एक दिवाळखोरीत निघाल्या. याचा परिणाम जागतिक अर्थव्यवस्थेवर झाला व आर्थिक मंदीच्या लाटेने साऱ्या जगाला घेरले. मोठमोठ्या कंपन्यांच्या शेअर्सच्या किमती घसरल्या आणि कित्येक लहान-मोठ्या गुंतवणूकदारांना न भूतो न भविष्यती असा आर्थिक तोटा सहन करावा

लागला. रातोरात काही कोट्यधीशांच्या हाती करवंटी आली!

"उमेश, तुला ठाऊक आहेच की, आपली स्पर्धा मि. हुआन यांच्या मदतीवर अवलंबून होती. मि. हुआन यांची सारी गुंतवणूक दिवाळखोरीत निघालेल्या लेहमन ब्रदर्स, फ्रेडी माय, मेरिल लिंच अशा संस्थांशी थेट संबंध असलेल्या वित्तसंस्थांमध्ये होती. त्यांना पहिल्यापासून आर्थिक गुंतवणुकीत धोका पत्करायची सवय होती. धोका पत्करल्याशिवाय फायदा होत नाही, असं ते म्हणायचे. शेवटी तो एक प्रकारचा जुगारच! चिनी लोकांच्या जुगारी प्रवृत्तीबद्दल मी तुला काय सांगू? मि. हुआन यांची अब्जावधी डॉलर्सची गुंतवणूक रातोरात नाहीशी झाली. त्यांच्या कंपन्यांमध्ये ज्यांनी गुंतवणूक केली होती, त्यांनी त्यांच्याविरुद्ध वसुलीसाठी कायदेशीर कारवाई सुरू केली. न्यायालयाने त्यांच्या साऱ्या मिळकतीवर जप्ती आणली. बँकांतील खाती गोठवली. न्यायालयाने हॉटेलची इमारत, तसेच 'पीक'वरील त्यांचं राहतं घर विकायचे आदेश दिले!"

"खरंच की काय, फ्रेड? ही तर खूपच वाईट गोष्ट घडली. सध्या कोठे असतात मि. हुआन?"

"पो-लिन येथील रेड क्रॉसच्या वृद्धाश्रमात. त्यांच्या देणगीतूनच तो सुरू केला होता!"

# चाँगचिंगचे अविस्मरणीय हॉट-पॉट

"कदम साहेब, आज संध्याकाळी आम्ही तिघं-चौघं येथील 'हॉट-पॉट' पद्धतीचं जेवण मिळणाऱ्या एका खूप प्रसिद्ध उपाहारगृहात जाणार आहोत. तुम्हाला यायचं आहे आमच्याबरोबर?" माझा बीजिंग येथील सहकारी जिया हेंगने विचारले. आम्ही फेब्रुवारी २००८ मध्ये चीनच्या नैऋत्येकडील शिचुआन– ज्याला भारतात 'शेझवान' असं चुकीचं संबोधलं जातं– या प्रांताची राजधानी चाँगचिंग या प्रचंड शहरात गेलो होतो. गेले चार दिवस आम्ही चाँगचिंग येथील विद्यापीठाच्या अतिथिगृहात राहिलो होतो. विद्यापीठाच्या आवारात चालू असलेल्या एका प्रशिक्षणाच्या कार्यक्रमात आम्ही सहभागी झालो होतो.

"ठीक आहे, येईन मी; पण जिया, हॉटपॉट हा काय प्रकार आहे?" मी जियाला विचारले. त्या पदार्थाचे नेमके वर्णन कसे करायचे, याचा त्याला प्रश्न पडला असावा. थोडा वेळ विचार करून तो म्हणाला,

"काय असतं, मध्ये टेबलवर एका भांड्यात जे उकळत असतं त्यात आपल्या आवडीच्या कच्च्या वस्तूंचे तुकडे टाकायचे. ते लगेचच शिजतात. ते काढून, तसेच किंवा भाताबरोबर खायचे."

माझ्या लक्षात आले. दोन वर्षांपूर्वी मी चीनच्या पूर्व किनाऱ्याजवळील एका बेटावर वसलेल्या शियामेन या गावी गेलो होतो. तेथे एका उपाहारगृहात माझ्या पलीकडील टेबलवर बसलेल्या एका जोडप्याने तो पदार्थ मागवला होता. टेबलच्या मध्यभागी एका गॅसच्या किंवा विजेच्या छोट्या शेगडीवर एका भांड्यात किंवा कढईत 'चिकन स्टॉक' म्हणजे चिकन उकळून

काढलेला अर्क उकळत ठेवतात. आपण आपल्या आवडीच्या भाज्या किंवा मांसाहारी पदार्थांचे काप मागवायचे. ते उकळत्या अर्कात हळूहळू टाकायचे. ते दोन-तीन मिनिटांत शिजतात. शिजल्यावर जाळी असलेल्या पळीने ते काढून आपल्या कटोरीत ठेवायचे. साध्या पळीने थोडा उकळता स्टॉक किंवा सूपही त्यात घालायचा व तो तसाच किंवा भाताबरोबर खायचा. आपल्या आवडीचे कच्चे पदार्थ वेगळे मागवायची पद्धत होती. मी नंतर त्या उपाहारगृहात गेल्यावर तोच पदार्थ मागवला व मला तो आवडला. कारण एक तर त्यात तेलाचा लवलेश नसतो. दुसरे म्हणजे आपल्या आवडीचेच कच्चे पदार्थ मागवल्यामुळे आपण काय खात आहोत, हे आधीच ठाऊक असते. त्या पदार्थाला तेथे 'स्टीम बोट' म्हणतात, असे मला एका वेटरने सांगितले. 'स्टीम-बोट' मिळणारे एक उपाहारगृह क्वालालंपूरच्या 'टाइम्स स्क्वेअर' या मॉलमध्ये आहे, हा शोध एके दिवशी त्याच्या जवळून जाताना लागला. मी अक्षय व नीलिमाला घेऊन एकदा तिकडे लंचला गेलो. त्या दोघांनाही तो पदार्थ आवडला. नेहमी आम्ही चिनी कोबीज, मश्रुम, पालक, चिकनचे पातळ काप, सामन् माशाचे तुकडे, छोटे छोटे चिकन सॉसेज असे कच्चे पदार्थ मागवायचो. त्या उपाहारगृहात सुप्रसिद्ध थाई 'टॉम याम' सूपच्या स्वादाचा स्टॉकही मिळे. त्याची 'स्टीम-बोट' खूपच चविष्ट लागे. आम्हाला तो पदार्थ इतका आवडला, की तो तयार करण्यासाठी विजेवर चालणारे एक भांडे आम्ही विकत घेतले व तो घरी करू लागलो.

भारतात मिळणाऱ्या तथाकथित चिनी भोजनात व चीनमध्ये मिळणाऱ्या किंवा खाल्ल्या जाणाऱ्या भोजनात जमीन-अस्मानाचा फरक आहे, असे जर भारतातील 'चिनी' भोजनाच्या भोक्त्यांना सांगितले, तर त्यांचा त्यावर विश्वास बसणार नाही. पाच वर्षांत पंचवीस वेळा मी चीनच्या उत्तर, दक्षिण, पूर्व, पश्चिम व मध्य भागात प्रवास केला व वास्तव्य केले. एकाही उपाहारगृहात भारतात लोकप्रिय झालेले 'चॉप सुई', 'चाऊ-चाऊ', 'कॉर्न सूप', 'मनचाओ सूप', 'मंचुरियन चिकन', 'शेझवान चिकन', 'हाका नूडल्स', 'चिली चिकन' हे व अन्य पदार्थ मेनूवर दिसले नाहीत किंवा खायला मिळाले नाहीत. भारतीयांच्या आवडीनिवडी लक्षात घेऊन ते पदार्थ बनवले जातात व चिनी भोजनाच्या नावाखाली खपवले जातात. गेली पंधरा-वीस वर्षे 'चायनीज' खायला जाणे भारतात फॅशनेबल झाले आहे. असे 'चायनीज' करण्यात आपल्याकडील उपाहारगृहांचे तरबेज आचारी आता मोठ्या प्रमाणावर लहान-मोठ्या उपाहारगृहांत काम करताना दिसतात. आमच्या कोल्हापूरच्या एस.टी. स्टँडसमोर व प्रादेशिक परिवहन कार्यालयाच्या कोपऱ्यावर 'चायनीज'च्या हातगाड्या पाहून थक्क झालो. एखाद्या चिनी गृहस्थास तेथे मिळणारे 'चायनीज' खायची सक्ती केली, तर तो ते खाण्याऐवजी आत्महत्या करेल!

चीनच्या वेगवेगळ्या भागांत फक्त तेथील वैशिष्ट्यपूर्ण पदार्थच उपलब्ध असतात. ते पदार्थ चीनच्या इतर भागांत मिळणार नाहीत. त्यांच्यापैकी बरेच पदार्थ इतके उग्र असतात किंवा आपण सहसा खाणार नाही अशा प्राण्याचे किंवा त्याच्या अवयवाचे असतात, की ते खाण्याचे धाडस होणार नाही. तैवानमध्ये डुकराच्या कानांचे लोणचे व सापाचा सूप खूप लोकप्रिय. डुक्कर किंवा बैलाचा जवळजवळ एकही अवयव चिन्यांच्या दृष्टीने टाकाऊ नसतो. टेबल सोडल्यास चार पायांची कोणतीही वस्तू किंवा विमान सोडल्यास उडणारी कोणतीही गोष्ट चिनी खातील. एकदा नीलिमास हे सांगितल्यावर ती काळजीत पडली.

"मी तुम्हाला चीनला जाताना दशम्या, ठेपले, खाकरे, चटण्या व लोणची देत जाईन. तुमचे जेवणाचे हाल होणार नाहीत."

"तसं काही करायच्या फंदात तू पडू नकोस. चीनमध्ये माझे जेवणाचे कधीच हाल होत नाहीत. त्याचं कारण असं, की..." मी खुलासा केला. वस्तुस्थिती अशी होती, की बहुतेक वेळी माझ्याबरोबर बरेच लोक असायचे. चर्चासत्र, कार्यशाळा, परिसंवाद अशा कार्यक्रमांना ते आलेले असत. आमच्या भोजनाची व्यवस्था केलेल्या उपाहारगृहात मोठ्या गोल टेबलभोवती दहा-बारा जणांची बसायची सोय असे. अशा टेबलांच्या मध्यभागी मोठी फिरती काच असे. तिच्यावर वेटर्स वेगवेगळे पदार्थ आणून ठेवत. काच फिरवून आपल्याला हवा असणारा पदार्थ आपल्यासमोर आणायचा व आपल्या प्लेट किंवा कटोरीत काढून घ्यायचा व खायचा अशी पद्धत प्रचलित होती. प्रत्येक जेवणात पंचवीस-तीस पदार्थ असत. ते सारे चाखायची सक्ती नसते. त्या पदार्थात माझ्या आवडीच्या कित्येक भाज्या, मासे, चिकन हमखास असत. मी नेमके तेवढेच घ्यायचो. वेळ पडल्यास मी पोर्कही खायचो. अगदीच नाइलाज झाला, तर बीफ खायचीही तयारी होती, पण सुदैवाने तसा प्रसंग कधी आला नाही. चिनी भोजनात कधीकधी अगदी कमी तेलातील किंवा तेल न वापरता वाफेवर शिजवलेले पदार्थ असायचे, तर काही त्याच्या उलट तळलेले खूप तेलकट किंवा चक्क डुकराच्या वितळलेल्या चरबीत डुंबणारे पदार्थ असत. शक्यतो भात किंवा नूडल्स मोठ्या मेजवान्यांदरम्यान दिले जात नाहीत. ते कमीपणाचे मानले जाते, कारण ते गरिबांचे भोजन, असा समज आहे. पाश्चात्त्य भोजनात सूप सुरुवातीला दिले जाते. पण चीनमध्ये मात्र ते सर्वांत शेवटी दिले जाते. एकदा त्याबद्दल माझी बीजिंग येथील एक सहकारी फेंगला विचारले. ती म्हणाली,

"उमेश, ही प्रथा चीनमध्ये खूप वर्षांपासून रूढ झाली आहे. चीनमध्ये एकेकाळी खूप दैन्य-दारिद्र्य होते. आजही ग्रामीण भागात तीच परिस्थिती आहे, त्यामुळे अन्न वाया जाऊ दिले जात नाही. जेवण संपत आल्यावर खरकट्या भांड्यात पाणी विसळून ते एकत्र करून त्यात मीठ व मिरच्या टाकून ते उकळायचे व सूप समजून ते प्यायचे,

ही पद्धत रूढ झाली. आता आपल्याला जे सूप दिले जाते, ते त्या पद्धतीनं करत नाहीत, पण ते द्यायची वेळ मात्र जुन्या प्रथेस अनुसरून आहे.''

चीनमधील मेजवान्यांदरम्यान माझ्या आवडीचे पदार्थ मला मिळायचे; पण दुसऱ्या एका बाबतीत थोडी पंचाईत होऊ लागली. मेजवानीसाठी काय काय दिले जाणार आहे, हे आधी सांगितले जात नाही. एकामागून एक संपतील तसे वेगवेगळे पदार्थ येतच राहतात. एखादा आवडीचा पदार्थ नंतर येईल म्हणून वाट पाहायची व भ्रमनिरास व्हायचा किंवा पुढे काही चांगले मिळणार नाही म्हणून भाज्या खाऊन पोट भरायचे व नंतर आपल्या आवडीचा पदार्थ समोर आणून ठेवला जायचा, असे प्रकारही व्हायचे, त्यामुळे अशा चिनी भोजनात बऱ्यापैकी रहस्यमयता असते; पण आता जेवण संपले आहे, हे ओळखायला खूप सोपे. फक्त कलिंगडाचे लाल त्रिकोणी काप टेबलवर आणून ठेवले, की ओळखायचे आता यापुढे आतून काहीही आणले जाणार नाही.

चिनी मेजवान्यांच्या वेळी सहसा मी माझ्या एखाद्या परिचिताच्या शेजारी बसत असे, कारण काही पदार्थ केवळ पाहून ते कशापासून बनवले आहेत, हे नेहमी ओळखता येईलच असे नाही. कित्येक पदार्थांपासून मी दूर राहत असे. एकदा शिआन येथे टेबलवर तळलेली अख्खी कबुतरे आणून ठेवली. त्यांच्यापैकी एक डोळे टवकारून माझ्याकडे पाहत असल्याचा मला भास झाला व मी त्याची नजर चुकवली. हाँगकाँगमध्ये कोंबडीच्या पंजाचे छोटेछोटे परतलेले तुकडे खूप आवडीने खाल्ले जातात. एकदा पांढऱ्या वाफाळलेल्या तंगड्या आणून ठेवल्या गेल्या. कोणत्या पक्ष्याच्या असाव्यात, असा विचार करत होतो. एवढ्यात माझा शेजारी म्हणाला, 'बेडूक घ्या ना, छान बनवलाय!' खारवलेला 'जेली फिश' एकदा चाखून पाहिला; पण आवडला नाही. शांघायमध्ये एका मित्राबरोबर जेवायला गेलो. त्याने आग्रह करकरून डुकराच्या शेपटींचा चिनी रस्सा खाऊ घातला. एकदा नानकिंगमध्ये जेवण चालू असताना एका प्लेटमध्ये लहान-मोठ्या जाड पांढरट-तपकिरी चकत्या आणून ठेवल्या. काही केल्या त्या कशाच्या आहेत हे कळेना. शेवटी शेजारी बसलेल्या प्रा. सू-वेंचींना विचारले,

''हा काय प्रकार आहे?''

''सोयासॉस लावून फ्राय केलेल्या बैलाच्या बॉल्सच्या चकत्या!''

ते ऐकल्यावर परतलेल्या कोबीज व मटरच्या कोवळ्या शेंगा वाढून घेतल्या व त्या चकत्यांना चकविले. एकदा बैलाच्या जिभांचे काप पाहून चिन्यांच्या जिभेची कमाल वाटली.

त्या दिवशी जिया हेंगने चाँगचिंगमध्ये जेव्हा 'हॉट-पॉट' खायला येणार का हे विचारले व ते काय आहे हे सांगितल्यावर मी त्यास होकार दिला होता, शिवाय गेले चार-पाच दिवस 'शिचुआन' प्रकारचे अतिशय तेलकट व तिखट जेवण

करून मी कंटाळलो होतो. मला तिखट एका मर्यादेपर्यंत आवडते, पण तेलकट मात्र मुळीच नाही. तेथील प्रत्येक पदार्थात जाड्या लाल मिरच्या व धण्याच्या आकाराच्या 'हान्युपिन्यिन' मसाल्याचा मुक्त हस्ते वापर केला जातो. हान्युपिन्यिन खायचे नसते. फक्त स्वादासाठी त्याचा वापर केला जातो. एकदा त्याची चव कशी आहे, हे उत्सुकतेपोटी पाहायचे ठरवले. त्याला चावल्यावर जिभेला झिणझिण्या आल्या व काही वेळ लोकल ॲनास्थेशिया दिल्याप्रमाणे सारे तोंड बधिर झाले!

संध्याकाळी सात वाजता अतिथिगृहाच्या दारात भेटायचे ठरवले. जिया, वुहानची फिन व चाँगचिंगची किम माझी वाटच पाहत होते. आम्ही टॅक्सीने चाँगचिंगच्या मध्यवर्ती भागातील तांगलिन मार्गावरील 'द मॅजिक ऑफ चाँगचिंग हॉट पॉट' या भल्या मोठ्या उपाहारगृहासमोर पोहोचलो. तेथे एक रांग लागली होती. अर्धा तास ताटकळत वाट पाहिल्यावर आम्हाला आत जायला मिळाले. आत पाहतो तर एका प्रचंड हॉलमध्ये गर्दी उसळली होती. प्रत्येक टेबलवर मधोमध एक कढई होती. साऱ्या आसमंतात खमंग वास दरवळला होता. आमच्या टेबलकडे जाता-जाता एका टेबलवरील कढईकडे मी एक कटाक्ष टाकला व लक्षात आले, की तिच्यात एक प्रकारचे तेल उकळत आहे नि त्या तेलावर लाल मिरच्या व 'हान्युपिन्यिन'चा जाड थर आहे! उकळत्या तेलात शिजवलेले म्हणजे चक्क तळलेले तिखट पदार्थ खायचे माझ्या जिवावर आले, पण बरोबरच्या लोकांना वाईट वाटेल म्हणून काहीतरी खायची मनाची तयारी केली. आम्ही आमच्या टेबलपाशी पोहोचलो. मध्यभागी ठेवलेल्या कढईतील तेल उकळायच्या बेतात होते; पण त्या कढईला चार कप्पे होते. म्हणजे प्रत्येक कप्प्यात वेगवेगळा पदार्थ शिजवायची सोय होती. एक वेट्रेस मेनू कार्ड घेऊन आली. ते फक्त चिनी भाषेत होते. जिया व त्या दोघींची बरीच चर्चा चिनी भाषेतच झाली. जियाने मला विचारले,

"तुम्ही काय घेणार, कदम साहेब?"

"हा मेनू चिनी भाषेत आहे. तुम्ही जे काही मागवाल त्यातील थोडेफार मी घेईन."

"ठीक आहे," असे म्हणून जिया त्या वेट्रेसला चिनी भाषेतून काही सांगू लागला. त्याचे ऐकेल तसे ती स्वयंपाकघराच्या दिशेला पाहून हातांनी व बोटांनी काही खाणाखुणा करू लागली. ते झाल्यावर ती निघून गेली. मी किमला विचारले,

"ती कशासाठी हातवारे करत होती?"

"आपण कोणते पदार्थ मागवले आहेत, ते स्वयंपाकघरातील कर्मचाऱ्याला त्यांच्या सांकेतिक खाणाखुणा करून कळवत होती."

"पण या मेनूतील चाळीस-पन्नास पदार्थांपैकी आपण नेमकं काय मागवलं आहे, हे ती कसं कळवू शकते?"

"प्रत्येक पदार्थाची खूण ठरलेली असते. त्यांच्यात गफलत होत नाही."

किमने खुलासा केला. एखादी गोष्ट दुसऱ्यास कळवायची ती अनोखी पद्धत पाहून मला आश्चर्य वाटले. इतक्यात आम्ही मागवलेले सारे पदार्थ आणले गेले. त्यापैकी एकही शाकाहारी दिसत नव्हता. मी जियाला विचारले,

"येथे काही भाज्या मिळत नाहीत?"

"भाज्या? येथे? छे, छे. येथे येऊन कोणी भाज्या खात नाही आणि येथे त्या मिळतदेखील नाहीत." जिया म्हणाला.

आधीच उकळणारे तेल, लाल मिरच्या व 'हान्युपिन्यिन' पाहून माझा भ्रमनिरास झाला. त्यात भाज्या नाहीत, हे ऐकून माझे अवसान गळाले.

"हे काय काय मागवलं आहे तुम्ही लोकांनी?" मी जियाला विचारले.

"हे आहे बैलाचं जठर, ही आहेत बकऱ्याची आतडी, पलीकडच्या प्लेटमध्ये आहेत डुकराचे कान, त्या कटोरीत आहे डुकराचं जेलीसारखं घट्ट झालेलं रक्त व त्याच्याशेजारच्या प्लेटमध्ये आहे बैलाचा मेंदू! हां, मधल्या प्लेटमध्ये आहेत बकऱ्याच्या जिभा." जियाने खुलासा केला. त्यांच्यापैकी एकही पदार्थ मला रुचणारा नव्हता. मी जियाला विचारले,

"येथे माशाचा एखादा प्रकार मिळेल?"

"थांबा हं, पाहतो." त्याने मेनू कार्ड पाहिले व म्हणाला,

"आहे, फक्त एकाच प्रकारचा आहे. थांबा, मागवतो तुमच्यासाठी." असे म्हणून त्याने वेट्रेसला बोलावले व काय हवे ते सांगितले. तिने पुन्हा काही हातवारे केले. मी त्यांना म्हणालो,

"तुम्ही लोक सुरू करा. मी फक्त मासा घेईन. तुम्ही एक कप्पा माझ्यासाठी ठेवा."

"ठीक आहे," असे म्हणून त्यांनी त्यांच्या आवडीचे ते पदार्थ कढईत टाकायला सुरू केले. माझ्यासाठी एक कप्पा राखून ठेवला. निदान त्यांच्या पदार्थांचा संसर्ग माझ्या माशाला होणार नव्हता, ही त्यातल्या त्यात समाधानाची गोष्ट होती.

"हे कसलं तेल आहे?" मी किमला विचारले.

"हे तेल नाही, डुकराची वितळलेली चरबी आहे!" किमने खुलासा केला.

ते ऐकल्यावर काय बोलावे सुचेना. त्या चरबीत तळलेले पदार्थ खायचे म्हणजे एल.डी.एल. कोलेस्टेरॉलचे इंजेक्शन घेतल्यासारखेच होते! माझ्यावर अनपेक्षितपणे आलेल्या बिकट प्रसंगाला धीराने तोंड देण्यास पर्याय नव्हता. इतक्यात ती वेट्रेस एक मोठे भांडे व एक नॅपकिन घेऊन आली व ते तिने माझ्यासमोर ठेवले. मी भांड्यात पाहिले, तर सापाच्या पिल्लांप्रमाणे काहीतरी भांड्यातील पाण्यात वळवळत होते.

"हे कसले मासे आहेत, जिया?"

"हे छोटे वांब मासे आहेत. त्यांना या चिमट्यानं पकडून कढईत सोडायचं व लगेच ही नॅपकिन आपल्यासमोर धरायची, कारण जिवंत मासे कढईत सोडल्यावर काही वेळ धडपड करतात नि त्यामुळे आपल्या कपड्यांवर किंवा तोंडावर उकळत्या चरबीचे शिंतोडे उडू शकतात."

मला ती कल्पना सहन होईना; पण मनाचा हिय्या करून त्या माशांच्या धडपडीकडे दुर्लक्ष करून त्यांच्या आतड्यांसहित ते खायची वेळ आली होती. मी कसेबसे दोन-तीन मासे खाल्ले व त्या तिघांना म्हणालो,

"तुम्हीही मासे घ्या बरं का, बरेच आहेत!" ते तिघेही त्यांनी मागवलेल्या पदार्थांवर ताव मारण्यात मग्न होते. त्यांनी मिटक्या मारत सारे पदार्थ नि मासे फस्त केले. मी मात्र सोयाबिनच्या दुधाचा एक ग्लास मागवला व त्यावर समाधान मानले. आमचे जेवण झालेले आहे, हे पाहून आमची वेट्रेस रिकाम्या प्लेट्स घेऊन जायला आली. तिने प्लेट्स एका ट्रेमध्ये ठेवल्या व मधल्या कढईत ज्या विभाजकाने चार कप्पे झाले होते त्यास उचलले. त्या विभाजकास खालील बाजूस फक्त जाळी होती. म्हणजे सारी उकळती चरबी इकडून तिकडे पसरली असणार! मला वाटले होते, की माझ्या स्वतंत्र कप्प्यात ते खात असलेल्या किळसवाण्या पदार्थांचा संसर्ग झाला नसेल; पण आता वेळ निघून गेली होती. मी किमला म्हणालो,

"या उपाहारगृहाला डुकराच्या चरबीचे रोज कित्येक बॅरल्स लागत असतील. एवढी मोठी ही कढई, सहज ७-८ लिटर क्षमता असेल हिची. येथे आत्ताच जवळजवळ पन्नास कढया दिसतात."

त्यावर किम म्हणाली,

"छे छे, यांना फारशी चरबी लागत नाही. आता ती वेट्रेस आपली कढई आत घेऊन गेली ना, तिच्यातील चरबी गाळून पुन्हा वापरली जाते."

"म्हणजे आपल्यासमोर जी चरबी होती, ती आधी इतरांनी वापरली असणार?" मी चकित होऊन विचारले.

माझ्या अनभिज्ञपणाचे आश्चर्य वाटून जिया म्हणाला,

"कदम साहेब, त्यामुळेच त्या चरबीला वेगवेगळ्या चविष्ट पदार्थांचा स्वाद आलेला असतो व तिच्यात शिजवलेले आपल्या आवडीचे पदार्थ अधिक रुचकर लागतात. हीच या जेवणाची खासियत आहे. केवळ त्यासाठीच कित्येक खवय्ये दूरहून त्याचा आस्वाद घ्यायला येतात. मी तरी कित्येक दिवसांत इतकं चविष्ट जेवण खाल्लं नव्हतं. आजचं जेवण दीर्घकाळ माझ्या स्मरणात राहील यात शंकाच नाही!"

"माझ्यासुद्धा!" मी माझी सहमती व्यक्त केली.

# दोन विद्यार्थी

"आमच्या देशाची भूमी जवळजवळ भारताएवढी, पण लोकसंख्या मात्र फक्त एकोणतीस लाख एवढीच! त्यापैकी येथे राजधानीत अकरा लाख राहतात. तुम्ही गावाबाहेर गेलात तर मैलोन् मैल वस्ती, माणूस अथवा जनावर नजरेस पडणार नाही. फक्त डोंगर आणि कुरणं, बस्स एवढंच दिसेल!"

तुर-दोर्ज सांगत होता आणि मी आश्चर्यचकित होऊन ऐकत होतो. आम्ही मंगोलियाची राजधानी उलान बातोरच्या बाहेरील एका टेकडीवरील झायसान स्मारकाजवळ उभे होतो. ते स्मारक दुसऱ्या महायुद्धात बळी पडलेल्या सोव्हिएत जवानांच्या स्मृतिप्रीत्यर्थ स्थापले होते. सोव्हिएत युनियन व मंगोलिया यांचे एकेकाळी खूप मैत्रिपूर्ण संबंध होते. त्या स्मारकाच्या डावीकडील मोकळ्या कुरणात मला गोल आकाराच्या झोपड्यांचा एक संकुल दिसला. त्याकडे पाहत मी तुर-दोर्जला विचारले,

"ती एखादी वस्ती आहे का?"

"हो. त्या गोल झोपड्यांना आम्ही 'गेर' म्हणतो. त्या लोकरीच्या जाड गालिचांपासून बनवतात, त्यामुळे त्यात राहणाऱ्यांचा थंडीपासून बचाव होतो. आमच्या ग्रामीण भागात सारी घरं अशीच असतात. ग्रामीण भागातील लोकांचा मुख्य उद्योग असतो पशुसंवर्धनाचा. शेती फारशी नाही. इथलं हवामान शेतीसाठी योग्य नाही."

तुर-दोर्जमुळे मला मंगोलियातील लोकांचे राहणीमान, संस्कृती, सामाजिक परिस्थिती याविषयी बरीच माहिती मिळत होती.

“उलान बातोर या नावाला काही अर्थ आहे, तुर-दोर्ज?”

“हो. थोडक्यात सांगायचं म्हणजे त्याचं लाल बहादूर असं भाषांतर करता येईल. उलान म्हणजे लाल आणि बातोर हा बहादूरचा अपभ्रंश आहे. बातोर म्हणजे सैनिक, योद्धा असाही अर्थ आमच्या भाषेत आहे.”

ते ऐकून गंमत वाटली. मंगोलियाला जून २००८ मध्ये मी गेलो होतो. या आडवळणी देशास मी कधी भेट देईन असे वाटले नव्हते; पण मी पूर्व आशिया विभागात काम करू लागलो आणि तो योग आला. मंगोलियाला जाणं झालं, तर तुर-दोर्ज आणि ओद-बायार यांची नक्कीच भेट घ्यायचे मी ठरवले होते.

बंगळुरुच्या नॅशनल लॉ स्कूलमध्ये १९९४ ते १९९८ या दरम्यान मी आंतरराष्ट्रीय कायद्याचा प्राध्यापक होतो. त्या वेळी मंगोलियाहून दोन तरुणांना तेथील सरकारने शिष्यवृत्ती देऊन पाच वर्षांचा बी.ए.,एलएल.बी. हा अभ्यासक्रम करण्यासाठी पाठवले होते. सोव्हिएत युनियनचे विभाजन व अस्त होईपर्यंत मंगोलियन विद्यार्थी उच्चशिक्षणासाठी तिकडेच जात. ज्या वेळी सोव्हिएत युनियनमध्ये मिखाईल गोर्बाचोव्ह यांनी ‘पेरेस्त्रॉईका’ आणि ‘ग्लासनॉस्त’ म्हणजे राजकीय नि आर्थिक सुधारणा व प्रशासनातील पारदर्शकता यांचे धोरण अंगीकारले, तेव्हा त्याचा प्रभाव मंगोलियावरही पडला. मंगोलियात १९९० मध्ये रक्तहीन क्रांती होऊन तेथील साम्यवादी राजवटीस हटवून लोकशाही प्रस्थापित करण्यात आली. तोपर्यंत सोव्हिएत युनियन सोडल्यास अन्य राष्ट्रांपासून अलिप्त राहणाऱ्या मंगोलियाच्या नव्या सरकारने मात्र इतर राष्ट्रांशी राजकीय, सामाजिक व आर्थिक संबंध प्रस्थापित करण्यावर भर दिला. होतकरू तरुणांना वेगवेगळ्या देशांना उच्चशिक्षणासाठी पाठवायला सुरुवात केली. जून १९९२ मध्ये त्या वेळी अठरा वर्षांचा तुर-दोर्ज व सव्वीस-सत्तावीसचा ओद-बायार हे दोन विद्यार्थी बंगळुरुच्या नॅशनल लॉ स्कूलमध्ये येऊन दाखल झाले. तुर-दोर्ज हडकुळा, उंच, जाड भिंगाचा चष्मा असलेला, तर ओद-बायार किंचित स्थूल, मध्यम उंचीचा. दोघेही गोरेपान व दाट काळ्या केसांचे. ओद-बायारचा १९९० मध्ये विवाह झाला होता. त्याला एक वर्षाची मुलगी होती. त्याची पत्नी व मुलगी उलान बातोरमध्येच होत्या. तो एका सरकारी खात्यात नोकरी करायचा. सध्या तो पाच वर्षांच्या अभ्यास रजेवर होता. दोघेही विद्यार्थी वागायला अतिशय अदबशीर, कष्टाळू व आज्ञाधारक. त्यांना दिलेला अभ्यास, करायला सांगितलेले संशोधन मन लावून करायचे. सुरुवातीस दोघांचेही इंग्रजी कच्चे होते, पण शिकवण्या लावून ते त्यांनी सुधारले.

त्यांचा अभ्यासक्रम १९९७ मध्ये संपला. पदवीदान समारंभास ओद-बायारची पत्नी व त्याची सहा वर्षांची मुलगी हालू बंगळुरुला आली होती. त्या समारंभाच्या

संध्याकाळी भोजनाचा कार्यक्रम होता. त्या वेळी चार वर्षांचा अक्षय लाल, गोबऱ्या गालाच्या हालूबरोबर खेळत असताना मी त्यांचे काही फोटो काढले होते. दुसऱ्या दिवशी ओद-बायार, त्याचे कुटुंब नि तुर-दोर्ज दक्षिण भारताच्या सहलीसाठी व ती संपल्यावर परस्पर मंगोलियाला जाणार होते. ते दोघे बंगळुरु सोडण्यापूर्वी मला भेटायला माझ्या खोलीत आले.

''सर, तुमच्यामुळे आमचा आंतरराष्ट्रीय कायदा पक्का झाला. आम्ही तुम्हाला कधीच विसरणार नाही.'' ओद-बायार म्हणाला.

''अरे, तुम्ही दोघांनीही खूप कष्ट घेतले. आज त्याचं चीज झालं. तुम्ही कायद्याच्या क्षेत्रात नक्कीच चमकाल. माझ्या तुम्हाला शुभेच्छा.''

''सर, तुम्ही एकदा मंगोलियाला आलं पाहिजे.'' तुर-दोर्ज म्हणाला.

''अरे, मंगोलियाचं काय सांगतोस, मला येथून मंगलोरला जायलादेखील वेळ मिळत नाही!'' मी हसत हसत म्हणालो; पण त्या देशाला जायचा योग जवळजवळ दहा वर्षांनी येणार आहे, असं तेव्हा कोणी सांगितलं असतं, तर मी त्यावर विश्वास ठेवला नसता.

माझे जून २००८ मध्ये क्वालालंपूरहून उलान बातोरला जायचे ठरले आणि त्या दोन विद्यार्थ्यांची प्रकर्षाने आठवण आली. मी त्या दोघांना भेटण्यासाठी खूप उत्सुक होतो; पण बंगळुरु सोडल्यानंतर त्यांचा संपर्कच तुटला होता. आता त्यांच्याशी संपर्क कसा साधायचा हा प्रश्न मला पडला. मी विचार करता करता एकदम लक्षात आले, की भूतानचा ताशी हा त्यांचा चांगलाच मित्र होता. ते तिघेही एकाच वर्गात शिकले होते. चार-पाच वर्षांपूर्वी मी भूतानची राजधानी थिंपू येथे गेलो असताना ताशीची भेट झाली होती. त्याचा ई-मेल पत्ता माझ्याजवळ होता. मी लगेच त्याला संदेश पाठवून त्या दोघांचे ई-मेल मागवून घेतले. ते ताशीकडे होते. त्याने तत्परतेने ते मला पाठवले. मी तुर-दोर्ज व ओद-बायारना उलान बातोरला येत आहे, तसेच माझ्या भेटीचे प्रयोजन काय आहे नि त्यांची भेट घेण्यास मी खूप उत्सुक आहे, हे कळवले. त्यानंतर दोनच दिवसांत दोघांचेही उत्तर आले. मी चार-पाच दिवसांसाठी उलान बातोरला येणार आहे, हे समजल्यावर त्या दोघांनाही आनंद झाला. तुर-दोर्ज सध्या एका खासगी वाणिज्य बँकेचा मॅनेजिंग डायरेक्टर होता. त्याला पहिल्यापासून वाणिज्यविषयक नि बँकिंग कायद्यांची आवड होती. ओद-बायारने भारतातून परतल्यावर काही वर्षे विदेश मंत्रालयाच्या 'कायदा व आंतरराष्ट्रीय करार' विभागात सहायक कायदा सल्लागार म्हणून काम पाहिले; पण नोकरीचा राजीनामा देऊन गेली काही वर्षे तो वकिली करत होता. त्याला राजकारणातही रस होता. तो मंगोलियन समाजवादी पक्षाचा सदस्य होता.

मी उलान बातोर येथे २५ ते ३० जून या तारखांदरम्यान राहणार होतो. माझी तेथील सर्व कामे २८ तारखेस संपणार होती. २९ तारखेस रविवार होता. तो दिवस त्या दोन्ही विद्यार्थ्यांसमवेत घालवण्यासाठी राखून ठेवला. सोमवारी, ३० तारखेस सकाळी १० वाजता मी बीजिंगला व तेथे विमान बदलून त्याच दिवशी दुपारी क्वालालंपूरला जाणार होतो. त्या दोघांशी संपर्क साधून तीन आठवडे उलटले होते, म्हणून क्वालालंपूर सोडण्यापूर्वी तीन दिवस आधी त्या दोघांना माझा कार्यक्रम नक्की असल्याचे कळवले, कदाचित कामाच्या व्यापात विसरू नयेत यासाठी पुन:स्मरण दिले. त्यास ओद-बायारचे उत्तर आले नाही; पण तुर-दोर्जचे मात्र आले. त्याने लिहिले होते,

'प्रिय प्रा. कदम,

तुम्ही इकडे येण्याची मी आतुरतेने वाट पाहत आहे. रविवारी सकाळी साडेआठ वाजता मी तुमच्या हॉटेलवर येईन. त्या दिवशी दुपारपर्यंत आपण उलान बातोर व जवळपासची काही ठिकाणे पाहून येऊ. त्या दिवशी दुपारचे भोजन आमच्या घरी घ्यावे, अशी माझी व अरियांतुलाची इच्छा आहे. मी ओद-बायारलादेखील जेवायला बोलावले आहे. हल्ली तो खूप कामात आहे. अलीकडेच झालेल्या मंगोलियाची संसद– 'ग्रेट खुराल'च्या निवडणुकीस तो मंगोलियन समाजवादी पक्षाच्या तिकिटावर उभा राहिला होता. तो निवडून आला, पण त्याच्या निवडीस एका पराभूत उमेदवाराने सर्वोच्च न्यायालयात आव्हान दिले व फेरमतमोजणी करायची मागणी केली. या सर्व प्रकाराने तो खूपच धावपळीत आहे. त्याला जेवायला यायला जमेल की नाही शंका वाटते; पण कोणत्याही परिस्थितीत तो तुम्हाला भेटायला तुमच्या हॉटेलवर येईन, असे म्हणाला आहे.

तुमचा विद्यार्थी<br>
तुर-दोर्ज'

ठरल्याप्रमाणे २५ जूनला संध्याकाळी उलान बातोरला पोहोचलो. माझी राहायची सोय सुखबातार चौकाजवळील 'उलान बातोर हॉटेल'मध्ये केली होती. 'सुखबातार' हा प्रशस्त व भव्य चौक त्या शहराचा मध्यवर्ती व महत्त्वाचा भाग होता. त्याच्या एका बाजूस 'साराल ओर्दोन' हा राजवाडा होता. हल्ली त्यात पंतप्रधान व राष्ट्रपतींची कार्यालये होती. चौकाच्या इतर बाजूंना काही मंत्रालयांच्या इमारती होत्या. उलान बातोर ऑपेरा हाऊसही तेथेच होते. सर्व इमारतींवर प्राचीन मंगोलियन संस्कृतीची, तर आधुनिक इमारतींवर रशियन वास्तुशिल्पकलेची छाप होती. चौकाच्या मध्यभागी चंगिज खानचा भव्य पुतळा होता. तो सारा परिसर मी

संध्याकाळी फिरायला बाहेर पडलो, तेव्हा पाहून घेतला. त्या शहरात 'चंगिज खान' हे नाव पावलोपावली दिसत होते. एक चंगिज खान हॉटेलही होते. कित्येक उपाहारगृहांना, रस्त्यांना, इमारतींना इतकेच काय तेथे मिळणाऱ्या व्होडका व बीयर यांचे नावही चंगिज खान! बाराव्या शतकाच्या अखेरीस त्याने मंगोल साम्राज्याची स्थापना केली. आपल्या रणनीतीचे कौशल्य पणास लावून त्याचा विस्तार केला. सध्याचे चीन कोरियापासून रशिया, मध्य आशिया, मध्य-पूर्व व पूर्व युरोपपर्यंत त्याची व्याप्ती होती. चंगिज खानने पाठवलेला सरदार तैमुरलंग भारतापर्यंत येऊन ठेपला होता. सध्याच्या काश्मीरचा काही भाग एके काळी मंगोल साम्राज्याचा भाग होता. जगातील एकेकाळचे सर्वांत मोठे अखंड साम्राज्य, अशी त्याची ख्याती होती.

रविवारी सकाळी साडेआठ वाजता हॉटेलच्या स्वागतकक्षात जाऊन पेपर वाचत बसलो. अर्थातच पेपरचे नाव होते 'द चंगिज टाइम्स!' इतक्यात एक जाडेला मंगोलियन गृहस्थ माझ्याजवळ येऊन म्हणाला,

"सर, कसे आहात तुम्ही?"

"अरे, तुर-दोर्ज, तुला ओळखलंच नाही मी. गेल्या दहा वर्षांत चांगला जाडाजुडा झाला आहेस तू!" बंगळुरुला पाहिलेल्या लुकड्या तुर-दोर्जची प्रतिमा माझ्या डोळ्यांसमोर होती.

"तिकडे आमचे जेवणाचे तसे हालच व्हायचे. इकडे आल्यावर हळूहळू प्रकृती सुधारली; पण सर, तुम्ही इकडे आलात, फार बरं वाटलं. तुमचा संदेश आल्यापासून बंगळुरुचे दिवस वारंवार डोळ्यांसमोर येतात."

"मलाही फार बरं वाटलं. बरं, ओद-बायारची काय खबर?"

"सर, शुक्रवारी सर्वोच्च न्यायालयाने फेर मतमोजणीचे तातडीचे आदेश दिले. मतमोजणी कालपासून सुरू झाली. ती आज दुपारपर्यंत संपेल, असा अंदाज आहे. ओद-बायार जेवायला येऊ शकणार नाही; पण संध्याकाळी हॉटेलवर भेटायला येईन असं म्हणाला."

"नेमकं याच वेळी त्याचं हे महत्त्वाचं काम निघावं! बरं, चल जायचं आपण?"

"चला, सर."

तुर-दोर्जकडे नवी कोरी 'टोयोटा करोला' गाडी होती. ड्रायव्हरही होता. त्याने मला झायसान स्मारक, प्राचीन बुद्ध मंदिरे व मठ, विंटर पॅलेस, राष्ट्रीय वस्तुसंग्रहालय अशी सर्व ठिकाणे दाखवली. त्याच्या घरी जाण्यापूर्वी तो मला एका हस्तकला केंद्रात घेऊन गेला. तेथून मी मंगोलियाची आठवण म्हणून एक लाकडी स्मृतिचिन्ह खरेदी केले.

"चला सर, आता घरी जाऊ जेवायला!" दुपारचा एक वाजत आला होता. मला बऱ्यापैकी भूक लागली होती. मंगोलियात माझे जेवणाचे तसे थोडे हालच झाले होते. सकाळ-संध्याकाळच्या जेवणात भरपूर चरबीयुक्त मटण व बटाटे यांचाच प्रादुर्भाव असायचा. बटाटे एक वेळ ठीक, पण मला चरबीयुक्त मटणाचा तिटकारा होता. तेही फक्त मीठ लावून उकडलेले, त्याला एक प्रकारचा उग्र वासही असायचा. त्या देशात भाज्यांचा तुटवडा होता.

आम्ही तुर-दोर्जच्या घरी पोहोचलो. घर प्रशस्त होते. भिंतींवर म्हैसूरला मिळतात तसली लाकडी फळ्यांवर हस्तिदंती व इतर तुकडे लावून केलेली भित्तिचित्रे होती. त्याच्या घरावर भारतीय संस्कृतीची छाप होती. त्याची पत्नी अरियांतुलाने आमचे स्वागत केले. त्याच्या सहा वर्षांच्या मुलासाठी मी मलेशियाहून येताना आणलेला 'डॅनिश कुकीज्'चा डबा त्याला दिला. त्याचा मुलगा जरा लाजरा होता.

"काय नाव याचं?" मी विचारले.

"अर्जुन!" अरियांतुला म्हणाली.

"अरे वा, अगदी अस्सल भारतीय नाव आहे." मी म्हणालो.

"हो. हे भारतात राहून आल्यामुळे त्यांच्यावर भारतीय संस्कृतीचा खूप प्रभाव पडला आहे. मलाही ती संस्कृती व भारतीय जीवनशैली खूप आवडते. आम्ही विवेकानंदांचे सारे खंड वाचले आहेत. दोघंही रोज योगासनं व ध्यानधारणा करतो. गेल्या पाच वर्षांपासून आम्ही फक्त शुद्ध शाकाहार घेतो."

हे ऐकल्यावर मला आश्चर्य वाटले. जेथे सकाळ-संध्याकाळ मटण खाल्ले जाते, त्या मंगोलियात संपूर्ण शाकाहार म्हणजे नवलच होते. थोडा वेळ गप्पा झाल्या. अरियांतुला मंगोलियाच्या राष्ट्रीय विद्यापीठात गणिताची प्राध्यापिका होती. तिने जेवण टेबलवर मांडून आम्हाला आत यायला सांगितले. डायनिंग टेबलवरचे जेवण पाहून सुखद धक्का बसला. छोले, फुलके, जिरा-पुलाव, मटर-पनीर आणि कांदा व टोमॅटोचे रायते, असा अस्सल उत्तर भारतीय बेत पाहून माझा जीव भांड्यात पडला.

कित्येक दिवसांनंतर मनसोक्त जेवलो. ते दोघेही मला आग्रह करकरून वाढत होते. दुपारी अडीचच्या सुमारास तुर-दोर्ज मला हॉटेलवर सोडून गेला. त्याने पुन्हा उलान बातोरला यायचे आमंत्रण दिले.

"ओद-बायारची भेट होतेय की नाही शंका वाटतेय. त्याला न भेटताच येथून गेलो, तर मला त्याची खूप चुटपुट लागून राहील."

"हॉटेलवर येईन असे म्हणाला आहे तर खरं. पाहू काय करतोय तो."

तुर-दोर्ज माझा निरोप घेऊन निघून गेला. त्या दिवशी संध्याकाळी एक

रपेट मारून यावी असं वाटले. दुपारचे जेवण जरा जास्तच झाले होते; पण कदाचित ओद-बायार आला तर चुकामूक व्हायला नको, म्हणून बाहेर पडलो नाही. रात्री आठ वाजता हॉटेलच्या उपाहारगृहात सूप व ब्रेड खाऊन आलो, बॅग भरली व झोपी गेलो. ओद-बायार भेटायला येऊ शकलाच नाही.

सकाळी साडेसात वाजता विमानतळाकडे जाण्यासाठी निघणार होतो. हॉटेलची गाडी मला विमानतळावर सोडणार होती. मी सव्वासातला सामान घेऊन खाली गेलो, बिल भागवले व जायला निघणार एवढ्यात हॉटेलच्या दारात ओद-बायार!

"अरे, ओद-बायार, तुझी भेट होते की नाही मला खात्री नव्हती! कसा आहेस तू?" त्याच्यात फारसा फरक पडला नव्हता.

"मी उत्तम आहे, सर. काल रात्री अकरा वाजता मोकळा झालो. माझ्या निवडीवर फेरमतमोजणीत शिक्कामोर्तब करण्यात आलं!"

"चला, हे बाकी छान झालं! अभिनंदन!"

"थँक्स सर! मी काल रात्री साडेअकराला तुर-दोर्जला फोन केला. त्याने सांगितलं, की तुम्ही आज सकाळी साडेसातला विमानतळाकडे जायला निघणार आहात. रात्री तुम्हाला फोन करून तुमच्या झोपेत व्यत्यय आणला नाही; पण काही झालं तरी आज सकाळी तुमची भेट घ्यायचीच असं ठरवलं. बरं सर, आपण माझ्या गाडीतून विमानतळाकडे जाऊ. आपल्याला थोडा वेळ एकमेकांच्या सान्निध्यात घालवता येईल."

मी हॉटेलच्या मॅनेजरला त्यांची गाडी नको म्हणून सांगितले. माझी सुटकेस घेऊन बाहेर निघालो, एवढ्यात ओद-बायार म्हणाला,

"सर, ती सुटकेस द्या इकडे."

"अरे राहू दे, घेईन मी. फारशी जड नाही."

"छे, छे, ते काही चालणार नाही," असे म्हणून ओद-बायारने सुटकेस आपल्याकडे घेतली. लॅपटॉपची बॅग मी खांद्याला लटकवली. आम्ही त्याच्या गाडीत बसलो. तो स्वत:च गाडी चालवायचा. त्याच्याकडे रशियन बनावटीची 'लाडा' ही गाडी होती.

"ओद-बायार, हालू कशी आहे? आणि काय करतेय ती आता?"

"सर, ती आता बारावीत आहे. तुम्ही नाव बाकी लक्षात ठेवलं हं!"

"किती लहान असताना पाहिलं होतं तिला. बरं, हे तिचे अक्षयबरोबर घेतलेले चार फोटो मी तुमच्यासाठी आणलेत."

"खरंच की काय? अरे वा, खूपच छान आहेत. ते पाहून तिलाही आश्चर्य वाटेल! बरं, अक्षय काय करतोय हल्ली?"

“अलीकडेच तो दहावीत गेला.”

“सर, तुम्ही जरा सवड काढून पुन्हा या उलान बातोरला. तुमच्याबरोबर निवांतपणे गप्पा मारायची खूप इच्छा आहे.”

“पाहू आता कधी जमतंय!” मी म्हणालो. आम्ही विमानतळावर पोहोचलो. ओद-बायारने माझी सुटकेस उचलून ट्रॉलीवर ठेवली व ती स्वत: ढकलत चेक-इन् काउंटरकडे घेऊन गेला. तेथेदेखील त्याने बॅग उचलून चेक-इन् बेल्टवर ठेवली. मला काहीच करू देत नव्हता. चेक-इन् झाल्यावर मी घड्याळाकडे पाहिले. फक्त साडेआठ वाजले होते. मी ओद-बायारला म्हणालो,

“चल, त्या समोरच्या कॅफेटेरियात आपण कॉफी घेऊ. विमान सुटायला अजून दीड तास आहे.”

“नाही, सर. तुम्ही गैरसमज करून घेऊ नका, पण आता मला निघायला हवं. आज सकाळी दहा वाजता आमचे राष्ट्रपती मला कायदामंत्रिपदाची शपथ देवविणार आहेत!”

# जेवणाचे आमंत्रण

‘‘कदम साहेब, येत्या सोमवारी संध्याकाळी तुम्ही माझ्या घरी जेवायला येऊ शकाल?’’ आमच्या कार्यालयातील माझ्याच विभागातील स्थानिक इथिओपियन सहकारी गेतू निगुसे अगत्याने म्हणाला. तो स्वभावाने खूप चांगला होता. तिकडे कामास सुरुवात केल्यानंतर मला त्या नव्या देशात स्थिरस्थावर व्हायला त्याने खूप मदत केली. मला त्याचे मन मोडवेना; पण त्याचबरोबर इथिओपियन जेवण खायची बिकट समस्या कशी सोडवायची, यामुळे गोंधळून गेलो...

इथिओपियाला जानेवारी २००९ मध्ये माझी मलेशियाहून बदली झाली. त्या वेळी मलेशियातील व भारतातील माझ्या काही परिचितांनी सुतकी चेहऱ्याने माझे सांत्वन केले. काहींनी ‘दुसरीकडे कोठे शक्य नव्हते का?’, ‘ही बदली तुम्ही केलेल्या एखाद्या चुकीबद्दल शिक्षा म्हणून तर केलेली नाही?’, ‘धान्ये वगैरे भारतातून घेऊन जाणार?’, ‘इतक्या दूर बदली झाल्यामुळे आता तुमचे भारतात येणे कमी होणार का?’, ‘शक्यतो लवकरच तेथून अन्यत्र बदली करून घेण्यासाठी प्रयत्न करणार का?, ‘तिकडे जाण्याऐवजी नोकरीचा राजीनामा देणार का?’ हे व असे अनेक प्रश्न विचारून मला हैराण केले. माझ्या आंतरराष्ट्रीय रेड क्रॉसच्या जीनिव्हा येथील मुख्य कार्यालयाने मला इथिओपिया व त्याची राजधानी आदिस अबाबा या शहराविषयी सखोल माहिती कळवली होती. ती वाचल्यानंतरच मी माझा होकार कळवला होता. आदिस अबाबामध्ये राहावयास गेल्यानंतर

इथिओपियात आपली बदली झाल्याचा मला आनंद झाला होता.

समुद्रसपाटीपासून जवळजवळ २७०० मीटर उंचीवरील आदिस अबाबामध्ये वर्षभर थंड हवा असते– अगदी मसुरी, सिमला किंवा दार्जिलिंगसारखी! शहराच्या सभोवती गडद निळ्या डोंगरांची रांग व घनदाट झाडी. भव्य रस्ते, अगदी तुरळक वाहतूक, राहायला प्रशस्त बंगला, यामुळे पुण्या-मुंबईपेक्षा शतपटीने सुरेख शहरात राहायचा योग आला होता. शहराच्या सर्व भागांत स्थानिक व परदेशी वस्तूंनी खचाखच भरलेली सुपरमार्केट्स पुण्यातदेखील पाहायला मिळणार नाहीत. भाज्या व फळांचीही कमतरता नव्हती. देशोदेशीचे उत्कृष्ट भोजन मिळणारी एकापेक्षा एक चांगली उपाहारगृहे होती, शिवाय इथिओपियन लोक धार्मिक, नम्र, प्रामाणिक नि सज्जन, त्यामुळे चोऱ्या-माऱ्या जवळजवळ शून्य. रात्री-अपरात्री बिनधोकपणे हिंडावे-फिरावे. मुंबईहून आदिस अबाबास पोहोचायला फक्त पाच तास लागायचे, अगदी मुंबई-सिंगापूरसारखे. तेथे संयुक्त राष्ट्रसंघाचे विभागीय कार्यालय व आफ्रिकन युनियन ही विभागीय संघटना यांचे मुख्य कार्यालय असल्याने अनेक देशांतून लोक तेथे आले. अक्षयसाठी अत्याधुनिक सुविधा व युरोपियन, अमेरिकन अध्यापक असलेले अमेरिकन ज्युनियर कॉलेजही होते. आम्ही तिघे अगदी आनंदात तेथे राहत होतो. अर्थात देशाच्या काही भागांत दुष्काळ पडायचा, अन्नधान्याची टंचाई भासायची, बऱ्याच मोठ्या प्रमाणावर गरिबी होती हे कबूल करायला हवे; पण कोणाची उपासमार होत नव्हती हेही खरे.

आमच्या कार्यालयातील माझ्या प्रशस्त खोलीला मोठ्या खिडक्या होत्या. त्यातून शहराच्या दक्षिणेकडील डोंगर व झाडी यांचे सुरेख दर्शन व्हायचे. कार्यालयाच्या इमारतीच्या मागे इथिओपियन लाईव्हस्टॉक रिसर्च इन्स्टिट्यूट- ज्याला सर्वजण 'एलरी' असे संबोधत– या संस्थेचे भव्य कुरण होते. इथिओपियामध्ये पशुसंवर्धन हा पारंपरिक उद्योग होता. आजही ग्रामीण भागात तो मोठ्या प्रमाणावर चालू होता. पशुसंवर्धनावर संशोधन करणाऱ्या त्या संस्थेचे आवार शेकडो एकर असावे. गेले काही दिवस एक सुंदर हरिणी मला त्या संस्थेच्या कुरणात, अगदी माझ्या कार्यालयाच्या मागे दिसायची. मी संध्याकाळी खिडकी बंद करायला गेलो, की हमखास दिसायची. परवाच मी तिच्याकडे टक लावून पाहत असता माझ्या लक्षात आले, की तिचे पोट मोठे झाले आहे. लवकरच तिला पिले होणार, हे मी ओळखले. मला वन्य पशु-पक्षी निरीक्षणाची आवड असल्याने त्या हरिणीला जवळून न्याहाळणे ही एक पर्वणीच होती.

असे सारे काही समाधानकारक असले, तरी मला एक गोष्ट खटकायची. ती म्हणजे इथिओपियन भोजन! तेथे 'तेफ' नावाच्या बाजरीसारख्या एका धान्यापासून

'इंजेरा' नावाचा डोशासारखा खूप मोठा पदार्थ रोज सकाळ-संध्याकाळ खाल्ला जातो. 'तेफ'चे पीठ चार दिवस आंबवून तो केल्यामुळे चांगला जाळीदार व मऊ लुसलुशीत असतो, पण तो चवीस अतिशय आंबट. त्यात लोह या खनिजाचे प्रमाण खूप, त्यामुळे आरोग्यास उत्तम. त्याच्या रोजच्या सेवनामुळे इथिओपियन लोकांच्या रक्तात लोहाचे प्रमाण खूप असते व त्यामुळे विमानतळावरील 'मेटल डिटेक्टर' त्यांच्याकडे धातूची वस्तू नसली, तरी वाजतो असे गेतूने मला सांगून एकदा माझी फिरकी घेतली होती! इंजेराबरोबर भाज्या, पातळ पिठल्यासारखा पदार्थ 'शिरो' किंवा भरपूर तेलकट बीफ किंवा चिकन करी खायची. सोबत भल्यामोठ्या हिरव्या मिरच्या असायच्या. त्या मिरच्यांमध्ये कांदा-लसणाचे वाटण भरलेले असायचे. आंबट इंजेरा, तेलकट रस्से व भाज्या नि तिखट मिरच्या मी एक वेळ खाल्ले असते, पण इथिओपियन लोकांचा सर्वांत आवडीचा पदार्थ म्हणजे बैलाचे कच्चे मांस! बऱ्याच वेळेस बैलाचा खिमा इंजेराबरोबर न शिजवता व फक्त तिखट-मीठ टाकून खाल्लेले मी पाहिले व त्याची किळस वाटली. पूर्वी युरोप-अमेरिकेत मी बीफ खाल्ले होते; पण मला त्याची आवड नव्हती. शाकाहार माझ्या आवडीचा, पण चिकन नि मासेदेखील मला आवडतात. एकदा इथिओपियन सरकारच्या विदेश मंत्रालयातील एका उच्च अधिकाऱ्याच्या मुलीच्या लग्नास 'शेरेटन' या पंचतारांकित हॉटेलमध्ये गेलो होतो. लग्नानंतर भोजनकक्षात गेलो आणि पाहतो तर एक भलामोठा अख्खा कच्चा बैल तेथे टांगलेला! त्याच्या बाजूला रिकाम्या प्लेटस् व धारदार चाकू ठेवलेले. इतर लोक काय करतात, हे मी न्याहाळू लागलो. तेथे एक रांग लागली होती. प्रत्येकजण चाकूने त्या बैलाच्या मांसाचे पातळ काप काढून प्लेटमध्ये वाढून घेत होते व त्यावर ताव मारत होते! माझ्याकडे कोणाचे लक्ष नाही, असे पाहून तेथून पळ काढला.

गेतूचे आमंत्रण स्वीकारायचे की नाही, या द्विधा मन:स्थितीत असताना ठरवले, की ते स्वीकारायचे, पण गेतूला आपण कच्चे मांस व तेही बैलाचे खात नाही, याचा खुलासा करायचा. तो केल्यानंतर गेतू म्हणाला,

"तुम्हाला कच्चं मांस मुळीच देणार नाही. आम्ही बीफचा एकही पदार्थ करणार नाही. खरं म्हणजे तुम्ही आमच्या घरी जेवायला आल्यावर तुम्हाला एक आश्चर्याचा धक्का बसेल!"

"कसला बरं?" मी विचारले.

"ते मी आत्ताच सांगितलं, तर त्यातली गंमत निघून जाईल; पण आमच्याकडील जेवण दीर्घकाळ तुमच्या स्मरणात राहील, एवढं मात्र नक्की सांगू शकतो!"

शुक्रवारी आमचा हा संवाद झाला. सोमवारी 'क्रांतिदिन' असल्याने कार्यालयाला

सुटी होती. गेतूच्या 'गुर्द-शोला' या भागातील घरी त्याने सांगितल्याप्रमाणे बरोबर साडेसात वाजता पोहोचलो. माझे स्वागत करून गेतू म्हणाला,

"तुम्ही माझ्याकडे जेवायला यायचं कबूल केलं याचा खूप आनंद झाला. माझे दोन मित्र एवढ्यात येतील. आठ-साडेआठला जेवायला घेऊ. चालेल ना?"

"हो, नक्कीच!"

गेतूने बीयरचे ग्लास भरले. माझ्याकडे एक ग्लास देत तो म्हणाला,

"कदम साहेब, भारतात हरणाचं मांस खातात?"

"पूर्वी खायचे शिकार करून; पण आता त्यावर कायद्याने बंदी घातली आहे. काही लोक चोरून शिकार करतात व खातातही." मी म्हणालो.

"तुम्ही खाल्लं आहे?"

"अगदी लहानपणी. पण का बरं?" मला जरा वेगळीच शंका येऊ लागली होती.

"एक गंमत सांगतो," गेतूने बीयरचा एक घोट घेतला व तो पुढे म्हणाला, "आपल्या कार्यालयाच्या मागे 'एलरी' ही संस्था आहे ना, तेथे माझा एक मित्र नोकरी करतो. त्याला परवा एका रखवालदारानं सांगितलं, की त्या संस्थेच्या कुरणात त्यानं एक हरीण पाहिलं. माझ्या मित्राला शिकारीची आवड. तशी इकडेही शिकारीवर बंधनं आहेत, पण ज्या संस्थेत तो अधिकारी आहे त्या संस्थेच्या आवारातच एक हरीण असल्याची बातमी त्याला मिळाली होती..."

गेतूच्या मित्राने माझा जीव जडलेल्या त्या हरिणीची हत्या केली आहे की काय आणि गेतूने त्याच हरिणीच्या मांसाचा पदार्थ जेवायला केला आहे की काय, या शंकेने माझा जीव कासावीस झाला. तसे जर असेल, तर काहीतरी सबब काढून तेथे काहीही न खाता घरी जायचे, असे मी त्याच क्षणी ठरवले.

"काल रात्री माझा मित्र त्याची बाराबोअरची बंदूक व चार सेलचा चांगल्यापैकी टॉर्च घेऊन त्याच्या संस्थेच्या कुरणाकडे गेला. पंधरा-वीस मिनिटे फिरल्यावर त्याला टॉर्चच्या प्रकाशात दोन हिरवे डोळे दिसले. त्यांच्या रोखाने चालत जाऊन पुन्हा त्याने टॉर्चचा झोत त्या दिशेला टाकला. समोर एक हरीण चकित होऊन टॉर्चकडे पाहत उभे होते. माझा मित्र नेमबाजीत खूप तरबेज! त्याने एका क्षणात बंदूक उचलून त्या हरणावर..."

मला पुढे ऐकवेना. मी गेतूला थांबवत म्हणालो,

"गेतू, नको सांगूस पुढे काय झालं ते..." मला त्या हरणाच्या किंवा हरिणीच्या तडफडीचे वर्णन ऐकवणार नव्हते म्हणून त्याला म्हणालो, "गेतू, त्या हरणाच्या मांसाचा पदार्थ आज बनवला आहे का? मी हरणाचं मांस..."

"ऐका तर खरं, त्याने बंदूक त्या हरणावर रोखली आणि त्याच्या लक्षात

आलं, की ती एक हरिणी होती व तिला लवकरच पिले होणार आहेत. म्हणून त्याने बंदूक खाली केली. त्याने तिची शिकार केली नाही, तिला जाऊ दिलं. नाहीतर आज तुम्हाला हरणाच्या मांसाचा एखादा पदार्थ येथे चाखायला मिळाला असता!''

हे ऐकल्यावर माझा जीव भांड्यात पडला.

''मला वाटलं दुर्मीळ अशा हरणाच्या मांसाचा पदार्थ खायला घालून तू आज मला आश्चर्याचा धक्का देणार आहेस! पण काय रे, मला आश्चर्य वाटेल, असं जेवायला काय बनवलं आहे तुझ्या बायकोने?''

''ते तुम्हाला जेवायला आत गेल्यावरच कळेल.'' गेतू माझी उत्सुकता वाढवण्याच्या उद्देशाने म्हणाला. एवढ्यात गेतूचे दोन्ही मित्र आले. त्यांच्या ओळखी झाल्या. बऱ्याच गप्पाही झाल्या. साडेआठ वाजता गेतू आम्हाला डायनिंगरूमकडे घेऊन गेला. त्याने त्याच्या शिक्षिका पत्नीची ओळख करून दिली. तिचं नाव होतं हिरूत.

''कदम साहेब, हिरूतला भारतीय भोजन खूप आवडतं. ती जेथे शिकवते त्या शाळेत पूर्वी मिसेस सिंग या पंजाबी बाईही शिकवायच्या. हिरूत व मिसेस सिंग खूप चांगल्या मैत्रिणी होत्या. त्यांच्याकडून हिरूत काही भारतीय पदार्थ करायला शिकली. पाहा ना टेबलवर आज तिनं काय केलं आहे!''

मी टेबलाकडे कटाक्ष टाकला. तंदुरी चिकन, राजमा, काकडीचे रायते, आलू-गोबी, जिरा-पुलाव हे चविष्ट पदार्थ पाहून मला खरंच आश्चर्याचा सुखद धक्का बसला!

# *मसूर, मॅकरोनी नि मुर्सी*

"कदम साहेब, आपल्यासमोर रस्त्याच्या उजव्या बाजूला जी झोपडी दिसते, ते या भागातील एकमेव उपाहारगृह असावं. आपल्याला तेथेच नाश्ता घ्यायला हवा. पुढे मोठे खेडे दोन-अडीच तासांच्या प्रवासानंतरच येईल.'' कमाल लँड क्रुझर चालवता चालवता म्हणाला. मी त्याच्या शेजारी बसलो होतो. चालत्या गाडीतूनच मी त्या निर्मनुष्य प्रदेशातील जवळजवळ तीनशे मीटर्सवरील त्या एकाकी झोपडीकडे निरखून पाहिले.

"पण कमाल, इतक्या दुरून ते उपाहारगृह आहे, हे कशावरून ओळखलंस?''

"त्या झोपडीसमोर एक उंच काठी रोवली आहे व तिला टोकास एक थाळी बांधली आहे. इथिओपियाच्या ग्रामीण भागात ती उपाहारगृहाची खूण आहे.'' कमालने खुलासा केला.

"जेव्हा त्या काठीवर एक उपडा प्याला असतो, तेव्हा तेथे गावठी दारूचा गुत्ता आहे, असं समजावं.'' मागे बसलेला माझा दुसरा सहकारी वोंडी हसत हसत म्हणाला.

त्या वेळी आम्ही दक्षिण इथिओपियाच्या कोंसो या आदिवासी जमातीच्या प्रदेशात होतो. फेब्रुवारी २०११ मध्ये त्या भागात कोंसो व अन्य काही आदिवासी जमातींदरम्यान काही तुरळक चकमकी झाल्याच्या बातम्या आमच्या कानांवर आल्या होत्या. त्याची झळ बसलेल्यांना व त्यामुळे विस्थापित झालेल्यांना आंतरराष्ट्रीय रेड क्रॉसमार्फत कसली मदत देता येईल, याची पाहणी करण्यासाठी आम्ही तिघे तिकडे गेलो होतो.

कमालने लँड क्रुझर त्या झोपडीसमोर थांबवली. गाडीचा

आवाज ऐकून एक साठीची बाई झोपडीच्या दाराबाहेर आली व आमच्याकडे उत्सुकतेने पाहू लागली. त्या भागात वाहनांची अशी वर्दळ नव्हतीच. तास-दोन तास प्रवास केल्यावर एखादी जुनाट जीप नजरेस पडायची. आपल्याकडे कोणी गिऱ्हाईक आले असल्याच्या शक्यतेने तिचा चेहरा उजळला होता. तिने जवळपास चरणाऱ्या चार-पाच कोंबड्यांना हुसकले. आम्ही गाडीतून उतरलो. वोंडीने त्या बाईस तिच्या भाषेत काहीतरी विचारले. त्याला बऱ्याच प्रादेशिक भाषा उपजत होत्या. थोडा वेळ त्यांचे बोलणे झाल्यावर ती बाई झोपडीत गेली. मी वोंडीला विचारले,

''काय आहे आज तिच्याकडे नाश्त्याला, वोंडी?''

''अजून तिला विचारायचे आहे.''

''मग इतका वेळ काय चर्चा चालली होती?''

''अहो कदम साहेब, तुम्हाला आमच्या चाली-रीती ठाऊक आहेत ना? कोणासही भेटल्यावर आधी नमस्कार वगैरे झाल्यावर त्या व्यक्तीची विचारपूस करायची, तिची प्रकृती कशी आहे, तिचं काम व्यवस्थित चाललं आहे की नाही, तिची मुलं-बाळं, जवळचे नातेवाईक कसे आहेत, हे विचारायचं. मग ती व्यक्तीदेखील तुमचं कुशल विचारते. हे सारं झाल्यावर मग मूळ मुद्द्याला हात घालायचा!''

आता माझ्या डोक्यात प्रकाश पडला. या चाली-रीतींचा मी आदिस अबाबात बऱ्याच वेळा अनुभव घेतला होता. ती बाई आतून एक मळकट कापड घेऊन आली. तिने झोपडीसमोरील लाकडी ओंडक्यावरील धूळ झटकली. आम्ही त्यावर स्थानापन्न झालो. पुन्हा वोंडी व तिचे काही संभाषण झाल्यावर वोंडी मला म्हणाला,

''आज इंजेरा किंवा ब्रेड नाही; पण ती आपल्याला दहा-पंधरा मिनिटांत मसूर व मॅकरोनी बनवून देते म्हणतेय. चालेल तुम्हाला?''

मी घड्याळाकडे पाहिले. साडेनऊ वाजत आले होते. ब्रेकफास्टची वेळ केव्हाच टळून गेली होती. जवळपास दुसरे काही मिळण्याची शक्यता नव्हती. मी मन घट्ट करून वोंडीला म्हणालो,

''चालेल मला.'' तसं पाहिलं तर इथिओपियात प्रवास करताना कधी जेवणाची कुचंबणा व्हायची नाही. साऱ्या देशात 'इंजेरा' मिळायचा.

''वोंडी, या आदिवासी भागात मॅकरोनी कशी काय उपलब्ध आहे?

''त्याचं असं झालं, १९३६ ते १९४१ या दरम्यान इटालियन फौजांनी इथिओपिया काबीज केला होता. त्या पाच वर्षांत त्यांनी साऱ्या देशात इटालियन पदार्थांचा प्रसार केला, किंबहुना इतर खाद्यपदार्थ उपलब्ध होणार नाहीत व केवळ इटालियन खाद्यपदार्थ उपलब्ध होतील, असं कारस्थान राबवलं. पुढे १९८४ मध्ये इकडे जेव्हा मोठा दुष्काळ पडला, तेव्हा बऱ्याच युरोपियन राष्ट्रांनी हजारो टन

मॅकरोनी इथिओपियातील दुष्काळ पीडितांसाठी पाठविली. तेव्हा केवळ उकडलेली मॅकरोनी खाऊन लाखो लोकांनी अन्नटंचाईला तोंड दिलं. तेव्हापासून खेडोपाडी मॅकरोनी लोकप्रिय झाली.''

आम्ही बसलेल्या ओंडक्यांच्या आसपास काही खुरटी झुडपे होती. त्या झोपडीपासून अर्धा किलोमीटर अंतरावर सात-आठ झोपड्यांचा एक संकुल दिसत होता. त्याच्या आसपास रंगीबेरंगी कोंसो आदिवासींचा पोशाख परिधान केलेली काही लहान मुले, स्त्रिया व पुरुष दिसत होते. झोपडीच्या समोरील रस्त्यापलीकडे जंगल होते व दूरवर उंच निळ्या डोंगरांची रांग होती. जंगलाच्या दिशेने वेगवेगळ्या पक्ष्यांची किलबिल ऐकू येत होती. मी त्या शांत व प्रसन्न वातावरणाचे निरीक्षण करत होतो. इतक्यात त्या बाईने ॲल्युमिनियमच्या तीन खोलगट प्लेटमधून उकडलेली मॅकरोनी व त्यावर वाफा येणाऱ्या मसूरच्या डाळीचा ढीग, असा आमचा अनोखा नाश्ता आम्हाला आणून दिला. तिच्याकडून प्लेट घेतल्यावर मी वोंडीला म्हणालो,

''वोंडी, तिला चमचे घेऊन यायला सांग.''

''चमचे? इकडे चमचा म्हणजे काय हे कोणाला ठाऊक नसतं!''

आम्ही आमच्याजवळील पाण्याने हात धुतले. मी मसूर व मॅकरोनी कालवली व भीतभीत एक घास तोंडात टाकला नि काय आश्चर्य! त्या पदार्थाची चव अप्रतिम होती. त्या बाईने डाळ शिजवताना 'मितमिता' हे इथिओपियन मसाल्यांचे लाल तिखट घातले होते. त्याची चव मला आवडायची. त्यात थोडी लवंग व दालचिनीही असते.

''कशी चव आहे?'' वोंडीने जरा साशंकतेनेच विचारले.

''अप्रतिम! वोंडी, त्या बाईला सांग मी अजून एक प्लेट घेईन. शिवाय या मसूर डाळीची पाककृतीही विचार. हल्ली भारतात फ्युजन फूडचं फॅड आहे.'' एखाद्या प्रसिद्ध मासिकास ती पाठवावी, असे ठरवले. कोणी स्वीकारली नाही तर निदान 'कालनिर्णय'च्या मागील बाजूस छापायला तरी स्वीकारतील, असा विचार माझ्या मनास चाटून गेला व मी बोटे चाटून स्वच्छ केली.

भरपेट नाश्ता करून आम्ही तेथून निघालो. पुढे गेल्यावर मी वोंडीला म्हणालो,

''वोंडी, मला आदिवासी संस्कृतीविषयी खूप उत्सुकता आहे. त्यांच्या चाली-रीती, त्यांची वेशभूषा, त्यांची जीवनशैली, त्यांचा आहार व एकंदरीत त्यांची संस्कृती जवळून पाहायची मला उत्सुकता आहे. हे सारं पाहण्यासाठी बरेच पाश्चात्त्य प्रवासी इकडे येतात म्हणे!''

''ते खरं आहे. इकडील प्रवासी कंपन्या त्यांना जीपने इकडे घेऊन येतात व प्रत्येकी हजार-दीड हजार डॉलर्स उकळतात. बरं, ते जाऊ दे, आम्ही तुम्हाला

येथील काही जमातींचं जवळून निरीक्षण करायला घेऊन जाऊ. संस्कृती पाहायला मिळेल, पण वेशभूषा पाहण्याची मोठी अपेक्षा बाळगू नका.'' वोंडी हसत हसत म्हणाला.

''का बरं?'' मी विचारले.

''इकडील बऱ्याच आदिवासी जमातींना कपड्याचं वावडं आहे. पुरुष असो वा स्त्रिया, फक्त कंबरेभोवती एखादं छोटं चामडं किंवा पाला गुंडाळतात. काही जमातींत थोडा बदल म्हणून स्त्रिया गळ्यात एखाददुसरी रंगीत मण्यांची माळ घालतात.''

पन्नाशीचा वोंडी माझा खूप अनुभवी सहकारी होता. त्याला इथिओपियातील सामाजिक, भौगोलिक नि सांस्कृतिक परिस्थितीचे व वेगवेगळ्या प्रादेशिक भाषांचे सखोल ज्ञान होते. त्या दिवशी दुपारी कैयाफेर या गावी दुपारचे भोजन करून आम्ही पश्चिमेकडील जिंका या गावाच्या दिशेने प्रवास पुढे सुरू केला. दुपारी चारच्या सुमारास वाटेत एक सुंदर तलाव लागला. तो पाहून मी कमालला म्हणालो,

''कमाल, गाडी थांबव. मला या तलावात पोहावंसं वाटतं.'' मला पोहण्याची खूप आवड. ते दोघे पोहायला नाखूष होते, पण मी त्यांना तयार केले. तलावाभोवती हिरवेगार कुरण होते. गाडी तलावाच्या काठापर्यंत जाऊ शकत होती. कमालने गाडी काठाकडे घेतली. एका खडकावर आम्ही कपडे व बूट काढून ठेवले. सोबत पोहायचा पोशाख नव्हताच. आम्ही अंडरवेयरवर पोहायचे ठरवले. तलावाचा परिसर अतिशय आल्हादकारक होता. निळे आकाश, गडद निळे-जांभळे डोंगर, स्फटिकासारखे स्वच्छ पाणी व त्याभोवतालची पोपटी-हिरवी मखमली हिरवळ. आसपास चिटपाखरूही नाही. त्या रम्य वातावरणाने मी मंत्रमुग्ध झालो. माझे भान विसरून मी हळूहळू पाण्याकडे जाऊ लागलो, एवढ्यात वोंडीने मला थांबवले व तलावाच्या काठाची तो बारकाईने पाहणी करू लागला.

''तू काय पाहतो आहेस, वोंडी?'' मी विचारले. कधी एकदा पाण्यात शिरतो असे मला झाले होते.

''येथे मगरींचा वावर आहे का पाहिले. चला, त्यांच्या पायांच्या खाणाखुणा दिसत नाहीत. पोहायला हरकत नाही.''

मी जरा साशंकतेनेच पाण्यात गेलो. वोंडीकडून काही चूक झाली असल्यास कोणता प्रसंग ओढवेल या विचाराने पाण्यातदेखील अंगावर शहारे आले. आम्हाला पोहायला सुरुवात करून पाच-सहा मिनिटे झाली असावीत. एक दहा-बारा वर्षांचा मुलगा जंगलातून जोरजोरात ओरडत नि हातवारे करत आमच्या दिशेला आला नि पुन्हा जंगलाकडे पळत जाऊन गायब झाला. त्याने जाण्यापूर्वी दुरून येणाऱ्या एका सात-आठ आदिवासींच्या टोळीकडे हात दाखवत वोंडीला काहीतरी सांगितले. ते

ऐकल्यावर वोंडी चमकला व म्हणाला,

"कदम साहेब, कमाल, पटकन गाडीकडे चला. येथून निघायला हवं. चला, पळा. कपडे व बूट घालायला वेळ नाही," असे म्हणून वोंडी काठाकडे परतला. कमाल व मीदेखील त्याच्या पाठोपाठ काठावर पोहोचलो. आम्ही कपडे व बूट ठेवलेल्या दगडाकडे पळू लागलो. पळता पळता वोंडी ओरडला,

"कमाल, गाडीची किल्ली तयार ठेव. ते लोक इकडे पोहोचायच्या आत गाडी सुरू केली पाहिजे."

आम्ही झटपट कपडे व बूट उचलले व गाडीत चढलो. ते सात-आठ आदिवासी अगदी शंभर फुटांवर पोहोचले होते. कमालने गाडी सुरू केली. त्याने ती वळवून मुख्य रस्त्याकडे घ्यायला सुरुवात केली, तेव्हा ते सारे गाडीपासून फक्त पंधरा-वीस फुटांवर होते. आता ते चालत्या गाडीमागून पळत होते. मी मागे वळून त्यांच्याकडे पाहिले. ते सारे नग्न होते. त्यांच्या अंगावर व चेहऱ्यांवर पाढरे पट्टे काढले होते. चेहऱ्यावर काही रंगीत नक्षीकामही दिसत होते. त्या सर्वांच्या हातात टोकदार भाले होते. कमालने गाडीचा वेग वाढवला, तसे ते मागे पडले. आम्ही मुख्य रस्त्यावर पोहोचलो, तेव्हा त्यांनी आमचा पाठलाग थांबवला.

"त्या आदिवासींना आपल्या तलावात कोणी पोहलेलं आवडत नसावं, होय ना वोंडी? काय म्हणत होता तो मुलगा?"

वोंडी मघापासून खूप गंभीर व गप्प होता.

तेथून खूप दूर गेल्यावर तो म्हणाला,

"खरं म्हणजे हे बुमी जमातीचे आदिवासी या भागातील नाहीत. ते दुरून इकडे आले आहेत. मला बुमींविषयी ठाऊक आहे. ती जमात नरभक्षक आहे. ते मृतदेहही खातात. बरेच दिवसांत त्यांना कोणी माणूस खायला मिळाला नाही म्हणून ते कोणाला तरी मारायला टपलेत, असे तो मुलगा म्हणत होता. बरं झालं त्यानं आपल्याला सावध केलं. थोडक्यात वाचलो म्हणायचं!"

वोंडीने केलेला खुलासा ऐकून बसलेल्या धक्क्यातून सावरायला वीस किलोमीटर अंतर जावे लागले. गाडी एका खड्ड्यातून गेल्यामुळे बसलेल्या धक्क्याने मी पहिल्या धक्क्यातून भानावर आलो. तोपर्यंत आम्ही तिघेही शांत बसलो होतो. तिघांनाही मृत्यूच्या तावडीतून सुटल्यामुळे हायसे वाटत होते. कमाल गाडीची गती कमी करता करता म्हणाला,

"वोंडी, इथे थांबून कपडे करूया?"

"हो, हे ठिकाण ठीक दिसतं आहे."

कमालने गाडी थांबवली. आम्ही बाहेर आलो. एका मोठ्या झुडपाकडे बोट दाखवत वोंडी म्हणाला, "त्या झुडपामागे जाऊन कपडे बदलू."

मी त्याला विचारले, ‘‘त्याच्या आत कोणी आदिवासी लपून तर बसला नसावा?’’

‘‘नाही. ते झुडपात कधी लपत नाहीत. ते नेहमी टोळ्या-टोळ्यांनी वावरतात.’’

तरीदेखील मी घाबरत घाबरत पटपट कपडे बदलले व लगेच गाडीत जाऊन बसलो. आमचा प्रवास पुढे सुरू झाला.

‘‘वोंडी, आजतागायत या रानटी जमातींच्या लोकांना कोणी सुधारायचा प्रयत्न केला नाही?’’

‘‘काही उत्साही समाजसुधारकांनी तसा प्रयत्न केला होता; पण त्यांच्यापैकी बरेचसे आदिवासींशी संवाद साधण्यासाठी ज्या जंगलात गेले, त्यातून परत आलेच नाहीत.’’

‘‘सरकारने काही प्रयत्न केले नाहीत?’’

‘‘कसले प्रयत्न घेऊन बसलात? सरकारपुढे हजारो समस्या आहेत. इथिओपियाच्या राज्यघटनेत प्रत्येक जमातीस आपली संस्कृती जतन करण्याचा अधिकार आहे. बुमी म्हणतात, की नरभक्षण हा त्यांच्या संस्कृतीचाच भाग आहे.’’

‘‘संस्कृती कसली, विकृती आहे ती!’’ मी म्हणालो.

‘‘कदम साहेब, पंधरा-सोळा वर्षांपूर्वी पॅट्रिक जेकिए नावाचे एक फ्रेंच अधिकारी आपल्या कार्यालयात काम करत होते. चांगले जाडेजुडे नि लालसर गोरे होते. एकदा ते, गेतू व मी बोरेना भागात गेलो होतो. तेथे काही सुधारलेल्या बुमींची एक वस्ती आहे. पॅट्रिकनादेखील स्थानिक आदिवासींविषयी खूप कुतूहल होते. आम्ही त्या वस्तीजवळ थोडा वेळ थांबून निघालो. जाताना त्या वस्तीच्या म्होरक्याने मला बाजूला बोलावले व म्हणाला,

‘‘तू इथिओपियाचा आहेस. तुला ठाऊक आहे, की पूर्वी आम्ही मृतदेह खायचो. तुझ्याबरोबरच्या या गोऱ्याचं इथिओपियात असताना काही बरं-वाईट झालं, तर आम्हाला कळव. खायला चांगला लागेल तो.’’

‘‘पण तुम्ही तर ती प्रथा बंद केली आहे ना?’’

‘‘बंद केली आहे तशी, पण या जाड्याजुड्या, गुबगुबीत गोऱ्यास पाहून त्याला खायचा मोह झाला. पूर्वी आम्ही असला माणूस कधीच खाल्ला नाही.’

वोंडीने तो भयावह संवाद ऐकवल्यावर मी त्याला विचारले,

‘‘तू पॅट्रिकना तुमचा दोघांचा संवाद काय झाला हे सांगितलंस?’’

‘‘छे, छे, त्यांना ते ऐकून खूप वाईट वाटलं असतं. मी त्यांना सांगितलं, की तो म्होरक्या ‘असंच परदेशी पाहुण्यांना आमची संस्कृती दाखवायला घेऊन येत जा’ असं म्हणत होता.’’

जिंकामध्ये पोहोचल्यानंतर आमच्या बैठका सुरू झाल्या. इथिओपियन रेड

क्रॉस सोसायटीचे स्थानिक कर्मचारी आम्हास त्यामध्ये मदत करत होते. तिसऱ्या दिवशी दुपारी तीन वाजताच आमचे काम संपले. त्या वेळी वोंडी मला म्हणाला,

"येथून चाळीस किलोमीटरवर हमेर या आदिवासींची वस्ती आहे. ते लोक हिंसक नाहीत. तिकडे बरेच परदेशी प्रवासी त्यांची जीवनशैली जवळून पाहायला जातात. जायचं आपण?"

"चालेल; पण त्यांचं वैशिष्ट्य काय आहे?"

"त्यांच्या झोपड्यांचा संकुल खूप सुरेख असतो. त्याच्या मधोमध मोकळी जागा असते. संध्याकाळी तेथे शेकोटी पेटवली जाते. हमेर तरुणी कंबरेभोवती एक कापड गुंडाळतात नि गळ्यात रंगीबेरंगी मण्यांच्या माळा घालतात. त्यांच्या चेहऱ्यांवर रंगीत नक्षीकाम केलेलं असतं. शेकोटीभोवती त्या पारंपरिक नृत्य करतात. ते पाहायला खूप पाश्चात्त्य प्रवासी तिकडे जातात. आज आपल्याला वेळ आहे. जायचं तिकडे?"

थोडा विचार करून मी म्हणालो,

"ठीक आहे, जाऊ या तू म्हणतोस तर!"

"हमेर आदिवासींचं आणखी एक वैशिष्ट्य म्हणजे त्यांच्या वस्तीचा म्होरक्या वस्तीतील तरुणींना परदेशी तरुणांबरोबर रात्र काढायला लावतो. त्यांच्या जमातीत असा समज आहे, की शय्यासोबतीचा मोठा अनुभव असलेली तरुणी लग्नासाठी खूप चांगली असते."

"वोंडी, या आदिवासींच्या चाली-रीती खूपच विचित्र वाटतात. त्यांच्या संस्कृतीचं जवळून निरीक्षण करायची माझी इच्छा नाही. आज नको जायला तिकडे. या भागातलं काम आटोपलं, की लागलीच आपण आदिस अबाबाला जाऊ."

"तुम्ही म्हणाल तसं करू," वोंडी म्हणाला.

आमची त्या भागातील शेवटची बैठक जिंकापासून ७० कि. मी. अंतरावरील नेवे या खेड्यात होणार होती. आम्ही तिकडे जिंकाहून सकाळी जाऊन संध्याकाळी परतणार होतो. ठरल्याप्रमाणे काम झाल्यावर आम्ही जिंकाकडे जायला निघालो. जवळजवळ निम्मा रस्ता संपल्यावर वोंडी म्हणाला,

"कदम साहेब, येथून उजवीकडे एका छोट्या रस्त्याने दहा किलोमीटर अंतर पार केल्यावर मुर्सी आदिवासींची एक वस्ती आहे. पाहायची आहे तुम्हाला?"

जिंकास येऊन एकही आदिवासी वस्ती न पाहताच परत जाण्याऐवजी मुर्सीवस्ती पाहावी, असे मला वाटले. मी वोंडीस होकार दिला. कमालने गाडी त्या रस्त्याकडे वळवली. त्या रस्त्यावरील प्रवासी कंपन्यांच्या जीप्स व त्यातील भलेमोठे कॅमेरे गळ्यात लटकावलेले पाश्चात्त्य प्रवासी पाहिल्यावर तिकडे जाण्यात कसलाही धोका

नसावा याची खात्री झाली.

मी मुर्सी आदिवासींचे, त्यांच्या वस्त्यांचे फोटो पाहिले होते, त्यांची माहिती वाचली होती. खरंतर मला मुर्सी स्त्रिया पाहायची खूप उत्सुकता होती. मुर्सी मुलींनी तारुण्यात पदार्पण केल्यानंतर त्यांच्या खालच्या ओठाला छेद दिला जातो. ती जखम बरी झाल्यावर त्यात मातीपासून भाजून केलेली कडक गोल तबकडी बसवली जाते. सुरुवातीस ती छोटी असते. नंतर वय वाढेल, तसा त्या तबकडीचा आकार वाढवला जातो. जसजसा तबकडीचा आकार वाढेल, तसतसा ओठही ताणला जातो. नंतर नंतर एखाद्या बशीएवढी तबकडी त्यात बसू शकते. असाच प्रकार कानासही छेद देऊन केला जातो. या तबकड्यांवर सुंदर रंगांनी नक्षीकाम केले जाते. हेच मुर्सींचे दागिने. तबकड्यांचा आकार जेवढा मोठा, तेवढे ते सौंदर्याचे लक्षण समजले जाते. मुर्सी स्त्रियादेखील इतर आदिवासींप्रमाणे फक्त कंबरेभोवती एखादे कापड गुंडाळतात.

आमची गाडी मुर्सी भागात पोहोचली आहे, हे समजायला वेळ लागला नाही. सर्वत्र मुर्सी स्त्रिया, पुरुष व मुले दिसू लागली. त्यांच्यापैकी सर्व पुरुषांजवळ लांबलचक भाले होते. त्यांचा उदरनिर्वाह शिकारीवरच अवलंबून होता. कमालने एका झोपडी-संकुलाजवळ गाडी थांबवली. एका झाडाखाली एक वयस्कर मुर्सी बसला होता. तो त्या वस्तीचा प्रमुख असावा. आम्ही गाडीतून उतरल्यावर वोंडी त्याच्याजवळ गेला व पारंपरिक पद्धतीने नमस्कार वगैरे झाल्यावर वोंडीने त्या गृहस्थास विचारले,

''आम्ही तुम्हा लोकांचे काही फोटो घेतले तर चालेल?''

''हो, चालेल. दहाला एक फोटो.'' तो प्रमुख म्हणाला. कमाल व मी त्यांच्यापासून दूर उभे होतो. वोंडीने आमच्याजवळ येऊन त्यांचा काय संवाद झाला हे सांगितले. ते ऐकल्यावर मी वोंडीला म्हणालो,

''वोंडी, सर्व फोटोंचे मी पैसे देईन. तेवढीच मदत होईल त्या बिचाऱ्यांना.''

''मदत कसली, हे मुर्सी फार शेफारलेत. पाश्चात्त्य प्रवासी मुक्तहस्ते पैसे देतात, म्हणून यांनी फोटो-मॉडेलिंगचा व्यवसाय सुरू केला आहे. हे सारे जिंकाला जाऊन दारू विकत घेऊन येतात. पैशाचं मी पाहून घेतो. तुम्ही काही बोलू नका. तुम्ही परदेशी आहात हे त्यांच्या लक्षात आलं, तर जास्त पैसे काढतील. मी त्यांना सांगतो, की आपण सारे इथिओपियनच आहोत. तसे तुम्ही कधीकधी इथिओपियनच वाटता.''

इथिओपियाच्या उंच पठारांवर राहणारे बरेचसे लोक उजळ रंगाचे, उंच व नाकेले असल्यामुळे भारतीयांसारखेच वाटायचे. कित्येक वेळा दुकानात गेल्यावर तेथील कर्मचारी मी इथिओपियन आहे, असे समजून माझ्याशी अम्हारिक भाषेत

संभाषण सुरू करायचे. मी वोंडीला म्हणालो,

"वोंडी, तू फोटोंच्या दराबद्दल हुज्जत घालू नकोस. मी ५-६ फोटोंसाठी पन्नास-साठ बीर देईन." साठ बीर म्हणजे १८० रुपये. ते द्यायला मी एका पायावर तयार होतो. वोंडी त्या गृहस्थाजवळ जाऊन त्यास काहीतरी म्हणाला. त्याने एक हाळी देताच झोपड्यांमधून चार-पाच वर्षांच्या मुलांपासून ऐंशी वर्षांच्या म्हाताऱ्यापर्यंत सर्व वयोगटांतील २५-३० मुर्सी बाहेर आले व अर्धगोलाकार रांग बनवून उभे राहिले. सारे दृश्य आपण मुर्सींवरील एखादा माहितीपट पाहावा, असे वाटत होते. आम्ही त्यांच्यासोबत पटपट सहा फोटो घेतले. वोंडी म्हणाला,

"तुम्ही मला नंतर पैसे द्या. आधी मी त्याला पैसे देतो. तुम्ही द्यायला गेलात, तर घोटाळा होईल."

वोंडी पैसे देण्यासाठी त्या प्रमुखाकडे गेला. त्याने देऊ केलेले पैसे त्या प्रमुखाने नाकारले व त्या दोघांत काही वाद सुरू झाला. मला काही समजत नव्हते. एवढ्यात गंभीर चेहऱ्याचा कमाल माझ्याजवळ आला व हलक्या आवाजात म्हणाला,

"तो म्होरक्या म्हणतोय, की फोटोंचा दर प्रत्येकी दहा बीर नसून दहा डॉलर्स आहे!"

"खरंच की काय? दहा डॉलर्स म्हणजे फारच झाले." मला त्याचे खूपच आश्चर्य वाटले. त्या दराने सहा फोटोंचे जवळजवळ तीन हजार रुपये मोजावे लागणार होते!

"वोंडी त्याला म्हणतोय, की परदेशी प्रवाशांकडून तुम्ही भरपूर पैसे घेत जा. आपल्या देशवासीयांकडून नको." कमाल मला हलक्या आवाजात त्यांच्या संभाषणाचा गोषवारा सांगत होता.

"हे शंभर बीर घ्या. सहा फोटोंसाठी एवढे अगदी योग्य आहेत," असे म्हणून वोंडीने त्या म्होरक्यास शंभर बीरची एक नोट देऊ केली. मोठ्या नाखुषीने त्याने ती स्वीकारली. वोंडी आमच्याकडे आला. आम्ही गाडीजवळ आलो. कमाल गाडीचे दार उघडणार इतक्यात शेजारच्या झोपडी संकुलातील एक पन्नाशीचा मुर्सी पुढे सरसावला व कमालला म्हणाला,

"गाडी लावायचे पैसे द्या."

"गाडी लावायचे? ते का बरं?" वोंडीने विचारले.

"इकडे सर्वांनाच द्यावे लागतात." तो मुर्सी मख्खपणे उत्तरला.

"पण झाड तर रस्त्यावरच आहे." वोंडी म्हणाला.

"हे झाड माझ्या हद्दीत आहे. रस्ता माझ्या हद्दीतून गेला आहे."

"गाडी लावायचे किती पैसे द्यायचे?" वोंडीने विचारले.

"परदेशी प्रवासी सोबत असला तर शंभर डॉलर्स!"

हे ऐकल्यावर मी हादरलोच. माझ्या मनात विचार आला, की जपान किंवा स्वित्झर्लंडसारख्या महागड्या देशांतही पंधरा मिनिटांच्या 'पार्किंग'साठी एवढे पैसे मोजावे लागत नाहीत.

"पण आम्ही सारे इथिओपियातीलच आहोत." वोंडी म्हणाला. त्यावर तो मुर्सी माझ्याकडे बोट दाखवत म्हणाला,

"हा परदेशी दिसतोय. मघापासून मी पाहतोय, की हा तोंड का उघडत नाही? आल्यापासून गप्प का आहे?"

एवढ्यात माझ्या दोन्ही बाजूला भाले घेतलेले दोन तगडे मुर्सी येऊन उभे राहिले. त्यांच्या राकट चेहऱ्यावर उग्र भाव होते.

"अहो, तो उत्तर इथिओपियातील तिग्रे प्रांतातील मेकेलेचा आहे. त्याला फक्त तिग्रिना भाषा येते. सर्वांसारखी अम्हारिक भाषा तो बोलू शकत नाही," वोंडी त्याला पटविण्यासाठी मोठ्या आत्मविश्वासाने म्हणाला. आता त्या मुर्सीला तिग्रिना येत असेल, तर आपली काही धडगत नाही, या विचाराने मी घाबरलो. इतक्यात तो मुर्सी म्हणाला,

"असं कसं, थोडीतरी अम्हारिक त्याला बोलता येत असेलच की!" त्यांच्यात काय चर्चा चालू आहे, याचा मला थोडक्यात अंदाज आला. त्या मुर्सीकडे पाहत मी म्हणालो,

"अंदामेनान्ह, धहनानः, सलामनः, इथिओपियावी न्येन्य अबाक्क, बेमेतफो अथ-थरगोमुबीन!"

(नमस्कार बंधू, तुम्ही कसे आहात? मी तुमच्यासारखाच इथिओपियन आहे, कृपया गैरसमज नसावा!)

# *सोन्याची वाळू*

क्वांटास एअरलाईन्सच्या एअरबस ए-३२० विमानाने ब्रिस्बेन विमानतळावर उतरण्यापूर्वी समुद्रकिनाऱ्यावरून एक वळसा घेतला. त्या वेळी खिडकीतून समुद्रकिनाऱ्यावरील उंच इमारती, आल्बर्ट, नेरांग, कानुंग्रा नि कुमेरा या नद्यांच्या वळणांनी झालेली सुरेख नक्षी व सोनेरी रंगाची वाळू असलेला निळ्याभोर समुद्राचा लांबलचक किनारा यांनी लक्ष वेधून घेतले. माझ्या शेजारी बसलेल्या नीलिमास म्हणालो,

"हाच 'गोल्ड कोस्ट' असावा. त्याला सोनेरी किनारा हे नाव अगदी शोभतं, नाही?"

"होय, खरंच उमेश. अगदी सोन्याची वाळू पसरल्यासारखं वाटतंय!" नीलिमा त्याच्याकडे निरखून पाहत म्हणाली.

"हा किनारा पाहण्याची आशा मी तरी सोडून दिली होती! अजूनही आपण ब्रिस्बेनला चाललो आहोत, यावर विश्वास बसत नाही." मी म्हणालो.

नोव्हेंबर २००८ मध्ये माझी मलेशियातील नेमणूक संपत होती. जवळजवळ पाच वर्षे तेथे असताना महिन्यातून किमान दोन वेळा मला परदेशी जावे लागायचे. बऱ्याच वेळी मी माझ्याबरोबर नीलिमा आणि भारतातून सुटीवर आला असल्यास अक्षयलाही घेऊन जायचो. ऑगस्ट, सप्टेंबरपासून मला माझ्या बदलीची कल्पना होती. बदली पूर्व आफ्रिकेतील इथिओपिया येथे झाली होती. ऑक्टोबरमध्ये एकदा नीलिमा म्हणाली,

"उमेश, या भागातले बरेचसे देश पाहून झाले. फक्त एक इच्छा राहून गेली आहे."

"कसली बरं?"

"ऑस्ट्रेलियाला जायची! इकडून ऑस्ट्रेलिया फार दूर नाही. एकदा आपण मलेशिया सोडून गेलो, की पुन्हा ऑस्ट्रेलियाला जायची संधी मिळणार नाही." आपली खंत व्यक्त करत नीलिमा म्हणाली.

"तू म्हणतेस ते खरं आहे. इथिओपियाहून ऑस्ट्रेलियाला जाण्यासाठी खूप मोठा प्रवास करावा लागेल. थांब, एक आठवड्याची सुटी मिळते का पाहतो. निदान सिडनी आणि ब्रिस्बेनलातरी जाता येईल."

"बघा, फारसं त्रासाचं होणार नसेल तर प्रयत्न करा."

दुसऱ्या दिवशी ऑफिसमध्ये गेल्यावर डायरी उघडली. ऑक्टोबरच्या शेवटच्या आठवड्यात माझा उत्तराधिकारी बेल्जियमचा रिचर्ड देसगॅने क्वालालंपूरला पोहोचणार होता. त्यापूर्वी मला ऑक्टोबरमध्येच मंगोलिया नि दक्षिण कोरियात सेऊल आणि पुसानला जायचं होतं. रिचर्ड आल्यानंतर १ ते ८ नोव्हेंबर दरम्यान त्याला घेऊन बीजिंग आणि टोकियोला जायचं होतं. मी १९ नोव्हेंबरला आमच्या संघटनेच्या जीनिव्हा येथील मुख्य कार्यालयात एक आठवड्यासाठी व तेथूनच परस्पर भारतात चार-पाच आठवड्यांच्या सुटीसाठी जाणार होतो. सुटी संपल्यावर मुंबईहून इथिओपियाला जायचं नक्की झालं होतं. नीलिमा १९ नोव्हेंबरला मुंबईमार्गे पुण्याला जाणार होती. म्हणजे ऑस्ट्रेलियाला जाण्यासाठी ९ ते १८ नोव्हेंबरदरम्यान वेळ काढावा लागणार होता. मी आमच्या कार्यालयाच्या प्रमुखांना १० ते १७ नोव्हेंबर रजेवर जात असल्याचे सांगितले. आम्हाला रजेवर जाण्यासाठी पूर्वपरवानगी घ्यावी लागत नाही, फक्त पूर्वसूचना द्यावी लागते. अर्थात त्या कालावधीत काही महत्त्वाचे काम अथवा कार्यक्रम असेल, तर आम्ही स्वतःच तेव्हा रजा घ्यायचे टाळतो. त्यानंतर लगेचच मी इंटरनेटवर क्वांटास एअरलाईन्सची वेबसाईट शोधून काढली. हल्ली इंटरनेटवरून विमानाची तिकिटे आरक्षित करण्याची व काढण्याची सोय झाल्यामुळे प्रवास खूप सोपा झाला होता. मी १० तारखेस ब्रिस्बेनला जायचे व तेथून १४ तारखेस सिडनी व १७ तारखेस सिडनीहून क्वालालंपूरला परतायची तिकिटे मिळतात का, हे पाहू लागलो. त्यासाठी क्रेडिट कार्डने पैसे भरावे लागणार होते. त्या वेळी सवलतीच्या दरातील तिकिटे उपलब्ध होती; पण विमान कंपनीची एक अट होती, की काही कारणास्तव तिकिटे रद्द केली, तर त्यांच्या किमतीच्या ५० टक्के दंड भरावा लागणार होता. मी काहीही विचार न करता तिकिटे काढायचे ठरवले, कारण आमचा प्रवास रद्द होण्याची शक्यता नव्हती. तिकिटांचे पैसे भरण्यापूर्वी नीलिमास फोन केला होता.

"ब्रिस्बेन व सिडनीची तिकिटे उपलब्ध आहेत. दोघांचे मिळून जवळजवळ सत्तर हजार रुपये होतात. तिकिटे रद्द करायची वेळ आली, तर पस्तीस हजार रुपये

कापले जातील. भरू पैसे?''

''पाहा, तुम्हीच ठरवा. ही एकच शेवटची संधी आहे. पुन्हा वेळ मिळणार नाही आणि मिळाला, तरी दुसरीकडून प्रवासही महागात पडेल.''

''ठीक आहे,'' असे म्हणून संगणकाच्या पडद्यावरील PAY वर 'क्लिक' केले! पाच मिनिटांत ई-मेलने आमची तिकिटे आलीदेखील. लगेचच हॉटेल बुकिंगसाठी इंटरनेटवर माहिती काढायला सुरू केले. ब्रिस्बेन व सिडनी येथील सर्व हॉटेल्सची नावे, त्यांचे दर, ठिकाण, जागा उपलब्ध आहे की नाही, तेथील सुविधा इत्यादी तपशील मिळाला. मी एखाद्या चांगल्या, पण फारशा महाग नसलेल्या हॉटेल्सची माहिती काढू लागलो. सुटीवर गेल्यानंतर महागड्या पंचतारांकित हॉटेल्समध्ये राहण्यापेक्षा माफक दराच्या चांगल्या वस्तीतील स्वच्छ हॉटेलमध्ये राहणे मला आवडायचे. अशी बरीचशी हॉटेल्स आढळली; पण आश्चर्य म्हणजे ब्रिस्बेनमध्ये १० ते १४ नोव्हेंबर दरम्यान एकही हॉटेल उपलब्ध नव्हते. शक्यतो असे कधी व्हायचे नाही. अगदी साध्यातील साध्यापासून पंचतारांकित हॉटेलही उपलब्ध नसावे, याचे आश्चर्य वाटले. मी तर तिकिटे काढून बसलो होतो. ती रद्द करायची वेळ आली, तर पस्तीस हजार रुपयांवर पाणी सोडायला लागणार होते. इंटरनेटवरून सर्वप्रथम हॉटेल्स उपलब्ध आहेत की नाहीत, हे मी पाहायला हवे होते. आता घाईघाईने तिकिटे काढल्याचा पश्चात्ताप होत होता.

मी क्वालालंपूर येथील ऑस्ट्रेलियाच्या उच्चायुक्तालयास फोन केला.

''मी आंतरराष्ट्रीय रेड क्रॉसचा विभागीय कायदा सल्लागार उमेश कदम बोलतोय. मला तुमच्या जनसंपर्क अधिकाऱ्यांशी बोलायचं आहे.'' हे ऐकल्यावर उच्चायुक्तालयाची स्वागतिका म्हणाली,

''एक मिनिट हं, मिस्टर जॅक डाल्टनना फोन जोडून देते.''

काही क्षणांतच कानावर आवाज पडला

''हॅलो, मी जॅक डाल्टन बोलतोय.'' मी माझी ओळख करून दिली व म्हणालो,

''मिस्टर डाल्टन, १० ते १४ नोव्हेंबर दरम्यान ब्रिस्बेनमध्ये कसलातरी मोठा कार्यक्रम होणार आहे?''

''अर्थातच! सात नोव्हेंबरपासून दोन आठवडे प्रशांत विभागातील सर्व राष्ट्रांच्या द्वैवार्षिक क्रीडा स्पर्धा 'पॅशियाड' - ब्रिस्बेनमध्ये होणार आहेत. त्यासाठी एकोणीस राष्ट्रांतून जवळजवळ दीड हजार क्रीडापटू नि जवळजवळ दीड ते दोन लाख क्रीडा शौकीन ब्रिस्बेनमध्ये अवतरणार आहेत! आम्हा प्रशांत विभागात राहणाऱ्यांना 'पॅशियाड' ऑलिंपिकनंतरची महत्त्वाची स्पर्धा वाटते!''

''तरीच मला एकाही हॉटेलचं आरक्षण मिळू शकत नाही.'' मी नैराश्याने उद्‌गारलो.

''मिस्टर कदम, परवा मी 'ब्रिस्बेन क्रॉनिकल'मध्ये वाचलं, की सहा महिन्यांपूर्वीच ब्रिस्बेनमधील एकूण एक हॉटेल्स आरक्षित केली गेली आहेत.''

हताश होऊन मी फोन ठेवून दिला. त्या दिवशी घरी गेल्यावर नीलिमास सारा प्रकार सांगितला.

''माझीच चूक झाली. मीच तुम्हाला ऑस्ट्रेलियाला जायला उद्युक्त केलं.'' तीदेखील हळहळत होती.

''मीदेखील हॉटेलची माहिती मिळवण्याआधी घाईघाईने तिकिटं काढली. माझ्या या घोडचुकीबद्दल पस्तीस हजारांचा भुर्दंड सोसण्यास पर्याय नाही. उद्या तिकिटं रद्द करतो. ब्रिस्बेनला माझा कोणी मित्रही नाही, की ज्याच्या घरी राहिलो असतो.'' मी म्हणालो.

त्यावर थोडा विचार करत नीलिमा म्हणाली,

''लि वे-वेला विचारून पाहू?''

ते ऐकताच मी एकदम चमकून गेलो. मी तर लि वे-वेला केव्हाच विसरून गेलो होतो...

फेब्रुवारी २००४ मध्ये माझी क्वालालंपूरला बदली झाली होती. आमच्या कार्यालयाची व्यवस्थापिका ॲन गोमेझने मला चांगले घर मिळवून दिले. त्यानंतर एकदा ॲन मला म्हणाली,

''उमेश, तुमच्यासाठी मी एक चांगली अनुभवी 'हाऊसकीपर' पाहून ठेवली आहे. फिलिपिना आहे.''

फिलिपिन्समधील बायकांना 'फिलिपिना' नि पुरुषांना 'फिलिपिनो' म्हणतात, हे मला मलेशियाला जाईपर्यंत ठाऊक नव्हते.

''चालेल, ॲन; पण नीलिमा पुढच्या आठवड्यात इकडे आल्यावर त्या दोघींची ओळख करून दे, त्यांना बोलू दे, मगच नक्की करू.'' सुसज्ज घर नि ते व्यवस्थित ठेवायला 'हाऊसकीपर' म्हणजे एका अर्थी घरकामाची व स्वयंपाकाची बाई यांची सोय आमच्या कार्यालयामार्फत केली जायची.

''ठीक आहे, उमेश. मी लि वे-वेला तसा निरोप देते.'' ॲन म्हणाली.

''लि वे-वे?''

''अरे, त्या फिलिपिना हाऊसकीपरचं नाव!''

नीलिमा मलेशियास आल्यानंतर ॲनने तिची व लि वे-वेची गाठ घालून दिली. तिला ती आवडली. लि वे-वेने आमच्या घरी काम करायला सुरू केले. साऱ्या जगभर फिलिपिना हाऊसकीपर्सची ख्याती होती. त्यांचे कामातील कौशल्य, लहानसहान गोष्टींची बारकाईने देखभाल करणे, घरकामाची विजेवरील उपकरणे हाताळायची सवय, त्यांचे इंग्रजी भाषेवरील प्रभुत्व नि त्यांचा प्रामाणिकपणा व नम्र स्वभाव कौतुकास्पद

असे. साधारण पंचेचाळीसच्या आसपास वय असलेली लि वे-वे हसऱ्या चेहऱ्याची व प्रसन्न व्यक्तिमत्त्वाची होती. पाच-सव्वापाच फूट उंच, बॉबकट असलेली लि वे-वे फारशी सुस्वरूप नसली, तरी दिसायला नीटस नि आकर्षक व्यक्तिमत्त्वाची होती. माझी व तिची भेट क्वचितच होत असे. तिने आमच्याकडे काम करायला सुरू केल्याला दोन महिने झाले असावेत. एके संध्याकाळी नीलिमा मला म्हणाली,

"उमेश, लि वे-वेच्या आयुष्यात खूप वाईट गोष्टी घडल्या आहेत." त्या दोघी खूप मोकळेपणाने बोलायच्या, गप्पा मारायच्या. नीलिमा तिला हाऊसकीपरसारखे वागवायची नाही. आपल्या बरोबरीने तिला खाऊ-पिऊ घालायची. दुपारचे जेवण त्या दोघी एकत्रच घेत.

"काय बरं झालंय तिच्याबाबतीत?"

"सांगते ना. आज दुपारी खूप कमी काम होतं. जेवल्यावर आम्ही गप्पा मारत बसलो. तिलादेखील आपलं मन माझ्याजवळ मोकळं करावसं वाटलं..."

लि वे-वे बावीस वर्षांची असताना तिचं लग्न आल्बर्टो या तरुणाशी झालं. तो एका दुकानात कामाला होता. लि वे-वेच्या घरची परिस्थिती बेताचीच होती. वडील मासे हवाबंद डब्यात भरण्याच्या एका छोट्या कारखान्यात कामाला होते. आई 'हाऊसकीपर' होती. मनिलाच्या ताग्विग या भागातील साध्या वस्तीत त्यांचं घर होतं. लग्नानंतर लि वे-वे आल्बर्टोच्या लास पिन्यास भागातील घरी राहायला गेली. त्याचे आई-वडील मनिलापासून दोनशे कि.मी. अंतरावरील बायोंबोंग या गावी शेती करायचे. लग्नानंतर अल्पावधीतच लि वे-वेच्या लक्षात आलं, की आल्बर्टोस दारूचं व्यसन आहे. सुरुवातीचे काही दिवस सोडले, तर तो रोज कामावरून परतताना पिऊनच यायचा. येताना 'तांदूये' रमची एक क्वार्टर सोबत आणलेली असे. सातच्या सुमारास घरी आल्यावर पुन्हा त्याचं पिणं सुरू व्हायचं. लि वे-वेने त्याला खूप समजावून सांगितलं, की हे व्यसन चांगलं नव्हे; पण तो काही ऐकायला तयार नव्हता. नंतर नंतर तो लि वे-वेला दारूच्या नशेत मारहाणही करू लागला. तिला म्हणायचा, 'जा, काहीतरी काम करून चार पैसे मिळव.' कारण त्याची बरीचशी कमाई दारूवर खर्च व्हायची. लि वे-वेला त्याच्याकडून घरखर्चासाठी चार पैसे काढून घेता घेता नाकी नऊ येत. दारू प्यायलेल्या अवस्थेतील आल्बर्टोला लि वे-वे कधीही, काहीही समजावयाच्या फंदात पडली नाही. तसे करायला गेल्यावर त्याचा माथा भडकायचा. सकाळी कामावर जाण्यापूर्वी ती त्याला समजुतीच्या चार गोष्टी सांगे. तो निमूटपणे ऐकून घेई व म्हणे,

"माझी चूक झाली. तुझ्यासारख्या प्रेमळ नि समजूतदार बायकोस मी किती त्रास नि मन:स्ताप दिला आहे, याची माझी मलाच लाज वाटते. आजपासून मी दारू सोडली, तुझी शप्पथ!" पण संध्याकाळी स्वारी पुन्हा डुलत डुलत घरी! प्यायल्यावर

आपण काय बोलतो, याचं त्याला भान राहत नसे. लि वे-वेची मारहाण नि शिव्यांचा भडीमार यातून सुटका व्हायची काही लक्षणं दिसत नव्हती. तिने विचार केला, की एखादं मूल झाल्यानंतर तो सुधारेल. लग्नानंतर दीड वर्षाने लि वे-वेला मुलगी झाली. त्यानंतर काही दिवस आल्बर्टोचं वागणं ठीक होतं; पण दीड-दोन महिन्यांनंतर पुन्हा ये रे माझ्या मागल्या!''

''अरेरे, असं किती दिवस चाललं?'' मी नीलिमाला विचारले.

''मला वाटतं लि वे-वेची मुलगी एल्सा वर्षभराची झाली असावी. एके संध्याकाळी घरी येताना आल्बर्टो एका माणसाला घेऊन आला. घरी आल्यावर लि-वे-वेला म्हणाला, 'याच्याबरोबर आतल्या खोलीत जा. त्याला जे करायचं आहे ते करू दे, नाही म्हणू नकोस.' ''

''अरे बापरे, हा तर त्याच्या जाचाचा कळस झाला. व्यसनासाठी पैसे अपुरे पडतात म्हणून बायकोला एवढं हीन कृत्य करायला लावणारा तो नराधम किती दुष्ट असावा!'' मी आश्चर्यचकित होऊन म्हणालो.

''हो, ना. त्या संध्याकाळी लि वे-वे एल्साला घेऊन आई-वडिलांकडे रडत रडत गेली. वेळोवेळी तिने त्यांना आल्बर्टोच्या वागणुकीविषयी सांगितलं होतं. आई-वडील काळजीत पडले. घरची गरिबी त्यांच्या समोर आ वासून उभी होती. त्यात मुलीची नि नातीची जबाबदारी कशी स्वीकाराची? चारचौघांच्या मध्यस्थीनं त्यांनी आल्बर्टोची समजूत काढली व त्यांच्यात समेट घडवून आणला. लि वे-वे आल्बर्टोकडे राहायला गेली. जेमतेम दोन-तीन आठवडे तो ठीक वागला; पण नंतर पुन्हा पिणं सुरू झालं. एके दिवशी लि वे-वेला म्हणाला, ''चार पैसे मिळवायला रात्री बाहेर जात जा. पैसेवाली तरुण मुलं गाड्यांतून घेऊन जातात नि तासा-दोन तासांनी आणून सोडतात. रस्त्यावर जरा चांगले चुंगले कपडे घालून, मेकप करून उभी राहत जा. रात्रीतून दोन-तीन हजार पेसो मिळतील.'' त्यावर लि वे-वेने कायमचा कठोर निर्णय घेतला. एल्साला घेऊन ती आई-वडिलांकडे गेली व म्हणाली 'जीव देण्यापेक्षा मी मोलमजुरी करून घरखर्चास हातभार लावते, पण मला आसरा द्या. त्या नराधमाकडे पुन्हा पाठवू नका.' शेवटी आई-वडिलांचं हृदय. त्यांनी तिला स्वीकारलं.''

''पण पुढे इकडे कशी काय आली ती?''

''तिनं हाऊसकीपरचं काम करायला सुरू केलं. मनिलात बरीच वर्षं काम केल्यानंतर चार वर्षांपूर्वी एका परदेशी नोकऱ्या मिळवून देणाऱ्या एजन्सीमार्फत मलेशियात आली. त्या वेळी एल्सा आईबरोबर मनिलामध्येच राहायची. ती शाळेतही जायची. आता एकवीस वर्षांची झालीय. कॉलेजला जाते म्हणे. तिचं अलीकडेच लग्न ठरलं आहे. तिला शिकवणारा एक तरुण लेक्चररच तिच्या प्रेमात पडला. ते

दोन वर्षांनी लग्न करणार आहेत म्हणे. लि वे-वे तिला म्हणाली, की तू कोणाशीही लग्न कर, पण लग्नापूर्वी एका गोष्टीची खात्री करून घे...''

''कळलं मला; पण नीलिमा, तिने एवढा अत्याचार सहन केला, तर तरुणपणी आल्बर्टोपासून घटस्फोट घेऊन दुसरं लग्न का नाही केलं?''

''फिलिपिन्समधले बहुतांशी सारे ख्रिश्चन कॅथॉलिक पंथाचे आहेत. तेथील कायद्यामध्ये घटस्फोटाची तरतूद नाही असं लि वे-वे म्हणत होती.''

''अरे हो, विसरलोच; पण बिचारीच्या आयुष्याची राखरांगोळी करणाऱ्या त्या नीच आल्बर्टोला प्रायश्चित्त मिळायला हवं होतं.''

''एका अर्थी ते मिळालं म्हणायचं. दोन वर्षांपूर्वी सिऱ्हॉसिसने गेला म्हणे!''

आम्हाला मलेशियात येऊन दीड वर्षं झालं होतं. एव्हाना लि वे-वे आमच्या घरी रुळली होती. नीलिमाची व तिची जणूकाही मैत्रीच जुळली होती. मी परगावी असलो, की त्या दोघी कधीकधी शॉपिंग मॉलला, सिनेमाला, बाहेर जेवायला नि फिरायला जात. एके संध्याकाळी नीलिमा व मी गप्पा मारत बसलो होतो. नीलिमा म्हणाली,

''उमेश, लि वे-वेच्या बाबतीत एक विस्मयकारक घटना घडली आहे. परवा तिने स्वत: होऊनच मला सांगितली.''

''असं? काय बरं सांगितलं तुला?''

''त्याचं काय झालं, तुम्ही शांघायला गेला त्या दिवशी मला अक्षयची खूप आठवण आली. तुम्हीदेखील जवळ नव्हता. संध्याकाळी मी लि वे-वेला म्हणाले, ''मला आज करमत नाही, तू आज येथेच राहतेस?'' तर ती त्याला तयार झाली. तिने आमच्यासाठी छानपैकी फिलिपिनो 'एस्काबेचे' हा माशाचा पदार्थ बनवला. आम्ही दोघी गप्पा मारत मारत दमानसाराच्या 'ग्लास हाऊस'पर्यंत जाऊन आलो. बोलता बोलता किती चाललो याकडे लक्षच गेलं नाही. घरी आल्यावर जाणवलं, की किती दमछाक झाली आहे. मी लि वे-वेला विचारलं, ''जरा जीन घ्यायची का?'' ती तयार झाली. आम्ही स्प्राईट व जीन घेऊन गॅलरीत बसलो. त्या दिवशी ती नेहमीपेक्षा जास्तच मोकळेपणानं बोलत होती. कदाचित ती जीनची किमया असावी.''

''पण काय सांगितलं तुला तिने?''

''बोलता बोलता ती म्हणाली, ''नीलिमा, माझा एक बॉयफ्रेंड आहे!'' ते ऐकल्यावर माझी जीन एकदम उतरली असावी. मी विचारलं, ''कोण आहे तुझा बॉयफ्रेंड? आणि कोठे असतो तो?'' लि वे-वेने काहीही आडपडदा न ठेवता मला त्याच्याविषयी सांगितलं...

लि वे-वेला मलेशियात येऊन एक वर्ष झालं होतं. त्या वेळी ती 'ऑस्ट्रॅक लिमिटेड' या ऑस्ट्रेलियन ट्रॅक्टर कंपनीच्या मलेशियातील प्लांटचे मुख्य इंजिनियर

मिस्टर रोनाल्ड वेलस्ली नावाच्या साठीच्या गृहस्थाकडे हाऊसकीपर होती. मिस्टर वेलस्ली खूप सुस्वभावी होते. त्यांची पत्नी नि विद्यापीठात शिकणारी मुलं सिडनीला होती. एकदा त्यांचा एक मित्र दुबईहून क्वालालंपूरमार्गे सिडनीला चालला होता. व्हिन्सेंट हार्डी त्याचं नाव. व्हिन्सेंट व रोनाल्ड कॉलेजपासूनचे जिवलग मित्र. केवळ रोनाल्डना भेटायचं म्हणून व्हिन्सेंटनं क्वालालंपूरमार्गे प्रवास करायचे ठरवलं होतं.

व्हिन्सेंट मंगळवारी पहाटे क्वालालंपूरला पोहोचले होते. सकाळी नाश्ता झाल्यावर ते रोनाल्डना म्हणाले,

''रोनाल्ड, मी एकच दिवस येथे राहणार आहे. तू तर कामात असणार. मी दिवसभर क्वालालंपूरमधील काही प्रेक्षणीय स्थळं पाहून येतो. माझी इकडे यायची ही पहिलीच वेळ आहे.''

''ठीक आहे. माझी कामं चारपर्यंत संपतील. संध्याकाळी बसू आपण गप्पा मारत. 'ड्युटी फ्री'मधून काही आणलं आहेस की नाही?''

''तुझ्याकडे येताना मी मोकळ्या हातानं येणार आहे थोडाच?'' हसत हसत व्हिन्सेंट म्हणाले.

''उत्तम. गाडी पाठवू तुझ्यासाठी?''

''नको नको. तुला पटपट कामं आटोपून लवकर घरी येण्यासाठी तुझ्याकडेच ठेव. मी एखादी टॅक्सी ठरवतो अर्ध्या दिवसासाठी.''

''पण इथला एखादा लबाड टॅक्सीवाला तुला भलतीकडेच फिरवत राहील. थांब, लि वे-वेला विचारतो तुझ्यासोबत येईल का?'

लि वे-वे तयार झाली. सकाळचं जेवण बनवायचं नव्हतं. दुपारी तीन-चारपर्यंत घरी येऊन त्या दोघांसाठी डिनर बनवायला तिला भरपूर वेळ होता. सकाळी दहा वाजता निघून लि वे-वेनं व्हिन्सेंटना शहरातील सर्व प्रेक्षणीय स्थळं दाखवली. दुपारी एकच्या सुमारास ती त्यांना बुकिट बिंटांगजवळील जलान कॉनवे मार्गावरील 'सेरी मेलायु' या खास मलय उपाहारगृहात जेवायला घेऊन गेली. जेवल्यावर व्हिन्सेंटना 'पुत्राजया' या नव्यानंच वसविण्यात आलेल्या प्रशासकीय राजधानीकडे तेथील वैशिष्ट्यपूर्ण इमारती दाखवायला घेऊन गेली. ते चार वाजायच्या आधीच घरी परतले. तिनं त्या दोघांसाठी ग्रीक सॅलड, सेलरी सूप, व्हेल स्टेक व ऑरेंज सुफले बनवले.

''लि वे-वे, सात वाजलेत. तू निघ आता. आम्ही जेवण मायक्रोमध्ये गरम करून घेतो.'' रोनाल्ड म्हणाले.

लि वे-वे जायला निघाली, तेव्हा व्हिन्सेंट तिला निरोप देण्यासाठी बंगल्याच्या फाटकापर्यंत गेलेले पाहून रोनाल्डना आश्चर्य वाटलं. व्हिन्सेंटचा निरोप घेताना लि वे-वेचे डोळे पाणावले होते. हे त्यांना खिडकीतून दिसलं नाही!

त्या दिवशी सकाळी दहापासून दुपारी चारपर्यंत व्हिन्सेंट व लि वे-वे एकत्र होते. व्हिन्सेंट खूप बोलके होते. पंधरा वर्षांपूर्वी त्यांच्या पत्नीचं कर्करोगानं निधन झालं होतं. तिशीची एकुलती एक विवाहित मुलगी ॲडलेडमध्ये राहायची. व्हिन्सेंटनी पत्नीच्या निधनानंतर पुनर्विवाह केला नाही. त्यांनीही लि वे-वेला तिच्याबद्दल विचारलं. तिनंही आपल्या आयुष्याची शोकांतिका त्यांना सांगितली. ती ऐकल्यावर ते खूप भावनाविवश झाले. 'हल्ली मला खूप एकाकी वाटू लागलं आहे' असं तिला म्हणाले. आपल्याला एखादी सुस्वभावी जोडीदार मिळाली, तर आपलं उर्वरित आयुष्य सुखा-समाधानात जाईल, अशी इच्छा त्यांनी प्रकट केली. चारच्या सुमारास घरी परतल्यावर लि वे-वेने दोघांसाठी कॉफी केली. ती घेता घेता व्हिन्सेंट म्हणाले,

"लि वे-वे, आपण दोघेही एकाकी आयुष्य कंठतोय. मला तुझा स्वभाव खूप आवडला. आपण एकमेकांना आधार दिला तर छान होईल! काय म्हणतेस तू? लि वे-वे हे ऐकताच चक्रावून गेली. काय बोलावं तिला कळेना- मिस्टर रोनाल्ड घरी परतले नव्हते. तिनं व्हिन्सेंटना काय उत्तर दिलं कोणास ठाऊक, पण मिस्टर रोनाल्ड यांनी बंगल्याची बेल वाजवल्यानंतर ते उघडण्यासाठी जायला तिला व्हिन्सेंटची मिठी सोडवताना नाकी नऊ आले..."

"खरंच की काय? एका अर्थी चांगलंच झालं म्हणायचं! पण लि वे-वे अजूनही मलेशियात कशी?" मी नीलिमास विचारले.

"सांगते ना! लि वे-वे त्यांना म्हणाली, की एल्साचं लग्न झालं, की मी एका मोठ्या जबाबदारीतून मोकळी होईन. मगच मी ऑस्ट्रेलियाला यायचा विचार करेन. त्यावर व्हिन्सेंटनी आणखी एक तोडगा सुचवला. ज्या कंपनीत ते इंजिनियर आहेत तिच्यातून ते चार-पाच वर्षांनी सेवानिवृत्त झाल्यावर मलेशियात 'सेकंड होम' करू इच्छितात. त्यांचा ब्रिस्बेनजवळ 'गोल्ड कोस्ट'वर एक फ्लॅट आहे. तो विकून त्यांना मलेशियात लि वे-वेच्या नावे घर घ्यायचं आहे म्हणे. तोपर्यंत वर्षातून दोन वेळा लि वे-वेने सिडनीला जायचं व त्यांनी दोन वेळा इकडे यायचं ठरवलं. दोन वर्षांपूर्वी मि. रोनाल्ड यांची येथून जकार्ताला बदली झाली. तरीही व्हिन्सेंट न चुकता इकडे येतात. असं गेली चार वर्षं त्यांचं जाणं-येणं नियमित चालू आहे. त्या दोघांचं खूप चांगलं जमतं, असं लि वे-वे सांगत होती."

"म्हणजे आता वर्षभरानं ॲनला आपल्यासाठी दुसरी एखादी हाऊसकीपर शोधावी लागणार तर!' मी म्हणालो.

"अर्थातच! मी लि वे-वेच्या सहवासास व मैत्रीस पारखी होईन, पण तिच्या आयुष्याचं कल्याण होईल यात शंका नाही." नीलिमा म्हणाली.

या घटनेला दोन-अडीच महिने झाले असतील. डिसेंबर २००५ मध्ये सुटीवर भारतात जाऊन रविवार, १५ जानेवारी २००६ ला मी क्वालालंपूरला परतलो. त्या

संध्याकाळी ॲनचा मला फोन आला.

"उमेश, उद्यापासून तुमच्या घरी एमी ही नवी हाऊसकीपर कामाला येईल. चार दिवसांपूर्वी लि वे-वेने अचानक राजीनामा दिला. त्या दिवशी मी रजेवर होते. ती दलेनाला भेटली. खूप अस्वस्थ वाटली दलेनाला. तिने तडकाफडकी राजीनामा देण्याचं कारण विचारलं, पण लि वे-वेने खुलासा केला नाही. आपल्याला तातडीनं मलेशिया सोडून जायचं आहे एवढंच म्हणाली. दलेनानं तिचा राहिलेला पगार चुकता केला. ऑफिसमधून जाण्यापूर्वी दलेनाला म्हणाली, की मिसेस कदमांचा निरोप घ्यायचा होता, पण त्या येथे नाहीत. तुझा ई-मेल तिने दलेनाकडून घेतला व सवडीने मेल पाठवून नीलिमास सारा खुलासा करेन म्हणाली."

"अरेरे, असं काय बरं घडलं असेल, की तिला तातडीनं मलेशिया सोडून जावं लागलं?"

"मलाही काही उकल होत नाही." ॲन म्हणाली.

मी नीलिमास ॲनबरोबर झालेल्या संभाषणाचा सारांश सांगितला. तिलाही ती बातमी ऐकल्यावर खूप वाईट वाटले आणि आश्चर्यही झाले. ती म्हणाली,

"माझ्याकडे लि वे-वेचा मोबाइल नंबर आहे. पाहू फोन करून?"

"पाहा ना."

तिने फोन लावल्यावर ध्वनिमुद्रित संदेश ऐकू आला, 'हा फोन नेटवर्कच्या बाहेर असल्यामुळे त्याच्याशी संपर्क साधता येत नाही.' शेवटी आम्ही तिची ई-मेल यायची वाट पाहायचे ठरवले. त्यानंतरच सारे कोडे उलगडणार होते.

लि वे-वेच्या अचानक कोठेतरी जाण्याला चार-पाच महिने झाले असतील. मे २००६ मध्ये एके दिवशी मी माझ्या ई-मेल पाहत होतो. त्या दिवशी लि वे-वेचा संदेश आला होता. तो वाचल्यावर मी नीलिमास तातडीने फोन केला.

"नीलिमा, इंटरनेट सुरू कर. लि वे-वेचा संदेश आला आहे. आत्ताच मी तो तुझ्याकडे फॉरवर्ड केला आहे."

"ती ठीक आहे ना? आणि सध्या आहे कोठे ती?" नीलिमाने अधीरतेने विचारले.

"तू तिचा संदेश वाच, सारा खुलासा होईल."

असे म्हणून मी लि वे-वेचा संदेश पुन्हा एकदा वाचायला घेतला.

'प्रिय नीलिमा,

सप्रेम नमस्कार

तुम्ही २४ डिसेंबरला सुटीसाठी भारतात गेला, त्याच दिवशी मी ख्रिसमससाठी मनिलाला जाणार होते, हे तुम्हाला ठाऊक होतेच. मी ३ जानेवारीस मनिलाहून परतले. त्यानंतर माझ्या आयुष्यात एक मोठी

दुर्घटना घडली, त्यामुळे मला अचानक क्वालालंपूर सोडावे लागले. तुमचा निरोप न घेता किंवा साऱ्या परिस्थितीचा खुलासा न करताच मी नोकरी सोडल्यामुळे तुमचा गैरसमज होण्याची शक्यता आहे; पण आज मी करत असलेला खुलासा वाचल्यावर मला तसे करणे का भाग पडले, हे तुमच्या लक्षात येईल व तुमचा गैरसमज निवळेल.

पाच जानेवारीस संध्याकाळी मला ऑस्ट्रेलियाहून आलेले एक पत्र मिळाले. ते होते मिस्टर जोनाथन स्टोन या व्यक्तीचे. मी त्या व्यक्तीस ओळखत नव्हते. पत्रावर माझे नाव व पत्ता होता. मी ते पत्र उघडून वाचायला घेतले. त्यात म्हटले होते 'श्रीमती लि वे-वे, आपल्याला कळविण्यास खेद होतो, की मिस्टर व्हिन्सेंट हार्डी यांचे २९ डिसेंबर २००५ या दिवशी सायंकाळी ६ वाजता हृदयविकाराच्या तीव्र झटक्याने त्यांच्या सिडनी येथील राहत्या घरी दुःखद निधन झाले. त्यांना गेली आठ वर्षे हृदयविकाराचा त्रास होता. त्यांचा दफनविधी दि. ३० डिसेंबरला सिडनी येथील चॅट्सवुड साऊथ मेथॉडिस्ट सिमेटरीत करण्यात आला. मिस्टर हार्डी यांनी दीड वर्षापूर्वी आपले मृत्युपत्र केले होते. त्यांचा सॉलिसिटर या नात्याने त्यांनी ते माझ्याकडे सुपूर्द केले होते. त्यांच्या सूचनेनुसार दफनविधीच्या तिसऱ्या दिवशी ते त्यांची विवाहित कन्या मिसेस कार्ला ॲशवुड व जावई मिस्टर जेफरी ॲशवुड यांच्या उपस्थितीत उघडून वाचण्यात आले. मिस्टर हार्डी यांनी सिडनी येथील आपले राहते घर मिसेस कार्ला ॲशवुड यांना, तर त्यांचा 'गोल्ड कोस्ट' येथील फ्लॅट तुम्हाला द्यावा, असे मृत्युपत्रात लिहून ठेवले आहे, तसेच त्यांचे म्युचुअल फंड व अन्य गुंतवणुकीतून येणाऱ्या उत्पन्नातून तुमच्या चरितार्थासाठी दरमहा यथायोग्य रक्कम तुम्हाला देण्यात यावी, असेही मृत्युपत्रात नमूद केले आहे, शिवाय त्यांची नॅशनल बँक ऑफ न्यू साऊथ वेल्समधील पाच लाख डॉलर्सची मुदतबंद ठेव तुमच्या नावे करावी, असेही नमूद केले आहे.

तुम्हाला 'गोल्ड कोस्ट' येथील फ्लॅटचा ताबा घेण्यासाठी व कायद्याच्या इतर बाबींची परिपूर्तता करण्यासाठी सिडनीला यावे लागेल. त्यासाठी आम्ही तुम्हाला विमानाचे तिकीट पाठवू, तसेच तुम्हाला ऑस्ट्रेलियन व्हिसा मिळवण्यासाठी आवश्यक कागदपत्रं आम्ही डी.एच.एल.ने क्वालालंपूरच्या ऑस्ट्रेलियन उच्चायुक्तालयास पाठवले असून, तुमचा व्हिसा मंजूर झाला आहे. तुम्ही किती तारखेस इकडे येऊ शकाल, हे लवकरात लवकर कळवावे. कळावे, आपला नम्र जोनाथन स्टोन, स्टोन

अँड स्टोन, सॉलिसिटर्स अँड लॉयर्स, सिडनी.'

हे पत्र वाचल्यावर मी अस्वस्थ झाले आणि पुन्हा एकदा उद्ध्वस्त झाले. कित्येक वर्षांच्या खडतर प्रवासानंतर माझ्या आयुष्यात आलेली सुखाची झुळूक इतक्या लवकर माझ्यापासून दूर जावी? नीलिमा, पुन्हा कठीण परिस्थितीला खंबीरपणे तोंड देणे माझ्या नशिबी आले; पण जमेची बाजू एकच, की व्हिन्सेंटने जाण्यापूर्वी माझ्या उर्वरित आयुष्यात माझी ओढाताण होऊ नये, याची पुरेपूर खबरदारी घेतली होती. त्याला चार-पाच वर्षे दिलेल्या प्रेमाच्या मोबदल्यात त्याने माझ्यासाठी किती करावे?

दोन महिन्यांपूर्वी एल्सा विवाहबद्ध झाली. तिचा पती निर्व्यसनी व सुस्वभावी आहे. सध्या मी 'गोल्ड कोस्ट'वरील फ्लॅटमध्ये राहते आहे. वेळ जाण्यासाठी परदेशातून इकडे 'हाऊसकीपर'च्या कामासाठी आलेल्या मुलींना प्रशिक्षण द्यायचे काम करत आहे.

नीलिमा, तुमचा जवळजवळ दोन वर्षांचा प्रेमळ सहवास मला लाभला, हे माझे भाग्य. तुमच्या घरी काम करत असताना मला कधीच परकेपणा जाणवला नाही. तुम्ही मला आपल्या मैत्रिणीसारखे वागवलेत, हे मी कधीच विसरू शकणार नाही. तुम्ही पुढे-मागे कधी ऑस्ट्रेलियास आलात, तर माझ्याकडेच तुम्ही व साहेबांनी राहिलं पाहिजे. फ्लॅटला दोन बेडरूम आहेत. तो 'गोल्ड कोस्ट'च्या साऊथपोर्ट भागात असून, त्याच्या बाल्कनीतून प्रशांत महासागराचे सुरेख दृश्य दिसते. तुम्हा दोघांची मी उत्तम बडदास्त ठेवेन.

माझा पत्ता, फोन नंबर व ई-मेल पत्ता खाली लिहिला आहे. मी तुच्या ई-मेलची वाट पाहत आहे.

तुमची मैत्रीण,<br>
लि वे-वे'

नीलिमाने लि वे-वेला सांत्वनपर संदेश पाठवला. त्यानंतर अधून-मधून त्या दोघी ई-मेलवर संपर्कात होत्या.

लि वे-वेने आमचे मनापासून आदरातिथ्य केले. तिचा चार दिवसांचा पाहुणचार घेऊन १४ तारखेस आम्ही सिडनीला जाण्यासाठी विमानतळावर पोहोचलो. मी नीलिमास म्हणालो,

"येथील सोनेरी किनाऱ्याची वाळू लि वे-वेसाठी खरंच सोन्याची ठरली!"

"पण लि वे-वेजवळची सोन्याची वाळू काळवंडली आहे. आज व्हिन्सेंट असता, तर ती लखलखली असती!" नीलिमा.

# *कथा एका अपघाताची*

"कदम साहेब, आता आपण वोल्लो या प्रांताजवळ पोहोचलो आहोत. इथून पुढे गाडी चालविताना खूप सावधगिरी बाळगावी लागते. विशेषत: जेव्हा आपला रस्ता एखाद्या खेड्यातून किंवा वस्तीजवळून जातो, तेव्हा खूप दक्ष राहावं लागतं, कारण या भागातील लोकांना चालत्या गाड्यांच्या आडवं धावायची सवय आहे आणि ते असं जाणूनबुजून करतात." माझ्या शेजारी बसलेला ड्रायव्हर तेशोमे मला म्हणाला. ती विचित्र प्रथा ऐकल्यावर सर्वांत आधी मी गाडीचा वेग ताशी ९०-९५ कि.मी.वरून ५०-५५ वर आणला.

आदिस अबाबावरून मला एका कामासाठी उत्तर इथिओपियातील बाहिरदार या शहराकडे जायचे होते. मला इथिओपियात कामास सुरुवात करून चार-पाच महिने झाले होते. तिकडे जायला विमानसेवा उपलब्ध होती, पण नवा देश नि त्याचे वेगवेगळे प्रदेश जवळून पाहता यावे, या हेतूने जेव्हा शक्य असेल तेव्हा गाडीनेच प्रवास करायचो. आम्ही नेहमी टोयोटा लँड क्रुझर या दणकट जीप्स वापरायचो. अलीकडेच माझा इथिओपियात वाहन चालवायचा परवाना मंजूर झाला होता. लँड क्रुझर चालवायला खूप मजा यायची. त्यातल्या त्यात दऱ्या-खोऱ्यांतून व घाटातून गाडी चालवताना छान वाटायचे. इथिओपियाच्या पहाडी मुलखातील हिरवीगार झाडी, निळे डोंगर, प्रचंड तलाव, त्या भोवतालची मखमली कुरणे खूपच आल्हाददायक नि नयनमनोहर आहेत. बाहिरदारचा रस्ता उत्तम परिस्थितीत होता. तो नाईल नदीच्या खोऱ्यातून जात

होता. हे खोरे म्हणजे शेकडो किलोमीटर लांबी व जवळजवळ १५०० मीटर खोली असलेली प्रचंड दरीच म्हणावी. तिला अमेरिकेतील ग्रँड कॅन्यनची छोटी आवृत्ती मानली जाते. आदिस अबाबा ते बाहिरदार हा प्रवास सात-आठ तासांचा होता. सोबत ऑफिसचा ड्रायव्हर असला, तरी अधूनमधून मी स्वत: गाडी चालवायचो, त्यामुळे ड्रायव्हरलादेखील थोडी विश्रांती मिळायची.

गाडीचा वेग कमी केल्यानंतर मी तेशोमेला आश्चर्याने विचारले,

''तेशोमे, या भागातील लोक वेड्यांसारखे गाड्यांच्या आडवं का धावत असावेत? त्यामुळे गाड्या चालविणाऱ्यांची तर पंचाईत होतेच, पण अपघातांची शक्यताही वाढते.''

''या भागातील लोकांचा अंधश्रद्धांवर खूप विश्वास आहे. त्यांच्या जमातीत असा समज आहे, की प्रत्येक व्यक्तीमागे एखादं पिशाच्च लागलेलं असतं. हे लोक त्यांच्या घराजवळील रस्त्यावर जाणाऱ्या-येणाऱ्या गाड्यांची वाट पाहत असतात. एखादी गाडी जवळ आली, की पटकन तिच्या आडवं जायचं म्हणजे त्यांच्यामागचं पिशाच्च गाडीखाली चिरडून जाईल व आपलं आयुष्य वाढेल, असं त्यांना वाटतं. आता एखादं पिशाच्च चिरडून गेलं, तर काही दिवसांनी दुसरं मागे लागण्याची शक्यता नाकारता येत नाही. म्हणून अधूनमधून धावत्या गाड्यांच्या आडवं पळणं आवश्यक आहे, असं या लोकांना वाटतं.''

तेशोमेने केलेला हा खुलासा ऐकल्यावर मी चकित झालो व गाडी रस्त्याच्या बाजूला थांबवली. मी त्याला म्हणालो,

''तेशोमे, तुला या भागात गाडी चालवायचा खूप अनुभव आहे. आता तूच गाडी चालव. मला या वोल्लो जमातींच्या लोकांपासून सावध राहायला हवं; पण तुला एक गोष्ट सांगतो, अशा प्रकारे काही काल्पनिक पिशाच्चांना मारून आयुर्मर्यादा वाढविण्याच्या खटाटोपात गाडीखाली सापडून त्यांचं आयुष्य कमी होण्याचीच अधिक शक्यता आहे.''

मी गाडीतून खाली उतरलो. तेशोमेने उतरून ड्रायव्हरची जागा घेतली व मी त्याच्या शेजारी बसलो. गाडी सुरू करता करता तेशोमे म्हणाला,

''तुम्ही म्हणता ते खरं आहे, कदम साहेब. या भागातील रस्ते अपघातांचं प्रमाण सर्व देशांत जास्त आहे; पण या मूर्ख वोल्लोंना कोण समजावणार?''

आमची गाडी वेर्गेसा या खेड्याजवळ पोहोचली. तेशोमे आता अतिशय सावधपणे गाडी चालवू लागला. गाडी खेड्याच्या हद्दीजवळ पोहोचल्यावर तिच्या आडवे पळण्याच्या पवित्र्यातील मुले, मुली व मोठी माणसे दिसू लागली. त्यांच्यापैकी काही आडवे पळालेदेखील; पण तेशोमे सावध असल्याने व त्या प्रकाराची पूर्वकल्पना असल्यामुळे कसलाही अनुचित प्रकार घडला नाही. पण जर त्या

भागातून एखादी नवखी व्यक्ती गाडी चालवणार असेल, तर ती मोठ्या अडचणीत येऊ शकते एवढे मात्र खरे. बऱ्याच वेळेस आपल्याकडे धोक्याच्या सूचना देणारे फलक जसे रस्त्यांवर असतात, तसे फलक लावून व त्यावर 'पिशाच्चांना चिरडण्यासाठी आडवे धावणाऱ्यांपासून सावध राहा' असा मजकूर लिहावा. तो अधिक प्रभावकारी होण्यासाठी रस्ता, त्यावरून आडवे धावणारा एखादा मुलगा व त्याच्यामागे लागलेले पिशाच्च यांचे चित्रही काढावे.

"कदम साहेब, तुम्हाला येथील मोटर वाहन कायदा व फौजदारी कायदा यांची माहिती आहे?" तेशोमेने गाडी त्या खेड्याची हद्द ओलांडून पुढे गेल्यावर मला विचारले,

"नाही. का बरं?"

"समजा एखाद्याच्या गाडीखाली कोणीतरी सापडून ठार झालं, तर ड्रायव्हरला लगेच पोलीस कोठडीत टाकलं जातं. त्याच्यावर फौजदारी गुन्हा दाखल केला जातो. अशा खटल्यात असं गृहीत धरलं जातं, की अपघात ड्रायव्हरच्या चुकीमुळे किंवा निष्काळजीपणामुळे झाला आहे. अशा खटल्यांतील आरोपीला असं सिद्ध करावं लागतं, की मृत व्यक्ती निष्काळजी होती; पण असं करणं खूप कठीण असतं, कारण बहुतेक अपघांताच्या वेळी हजर असलेले साक्षीदार मृत व्यक्तीचे नातेवाईक किंवा मित्र असतात. ते न्यायालयात 'मृत व्यक्ती निष्काळजी होती' असं कधीच सांगत नाहीत, त्यामुळे बहुतेक खटल्यांतील चालक आरोपी अपघात आपल्या चुकीमुळे अथवा निष्काळजीपणामुळे झाला नाही, हे सिद्ध करण्यात अयशस्वी होतात. त्यांचा तुरुंगवास मग अटळ असतो."

"अरे बापरे, हा फारच कठोर कायदा आहे." आमच्या ऑफिसने मला 'पेजो पार्टनर' ही गाडी दिली होती. ती मला स्वत:च चालवावी लागायची. फक्त शहराबाहेर जाताना लँड क्रुझर व ड्रायव्हर मिळायचा. इथिओपियात गाडी चालविताना खूप सावधगिरी बाळगायला हवी, अशी खूणगाठ मी मनाशी बांधली.

"पण या कायद्याच्या कठोरपणावर एक महागडा इलाज आहे." तेशोमे म्हणाला.

"तो कोणता?"

"असं आहे, समजा आरोपीनं मृत व्यक्तीच्या वारसांशी संपर्क साधून त्यांना नुकसानभरपाई दिली व त्यावर त्या वारसांनी समाधान मानलं, तर ते वारस आरोपीवरील खटला निकालात काढून त्याला दोषमुक्त करावं, असा न्यायालयात अर्ज करू शकतात व अशी विनंती न्यायालयास मान्य करावी लागेल, असाही एक नियम आहे."

"अरे वा, निदान तेवढा तरी एक मार्ग आहे म्हणायचा तुरुंगवास टाळायला."

"हो, पण मृताच्या वारसांना भरपूर नुकसानभरपाई मिळाल्याशिवाय ते तसा अर्ज न्यायालयात करत नाहीत. त्यांना विमा कंपनीकडून पैसे मिळतातच व त्यावर नुकसानभरपाईचे!"

“ते कोणत्या विम्याचे?”

“गाडीच्या. प्रत्येक गाडीचा अपघातविमा उतरावा लागतोच.”

इथिओपियात येऊन दीड वर्ष उलटले असावे. एके संध्याकाळी आम्ही शहीद या आमच्या नवीन मित्राच्या घरी जेवायला गेलो होतो. शहीद मूळचा बांगलादेशचा. तो कृषिवैज्ञानिक होता. आदिस अबाबात एका प्रसिद्ध आंतरराष्ट्रीय संघटनेत अधिकारी होता. त्याचे कार्यालय माझ्या कार्यालयाजवळच होते, पण घर मात्र खूपच दूर होते. बोलता बोलता मी शहीदला विचारले,

“शहीद, तू ऑफिसला कसा जातोस?”

“मी स्वत: गाडी चालवत जातो.”

“तुझ्या या घरापासून रिंग रोडने ऑफिसला पोहोचायला तुला वीस-पंचवीस मिनिटं लागत असावीत.” मी म्हणालो. एव्हाना मला साऱ्या शहराची भौगोलिक रचना व रस्त्यांच्या जाळ्यांची इत्थंभूत माहिती झाली होती. शहराभोवतीचा प्रशस्त सहा पदरी रिंग रोड जणू काही द्रुतगती मार्गच होता. तो वाहतुकीस खूपच सोयीचा होता.

“नाही, उमेश. मी रिंग रोडनं जात नाही,” असे म्हणून शहीदने आपण कोणत्या मार्गाने ऑफिसला जातो याचा खुलासा केला. ते ऐकल्यावर मी म्हणालो,

“तो मार्ग तर खूपच वर्दळीचा व अरुंद आहे. त्यावर वाहतुकीची कोंडी होत असते. तुला ऑफिसला पोहोचायला अर्धा-पाऊण तास लागत असावा.”

“अगदी बरोबर. कधीकधी एक तासही लागतो.”

“पण शहीद, मला कळत नाही, की तू रिंग रोडऐवजी एवढ्या अडचणीच्या मार्गाने...” मला मध्येच थांबवत शहीद म्हणाला,

“गेल्या चार-पाच महिन्यांपर्यंत मी रिंग रोडनेच जायचो; पण आमच्या कार्यालयातील माझा जपानी सहकारी आकिरा इवासावाच्या बाबतीत जे काही घडलं, तेव्हापासून रिंग रोड वापरायचं बंद केलं.”

“काय बरं झालं त्यांच्याबाबतीत?” शहीदने माझी उत्सुकता वाढवली होती.

“सांगतो. आकिराचं घर याच भागात आहे. तो रोज स्वत: त्याची टोयोटा प्राडो ही गाडी चालवत रिंग रोडने जायचा. चार महिन्यांपूर्वी रिंग रोड जेथे गोफा सेफेर या भागातून जातो, त्या ठिकाणी एक माणूस अचानक आकिराच्या गाडीच्या आडवा आला. आकिरानं गाडी थांबवायचा कसोशीनं प्रयत्न केला, पण ते शक्य झालं नाही. गाडीची जबरदस्त धडक त्या माणसास बसली. त्याला रुग्णालयात नेण्यापूर्वीच त्याचं प्राणोत्क्रमण झालं. नंतर आकिरावर फौजदारी खटला दाखल करण्यात आला. आकिराच्या मते तो गृहस्थ जणू काही आकिराची गाडी यायची वाटच पाहत होता व ती अगदी जवळ आल्यावर तिच्या आडवा पळाला. आकिरानं एक हुशार वकील नेमला व त्याला त्या अपघातग्रस्त व्यक्तीची सखोल माहिती काढायला सांगितलं.”

''शहीद, माझी खात्री आहे, की तो गृहस्थ मूळचा वोल्लो या प्रांतातील असावा.''

''ते कशावरून?''

मी शहीदला वोल्लो जमातीच्या लोकांमधील अंधश्रद्धेविषयी सांगितले.

''नाही, उमेश. ते कारण नसावं. आकिराच्या वकिलानं जी माहिती गुप्तपणे मिळवली, ती खूपच धक्कादायक होती.

''असं? काय बरं निष्पन्न झालं त्यातून?''

''सांगतो ना,'' असे म्हणून शहीदने सांगायला सुरुवात केली...

तिओद्रोस घरी परतले, तेव्हा दुपारचा दीड वाजला होता. घरी फक्त त्यांची पत्नी फासिका व मुलगी सोसिना होत्या.

''या, खूप वेळ लागला?'' फासिका तिओद्रोसना पाण्याचा ग्लास देता देता म्हणाली. तिओद्रोसनी काही न बोलता गंभीर चेहऱ्याने पाण्याचा ग्लास घेतला व तो रिकामा केला. ते शांतपणे बसून बूट काढू लागले. फासिकाही खूप अस्वस्थ झाली होती.

''किती लोक होते दफनविधीला?''

''असतील चाळीस-पन्नास. चल, अंघोळ करून घेतो,'' असे म्हणून तिओद्रोस उठले. अजूनही त्यांचा आपला जिवलग समवयस्क मित्र एफ्रेम याचे रस्ता अपघातात निधन झाले आहे, यावर विश्वास बसत नव्हता. तिओद्रोस व एफ्रेम यांनी पिकॉक टॅनरीमध्ये पस्तीस वर्षे एकत्र काम केले होते. दोघेही वर्ष-दीड वर्षापूर्वी निवृत्त झाले होते. दोघांची घरे गोफा सेफेर भागात होती. घर म्हणजे दोन खोल्या. एक उठा-बसायला व झोपायला, तर दुसरी स्वयंपाक करायला व जेवायला. वस्ती प्रामुख्याने कामगारांचीच होती. तिओद्रोस यांचा तिशीचा मुलगा योसेफ गेली दोन वर्षे नोकरीच्या शोधात साऱ्या आदिस अबाबामध्ये वणवण फिरत होता. शिक्षण दहावीपर्यंत झालेले. काही वर्षे मोहा शीतपेय फॅक्टरीत मजुरीचे काम केले. आर्थिक कारणास्तव कंपनीने नोकरकपात केली, तेव्हा त्याची नोकरी गेली. त्याच्यापेक्षा तीन वर्षांनी लहान बहीण सोसिना फारशी शिकली नव्हती. तिला अधूनमधून घरकाम करायची नोकरी मिळायची, पण या-ना त्या कारणाने ती टिकायची नाही.

तिओद्रोस अंघोळ करून आले. ते, सोसिना व फासिका जेवायला बसले. जेवण म्हणजे रोजच इंजेरा व शिरो याशिवाय काहीही नसायचे. गरीब कुटुंबांना तेवढेच परवडायचे.

''योसेफ येतो म्हणाला जेवायला?'' तिओद्रोसनी इंजेराचा तुकडा तोडता तोडता विचारले.

''जमेल न जमेल म्हणाला. अगदीच भूक लागली, तर कोल्लोवर भागवेन

म्हणाला. 'कोल्लो' म्हणजे बार्लीचे फुटाणे, अगदी स्वस्त व भूक भागवायला योग्य, पण अतिशय बेचव. योसेफची बेरोजगारी, सोसिनाच्या लग्नाची चिंता, कुटुंबाचा चरितार्थ चालविताना होणारी कुतरओढ यामुळे सारे कुटुंब सदैव दुःखी कष्टी असायचे.

एफ्रेम यांचा दफनविधी होऊन तीन आठवडे लोटले होते. इथिओपियात ऑर्थोडॉक्स ख्रिश्चन समाजात मृत्यूनंतर तीन आठवड्यांनी एक विधी केला जातो. त्यास हजर राहण्यासाठी तिओद्रोस एफ्रेम यांच्या घरी गेले होते. विधी पार पडल्यानंतर उपस्थित मंडळी एफ्रेम यांच्या विधवा पत्नी गन्नत यांची भेट घेऊन त्यांचा निरोप घेत होती. सर्वांत शेवटी तिओद्रोस गन्नतला भेटायला गेले. खोलीतील एफ्रेम यांचा फोटो पाहून त्यांचे डोळे पाणावले; पण स्वतःस सावरून ते म्हणाले,

''गन्नत, स्वतःला सांभाळ. तशी तू खंबीर आहेस, तुला मुलांचा आधार आहे, ही जमेची गोष्ट.''

''खरं आहे ते, तिओद्रोस; पण एफ्रेमची पोकळी भरून निघणार नाही. एकमेकांना सांभाळून, समजूतदारपणाने, हाल-अपेष्टा सहन करत केलेला संसार... कसं विसरू हे सारं?''

''सत्याला खंबीरपणे सामोरं जाण्यास पर्याय नाही. काही लागलं-सवरलं तर मुलांमार्फत मला निरोप पाठव.''

''हो, तिओद्रोस. तसं काही लागणार नाही. परवाच विमा कंपनीचे लोक येऊन एक लाख बीरचा चेक देऊन गेले. गाड्यांच्या मालकांना अपघाताचा विमा उतरावा लागतो म्हणे. एफ्रेम गेला, पण आमची आर्थिक विवंचना दूर करून गेला. अर्थात कितीही पैसे त्याच्या जाण्याने झालेली पोकळी भरून काढू शकत नाहीत.''

''खरं आहे ते, गन्नत. बरं, चल मी येतो. अधूनमधून चक्कर टाकेन. तूही येत जा आमच्याकडे. फासिकाने मुद्दाम तुला सांगायची आठवण दिली होती. आता तुला हळूहळू घराबाहेर पडल्याशिवाय एफ्रेमच्या अकाली जाण्याने बसलेला आघात सुसह्य होणार नाही.''

''ठीक आहे, तिओद्रोस.''

तिओद्रोस घरी जायला निघाले. रस्ता फक्त पंधरा मिनिटांचा होता. एफ्रेमच्या जाण्याने त्याच्या बायको-मुलांच्या आर्थिक विवंचना मिटल्या, हा विषय राहून राहून तिओद्रोस यांच्या डोक्यात घोळत होता.

सहा दिवसांनंतरची गोष्ट. दफनभूमीतून बाहेर पडणाऱ्यांमध्ये चर्चा चालली होती.

''काय विचित्र योगायोग म्हणायचा! दोन जिवलग मित्रांचे एकाच महिन्यात रस्ता अपघातात निधन होणे म्हणजे आश्चर्य आहे. अपघात कोठे झाला म्हणे?''

''रिंग रोडवर, सकाळी साडेआठच्या सुमारास.''

“कसली गाडी होती?”

“टोयोटा प्राडो लँड क्रुझर, कुठल्यातरी आंतरराष्ट्रीय संघटनेतील एक जपानी अधिकारी गाडी चालवित होता म्हणे! चांगलीच जबरदस्त धडक बसली असणार. कारण रुग्णालयात पोहोचण्यापूर्वी तिओद्रोस यांचं निधन झालं.”

“बापरे, शहीद, माझा तर या गोष्टीवर विश्वासच बसत नाही; पण त्या वृद्धाने स्वत:ला गाडीखाली झोकून दिलं व आत्महत्या केली, हे आकिरानं न्यायालयात कसं काय सिद्ध केलं?”

“त्याच्या वकिलानं दोन साक्षीदार मिळवले. एकाजवळ तिओद्रोस म्हणाले होते, की एफ्रेमसारखा माझा रस्ता अपघातात मृत्यू झाला, तर माझ्या कुटुंबीयांच्या आर्थिक समस्या कायमच्या मिटतील. दुसरा साक्षीदार रिंग रोडजवळील छोट्या समांतर रस्त्यावरील एक दुकानदार होता. त्याने ठामपणे सांगितले, की तिओद्रोस रिंग रोडवर पाच-सहा मिनिटे उभे होते. त्या वेळी मागच्या चौकात सिग्नल असल्याने काही वेळ वाहतूक नव्हती. सिग्नल बदलल्यावर वाहतूक सुरू झाली. काळ्या रंगाची टोयोटा प्राडो लँड क्रुझर त्यांच्या अगदी जवळ आल्यावर त्यांनी स्वत:ला गाडीखाली झोकून दिले.”

“चला, आकिरा सहीसलामत सुटला म्हणायचा तर!”

“नाही उमेश, जेव्हा आकिराला तिओद्रोसनी आत्महत्या का केली हे समजलं, तेव्हा त्याने न्यायालयात ते सिद्ध केलं नाही. उलट आपण निष्काळजीपणाने गाडी चालवत होतो. असा जबाब दिला.”

“असं? ते का बरं? पण त्यामुळे आकिरा विनाकारण अडचणीत आला असणार!” मला आकिराच्या त्या निर्णयाचे आश्चर्य वाटले.

“तिओद्रोसनी आत्महत्या केली, असं न्यायालयात सिद्ध झालं, तर विमा कंपनी त्या कारणास्तव नुकसानभरपाई देण्याचं नाकारू शकते. ज्या हेतूने तिओद्रोस यांनी आत्महत्या केली, तो हेतू सफल झाला नसता. म्हणून आकिराने तसा जबाब दिला.”

“पण शहीद, त्यामुळे आकिरास शिक्षा झाली असेल.”

“नाही. तिओद्रोस यांच्या वारसांनी आकिरावरील फौजदारी खटला मागे घ्यावा, असा न्यायालयास अर्ज केला. त्यासाठी आकिराने त्यांना स्वत:चे पंचवीस हजार बीर दिले.

■

# केवळ मृतात्म्यांच्या शांतीसाठी...

"युद्धांदरम्यान खूप लोक बेपत्ता होतात. त्यांच्यापैकी बरेचसे सैनिक असतात, तर काही सर्वसाधारण नागरिकही असतात. अशा बेपत्ता व्यक्तीच्या बाबतीत नेमकं काय झालं आहे, ती जिवंत आहे की नाही, असल्यास ती कोठे आहे, नसल्यास तिच्या पार्थिव देहावर धार्मिक प्रथेनुसार अंत्यसंस्कार करण्यात आले की नाही, केले असल्यास तिची रक्षा किंवा तिची कबर कोठे आहे या व अशा अनेक प्रश्नांना जोपर्यंत समाधानकारक उत्तरं मिळत नाहीत, तोपर्यंत अशा व्यक्तींच्या जवळच्या नातेवाइकांना खूप मानसिक यातना सहन कराव्या लागतात. बेपत्ता व्यक्तीच्या चिंतेने ते सदैव बेचैन असतात. आंतरराष्ट्रीय रेड क्रॉस या समस्येकडे मानवतावादी दृष्टिकोनातून पाहत असून, असा मानसिक त्रागा कमी करण्यासाठी काही पावलं उचलत आहे." व्हिएतनामची राजधानी हनोई येथे मे २००७ मध्ये रेड क्रॉसच्या कार्याविषयी आयोजित केलेल्या एका चर्चासत्रात मी बोलत होतो.

"बेवारस मृतदेहांवर अंत्यसंस्कार करण्यापूर्वी काही खबरदारी घेतली, तर अशा समस्यांचं प्रमाण कमी करता येणं शक्य आहे. प्रत्येक सैनिकाच्या गळ्यात त्याचं युनिट व त्याचा क्रमांक असलेला एक छोटा ताईत बांधण्याची प्रथा कित्येक राष्ट्रांमध्ये प्रचलित आहे; पण सर्वसाधारण नागरिक अथवा अंतर्गत युद्धात भाग घेणारे बंडखोर किंवा फुटीरवादी यांच्याजवळ असा ताईत असण्याची शक्यता कमीच असते. अशा व्यक्तींच्या मृतदेहाची अन्य मार्गे ओळख पटली नाही, तर त्यांच्यावर

अंत्यसंस्कार करण्यापूर्वी त्यांचे फोटो घेणं, त्यांच्या देहावरील कपडे किंवा अन्य वस्तू जपून ठेवणं, तसेच दफन केले असल्यास त्यांच्या कबरीवर क्रमांक टाकणं, दहन केले असल्यास रक्षापात्रावर क्रमांक टाकून त्यांचं जतन करणं असे काही उपाय योजणं आवश्यक आहे. डी.एन.ए. चाचणी खूप खर्चिक आहे, पण काहींच्या बाबतीत तिचा उपयोग करून घेण्यात आला आहे,'' असे म्हणून मी माझ्या भाषणाचा समारोप केला. माझ्यानंतर डॉ. अंगुयेन हांग यांचे भाषण होते. ते व्हिएतनामच्या न्यायवैद्यकशास्त्र संस्थेचे संचालक होते. त्यांच्या विषयातील ते एक सुप्रसिद्ध आंतरराष्ट्रीय तज्ज्ञ होते. पन्नाशीच्या डॉ. हांग यांनी पॅरिस-सोरबोन विद्यापीठात न्यायवैद्यकशास्त्राचा पदव्युत्तर अभ्यास केला होता. त्या विषयावर त्यांनी तीन अभ्यासपूर्ण ग्रंथ लिहिले होते. त्यांनी आपल्या भाषणात मृतदेहांची ओळख पटण्यासाठी कोणकोणते नवे शास्त्रीय उपाय योजले जातात, हे सोप्या भाषेत समजावून सांगितले. शेवटी ते म्हणाले,

''आशियातील व्हिएतनामसारख्या बुद्ध धर्माचं आचरण करणाऱ्या देशांतील जनतेत एक असा समज आहे, की जोपर्यंत मृतदेहावर धार्मिक प्रथेनुसार अंत्यसंस्कार करून 'मृतात्म्यास चिरंतन शांती लाभो' अशी प्रार्थना केली जात नाही, तोपर्यंत असा मृतात्मा अस्वस्थ असतो, त्यामुळे मृत व्यक्तीचे नातेवाईक व आप्तेष्टदेखील अस्वस्थ होतात. जवळची व्यक्ती जाण्यानं झालेल्या दुःखात अशी अस्वस्थता भर घालते, त्यामुळे प्रा. कदम यांनी सांगितल्याप्रमाणे मृतदेहांची ओळख पटविण्यासाठी काही उपाय योजणं आवश्यक आहे.''

ते सत्र संपल्यावर आम्ही दोघे गप्पा मारत होतो.

''प्रा. कदम, व्हिएतनाम युद्ध संपून तीस वर्षं होऊन गेली, पण आजही जवळजवळ तीन लाख व्हिएतनामी सैनिकांचं नेमकं काय झालं, याचा शोध लागलेला नाही. देशाच्या काही भागांत युद्ध चालू होतं, तेव्हा धारातीर्थी पडलेल्या सैनिकांचं घाईघाईनं दफन करण्यात आलं. काहींच्या कबरी आहेत, तर काहींच्या नाहीत. युद्धाच्या वेळी जंगलामध्ये कबरी करायला कोणाला वेळ असणार? अशा सैनिकांचे नातेवाईक त्यांच्या प्रिय व्यक्तीचं कोठे दफन करण्यात आलं किंवा त्या व्यक्तीची कोठे कबर आहे का, हे शोधू शकत नाहीत.''

''आता युद्ध संपून इतकी वर्षं लोटली आहेत, की त्यांचा शोध लागणंही कठीण आहे, असं मला वाटतं.'' मी म्हणालो.

''तुम्ही म्हणता ते एका अर्थी खरं आहे; पण येथील जनतेनं त्या समस्येवर तोडगा काढण्यासाठी एक अनोखा मार्ग अवलंबला आहे.'' प्रा. हांग म्हणाले.

''असं? कोणता बरं?'' मी उत्सुकतेने विचारले. त्यावर घड्याळाकडे पाहत डॉ. हांग म्हणाले,

''साडेसहा वाजत आलेत. असं करू या, आपण येथून जवळच कोठेतरी बीयर घेत बोलत बसू. तुम्हाला त्याबाबतीत मी काही माहिती देईन.''

''ठीक आहे.'' मी म्हणालो. चर्चासत्र हनोईच्या हांग-हान्ह मार्गावरील गोल्डन सन हॉटेलमध्ये भरले होते. त्याच मार्गावरील, हॉटेलच्या जवळच 'दाओ-कि एम' हा बार होता. आम्ही तेथे जाऊन हा-नॉय बीयर मागवली. आमच्या गप्पा पुढे सुरू झाल्या.

''प्रा. कदम, आता इथल्या लोकांना कळून चुकलं आहे, की त्यांच्या जवळच्या बेपत्ता व्यक्ती हयात असणं असंभव आहे. त्यांच्या मृतदेहांना शोधून त्यांच्यावर पारंपरिक अंत्यसंस्कार करण्यासाठी ते गेली काही वर्षं मांत्रिकांची मदत घेतात!''

''खरंच की काय? तुमचा त्यावर विश्वास आहे? कारण असे मांत्रिक आपली तथाकथित गूढविद्या लोकांची दिशाभूल करून पैसे उकळण्यासाठीदेखील करू शकतात.'' मी म्हणालो. माझा मंत्रविद्येवर विश्वास नव्हता.

''मी तुम्हाला माझं मत नंतर सांगतो; पण त्यापूर्वी एक खुलासा करायला हवा. प्रत्येक व्हिएतनामी व्यक्तीच्या घरी एक प्रशस्त देव्हारा असतो. जवळजवळ सहा-बाय-चार फुटांचा, दीड फूट उंचीचा एक लाकडी लाल चौथरा असतो. त्यावर सोनेरी नक्षीकाम केलेलं असतं. त्या चौथऱ्यावर बुद्धाची मूर्ती असते. तिच्यासमोर फुलं, फळं व तांदळापासून बनवलेलं मद्य यांचा नैवेद्य असतो. देव्हाऱ्यावर मृत नातेवाइकांचे छोटे फोटो ठेवलेले असतात. रोज सकाळी व संध्याकाळी तेथे दिवा व उदबत्ती लावली जाते. कधीकधी घरातील लोकांना महत्त्वाच्या प्रसंगी मृतात्म्यांशी संवाद साधायची इच्छा होते. अशा वेळी ते देव्हाऱ्यासमोर बसून एक ठराविक प्रार्थना करतात व मृतात्म्यांना संवादासाठी यायची विनंती करतात. प्रार्थना करणारे संमोहित अवस्थेत जातात व मृतात्म्यांशी संभाषण करतात. अर्थात हे सारं त्यांच्या मनातल्या मनात चाललेलं असतं.''

मला हा सारा प्रकार गूढ आणि विस्मयकारक वाटत होता. मी डॉ. हांगना विचारले,

''तुमच्या घरी आहे असा देव्हारा?''

''आहे ना!''

''तो मला पाहायची इच्छा आहे.'' मी पटकन बोलून गेलो. मला स्थानिक संस्कृती ज्या ज्या गोष्टीत दिसते; त्या जवळून पाहायची खूप हौस आहे; पण माझी ती इच्छा प्रकट करून डॉ. हांगना मी अडचणीत तर टाकले नव्हते? कारण कदाचित अशा देव्हाऱ्यांच्या खोलीत फक्त त्या कुटुंबातील व्यक्तींनाच प्रवेश असावा. माझ्या आगंतुकपणाबद्दल मी स्वत:लाच दोष देऊ लागलो. एवढ्यात डॉ. हांग म्हणाले,

''नक्की पाहू शकाल तुम्ही. उद्या आपलं चर्चासत्र संपल्यावर मी तुम्हाला घरी घेऊन जाईन. आपल्या पाहुण्यांना, मित्रांना अशा देव्हाऱ्याकडे घेऊन जाण्यात व्हिएतनामी लोक स्वत:ला धन्य मानतात.''

हे ऐकल्यावर माझा जीव भांड्यात पडला. डॉ. हांग पुढे म्हणाले,

''अशा देव्हाऱ्यांसमोर बसून मृतात्म्यांना वंदन करण्यासाठी किंवा त्यांच्याशी संवाद साधण्यासाठी एका गोष्टीची आवश्यकता असते. ती म्हणजे त्या मृत व्यक्तीवर धार्मिक प्रथेनुसार घरातील लोकांनी अंत्यसंस्कार केले असले पाहिजेत नि मृतात्म्यास शांती मिळो, अशी त्या वेळी प्रार्थना केली असली पाहिजे. अस्वस्थ आत्म्यांना संवादासाठी पाचारण करता येत नाही.''

''आणि जोपर्यंत असे अंत्यसंस्कार व अशी प्रार्थना केली जात नाही, तोपर्यंत मृत व्यक्तीच्या नातेवाइकांना अनंत यातना होत राहतात.'' मी म्हणालो.

''बरोबर. म्हणूनच बऱ्याच लोकांनी मांत्रिकांची मदत घ्यायला सुरुवात केली.'' डॉ. हांग म्हणाले.

''डॉ. हांग, तुम्ही स्वत: शास्त्र शाखेचे पदवीधर आहात, न्यायवैद्यकशास्त्राचा तुम्ही पदव्युत्तर अभ्यासक्रम आणि त्याच विषयात पीएच.डी. केली आहे. तुमचा विश्वास आहे अशा मांत्रिकांवर?''

''माझं वैयक्तिक मत मी तुम्हाला नंतर सांगेन; पण त्यापूर्वी काही मनोरंजक किस्से सांगतो. ते ऐकून तुम्हीदेखील चकित व्हाल!''

माझा अंधश्रद्धेवर विश्वास नसल्यामुळे डॉ. हांग जे काही किस्से ऐकवणार आहेत, ते ऐकायचे आणि विसरून जायचे ठरवले.

व्हू काँग नावाचा एक सैनिक जवळजवळ पस्तीस वर्षांपूर्वी युद्धात मृत्युमुखी पडला. त्याचा भाऊ, मुलगा आणि विधवा पत्नीने त्याची कबर शोधण्यासाठी जंग जंग पछाडलं; पण ती काही सापडली नाही. शेवटी त्यांनी गेल्या वर्षी नाम अंधिया नावाच्या एका मांत्रिक महिलेची मदत घ्यायचं ठरवलं. तिने जवळजवळ चार हजार मृतांच्या कबरींचा शोध लावला होता, अशी तिची ख्याती होती. ती तीन महिन्यांतून एकदा मृतांच्या गरजू नातेवाइकांना तिच्या बा-रिया या गावी एकत्र यायला सांगायची. त्यांचं शिबिर तिच्या घरातील एका मोठ्या हॉलमध्ये भरायचं. त्या हॉलमध्ये एक प्रचंड देव्हारा होता. ती एकेक मृताच्या नातेवाइकांना देव्हाऱ्यासमोर बोलवायची. प्रत्येकास नंबर दिलेला असे. व्हू काँगचा नंबर आल्यावर त्याचा मुलगा मिन्ह, भाऊ दोयेन व विधवा पत्नी जुआन देव्हाऱ्यासमोर येऊन बसले. देव्हाऱ्याच्या उजव्या बाजूला नाम अंधिया बसली होती. तिने सदतीस वर्षांच्या मिन्हला प्रश्न विचारायला सुरुवात केली. मृत व्यक्तीचं नाव व ती केव्हापासून गायब झाली आहे, हे तपशील विचारले. त्यांचं घर कोणत्या गावी आहे, हेदेखील विचारलं. त्यानंतर पाच-सहा

मिनिटं ती डोळे मिटून शांत बसली. हॉलमधील जवळजवळ पस्तीस-चाळीस लोकही चिडीचूप होते. हॉलमध्ये उदबत्तीचा मंद सुगंध दरवळला होता. नाम अंधिया काय सांगते, हे ऐकण्यासाठी मिन्ह, दोयेन व जुआन आतुरले होते. त्यांची उत्कंठा शिगेला पोहोचली होती. सारं वातावरण भारित झालं होतं.

नाम अंधियाने डोळे उघडले व तिने मिन्हला विचारलं,

"तुमच्या घराच्या परसात एक विहीर आहे?"

"आहे."

"तिच्या पलीकडे पेरूचं, पेरूला लागून रांबूतानचं व त्याच्या उजवीकडे फणसाचं झाड आहे?"

"अगदी बरोबर." मिन्हला व इतरांना खूप आश्चर्य वाटले.

"तुमच्या घरासमोर खेळाचं मैदान आहे?"

"आहे."

"ठीक. पत्ता तर बरोबर मिळाला. लढाईवर जायच्या आधी तीन वर्षं व्हू कॉंगचा विवाह झाला होता?" मिन्हला त्याच्या आई-वडिलांचं लग्न केव्हा झालं, हे ठाऊक होतं. तो म्हणाला,

"बरोबर आहे."

"तुझ्या आईचा तुझा जन्म होण्यापूर्वी एकदा गर्भपात झाला होता?"

मिन्हनं प्रश्नार्थक नजरेनं जुआनकडे पाहिलं. ती गोष्ट खरी होती, पण जुआन नि व्हू कॉंगनी त्याची घरात वाच्यता केली नव्हती. जुआनने होकारार्थी मान डोलवली.

"चला, ओळख तर पटली आहे." नाम अंधिया म्हणाली. पुन्हा काही क्षण स्तब्ध बसून ती म्हणाली,

"व्हू कॉंग जुलै १९७१ मध्ये कु-लाओ-चामजवळ झालेल्या चकमकीत ठार झाला. त्याच्याबरोबरचे इतर दहा सैनिकही मारले गेले. त्या सर्वांचं दफन कु-लाओ-चाम या गावाच्या उत्तरेकडील स्मशानभूमीत करण्यात आलं. स्मशानभूमीच्या मुख्य फाटकातून आत गेल्यावर तिसऱ्या ओळीत डावीकडून दुसरी कबर व्हू कॉंगची आहे."

हे समजल्यावर मिन्ह, जुआन व दोयेन यांचा जीव भांड्यात पडला. तातडीनं ते व्हिएतनामच्या पूर्व किनाऱ्यावरील कु-लाओ-चाम या गावी गेले व स्थानिक अधिकाऱ्यांच्या परवानगीने व्हू कॉंगची कबर उकरून त्याच्या अस्थी दा-नांग या त्यांच्या गावी आणून त्यांच्यावर रीतसर अंत्यसंस्कार केले.

"प्रा. कदम, व्हू कॉंगचे नातेवाईक म्हणतात, की आमच्या यातना आता संपल्या."

"सारं प्रकरण गूढ दिसतंय एवढं खरं. काहीही असो, अशा मांत्रिकांनी हजारो लोकांना यातनामुक्त केलं, ही जमेची बाजू नाकारता येत नाही." मी म्हणालो.

"कित्येक मांत्रिक नकाशावर खूण करून नेमकं कोठे दफन केलं आहे, ते दाखवतात. बऱ्याच वेळेस चकमकींदरम्यान घाईघाईने जंगलात दफन केलं असलं, तर आज ती जागा शोधणं केवळ अशक्य आहे; पण कित्येकांच्या बाबतीत काही मांत्रिकांनी जंगलांच्या नकाशावर खूण करून दफन केलेल्या जागा दाखवल्या व तेथे खणल्यावर अस्थी मिळाल्या. तुम्हाला मी आणखी एकच विस्मयकारक किस्सा सांगतो, तो आहे कोक-फीचा..."

हनोई विद्यापीठाच्या पदार्थविज्ञान विभागातील चाळीशीचा प्राध्यापक बान-फुआ याचा थोरला भाऊ कोक-फी युद्धात बेपत्ता झाला. युद्ध समाप्तीनंतर तो परतला नाही. त्यावरून घरच्यांनी अंदाज केला, की त्याचा युद्धादरम्यान मृत्यू झाला असावा. साऱ्या देशातील स्मशानभूमी पालथ्या घातल्या, तरी त्याच्या नावाची कबर कोठेही सापडली नाही. पाच-सहा वर्षांपूर्वी प्रा. बान-फुआने शुआनओ नावाच्या एका मांत्रिक महिलेची भेट घेतली. ती एका कंपनीत हिशेबनीसाचं काम करायची. फावल्या वेळेत कबरींचा शोध घ्यायचं काम मोफत करायची. ती त्यांच्या घरी गेली. प्रा. बान-फुआ, कोक-फीची विधवा पत्नी, त्याचा आणखी एक भाऊ व आई-वडील या सर्वांना तिने घरातील देव्हाऱ्यासमोर बसायला सांगितलं. कोक-फीचा फोटो तिने मागितला. तो तिने देव्हाऱ्यावर ठेवला. तिने उदबत्ती लावून डोळे बंद करून एक प्रार्थना केली. त्यानंतर डोळे उघडून कोक-फीच्या फोटोकडे पाहिलं. काही क्षणांतच कोक-फी शुआनओच्या मुखातून बोलू लागला... 'मी २८ सप्टेंबर १९७० या दिवशी हा-तिन्हजवळ मारला गेलो. व्हिएत काँगच्या एका सैनिकाने झाडलेली गोळी माझ्या छातीत लागली व मी जागच्या जागी ठार झालो. माझ्या बरोबरचे सैनिक सैरावैरा धावले. चकमकी संपल्यानंतर हा-तिन्हच्या काही खेडूतांना माझा मृतदेह दिसला. त्यांनी माझा देह त्यांच्या स्मशानभूमीत नेला. त्याच सुमारास हा-तिन्हच्या पूर्वेकडे झालेल्या चकमकीत चार सैनिक ठार झाले होते. त्यांचे मृतदेहदेखील दफन करण्यासाठी आणले होते. त्या स्मशानभूमीत ओळख न पटलेल्या बऱ्याच सैनिकांच्या कबरी आहेत. स्मशानभूमीच्या दुसऱ्या रांगेत डावीकडून पाचवी कबर माझी आहे. त्या कबरीवरील दगड करड्या रंगाचा असून, तिच्यासमोर पिवळ्या जंगली फुलांचं एक रोप उगवलेलं आहे.'

हे समजल्यावर तातडीनं सारं कुटुंब शुआनओसह एका व्हॅनने हा-तिन्हकडे गेले. तेथे एकच स्मशानभूमी होती. स्थानिक अधिकाऱ्यांनी त्यांना सांगितलं, की बऱ्याच अज्ञात सैनिकांचं तेथे दफन केलं आहे. स्मशानभूमीत पोहोचल्यावर शुआनओ त्यांना कोक-फीच्या कबरीजवळ घेऊन गेली. तिचा दगड करड्या रंगाचा

होता व तिच्यासमोर एक पिवळ्या जंगली फुलाचं खुरटं रोप होतं. शुआनओ आत्मविश्वासाने म्हणाली,

"ही कोक-फीचीच कबर आहे."

इतक्यात प्रा. बान-फुआच्या लक्षात एक गोष्ट आली. तो म्हणाला,

"तू म्हणाली होतीस, की कोक-फीची कबर डावीकडून पाचवी आहे. ही कबर तर डावीकडून सहावी आहे. काहीतरी गफलत होत आहे."

ती गोष्ट शुआनओच्या लक्षात आली. तिने त्या कबरीसमोर एक उदबत्ती लावली. डोळे मिटून प्रार्थना केली व कोक-फीशी पुन्हा संपर्क साधला नि त्याला विचारले,

"कोक-फी, तू तर म्हणाला होतास, की तुझी कबर डावीकडून पाचवी आहे; पण मला येथे तुझी कबर डावीकडून सहावी दिसतेय. हे कसं काय?"

"मी कबरी मोजताना फक्त सैनिकांच्या मोजल्या. त्या रांगेतील सर्वांत पहिली कबर आहे हा-तिन्हमधील एका बारा वर्षं वयाच्या मुलीची."

प्रा. बान-फुआने स्मशानभूमीच्या व्यवस्थापकाला गाठून त्या गोष्टीचा शहानिशा करायचे ठरवले. त्या व्यवस्थापकाने ती कबर एका लहान मुलीची आहे, या गोष्टीस दुजोरा दिला. तरीही त्याने शुआनओला विचारले,

"शुआनओ, ही कबर कोक-फीची आहे, याची खात्री करून घ्यायला काही उपाय आहे?"

"आहे ना. मी या कबरीसमोर मातीत एक चॉपस्टिक खुपसते. तिच्या निमुळत्या टोकावर तुमचे वडील एक अंडं ठेवायचा प्रयत्न करू देत. अंडं स्थिर राहिलं, तर समजायचं की ही कबर कोक-फीचीच आहे." चॉपस्टिकचा निमुळता भाग इतका छोटा, की त्यावर अंडं स्थिर राहणार नाही, याची प्रा. बान-फुआला खात्री होती. त्याचे वृद्ध वडील पुढे सरसावले. शुआनओने आपल्या पिशवीतून आणलेलं अंडं त्यांच्याकडे दिलं. सर्वांनी श्वास रोखून धरला. वडिलांनी थरथरत्या हातानं अंडं चॉपस्टिकच्या टोकावर ठेवलं व आपले दोन्ही हात दूर केले. अंडं स्थिर राहिलेलं पाहून सर्वांनी निश्वास सोडला. त्यावर प्रा. बान-फुआ म्हणाला,

"आपण अस्थी घेऊन जाऊ, पण मला डी.एन.ए. चाचणी करायची आहे." शास्त्रीय दृष्टिकोनाचा पुरस्कर्ता प्रा. बान-फुआ अजूनही त्यावर विश्वास ठेवायला तयार नव्हता. इतरांनी त्याची समजूत काढायचा प्रयत्न केला, पण तो हट्टाला पेटला होता. हनोईस परतल्यानंतर त्याने अस्थीचा एक लहान तुकडा व आपल्या वडिलांच्या रक्ताचा नमुना न्यायवैद्यकशास्त्र प्रयोगशाळेत सादर केले व चाचणीसाठी आवश्यक ती फी भरली.

"म्हणजे तुमच्या प्रयोगशाळेत ती चाचणी केली गेली तर?" मी प्रा. हांगना विचारले.

"अर्थातच, प्रा. कदम, चाचणीचा निष्कर्ष काय आला असावा, असं वाटतंय तुम्हाला?"

"मी काहीच सांगू शकत नाही. तुम्ही जे सांगत आहात, ते माझ्या कल्पनेपलीकडचं आहे."

"चाचणीचा निष्कर्ष आला, की त्या अस्थी कोक-फीच्याच आहेत. त्या चाचणीमुळे ते नि:संदिग्धपणे सिद्ध झालं!"

"कमाल आहे! या साऱ्या प्रकाराची उकल होत नाही. मी तुमच्यासारखा शास्त्रीय दृष्टिकोनाचा पुरस्कर्ता, पण असे प्रसंग पाहिले, की काही अतींद्रिय शक्ती अस्तित्वात आहेत, यावर विश्वास बसावा!"

त्या रात्री मला नीट झोप लागली नाही. वारंवार तो विषय डोक्यात घोळत होता. दुसऱ्या दिवशी चर्चासत्रात माझे एक छोटे भाषण होते. इतर भाषणे व्हिएतनाम रेड क्रॉसमधील काही अधिकाऱ्यांची होती. संध्याकाळी पाच वाजता कार्यक्रमाचा समारोप होणार होता. त्या वेळी प्रा. हांग हजर राहणार होते व तो झाल्यावर मला घरी घेऊन जाणार होते.

ठरल्याप्रमाणे कार्यक्रम संपला. मी प्रा. हांग यांच्या गाडीतून त्यांच्या खुआंग-दिन्ह भागातील घराकडे निघालो होतो.

"प्रा. कदम, आज तुम्ही आमच्या घरी भोजन घ्यायचं आहे, बरं का!"

"तुम्ही कशाला त्रास घेता? जेवणाचं राहू दे. मी फक्त थोडा वेळ तुमच्या घरी थांबून जाईन!"

"छे, छे, ते काही चालणार नाही. आमच्या व्हिएतनामी प्रथेनुसार पाहुणा पहिल्यांदा घरी आला, की त्यानं जेवूनच गेलं पाहिजे."

"ठीक आहे, प्रा. हांग. मी तुमच्या प्रथेचा व इच्छेचा आदर राखेन. घरी कोण कोण असतं?"

"माझी बायको, दोन मुलं आणि आई."

आम्ही प्रा. हांग यांच्या घरी पोहोचलो. घर म्हणजे एक छोटा बंगलाच होता. बंगल्याभोवती सुंदर फुलांचे वाफे होते. घरी गेल्यानंतर प्रा. हांगनी त्यांच्या बायकोची ओळख करून दिली. त्यांनी पारंपरिक व्हिएतनामी पद्धतीचा 'आव-दाई' हा वेश परिधान केला होता. मी त्यांच्याकडे सोबत आणलेला एक मोठा केक दिला.

"कशाला आणलात केक आपण?" मिसेस हांग म्हणाल्या.

"फार काही नाही आणलं, फक्त मुलांसाठी केक आणला आहे." त्या केक घेऊन आत गेल्या. मी दिवाणखान्यातील एका खुर्चीवर बसलो. तेथील फर्निचर सुबक होते. भिंतीवर काही निसर्गचित्रे लावली होती. एका कोपऱ्यात एक उंच कंबोडियन काष्ठशिल्प होते. एका भिंतीवर प्रा. हांग यांचा पॅरिस-सोरबोन विद्यापीठाच्या

पदवीदान समारंभाच्या वेळी घेतलेला फोटो होता. प्रा. हांग मला म्हणाले,

"प्रा. कदम, तुम्हाला आमचा देव्हारा पाहायचा आहे ना?"

"हो. मला तो पाहायची खूप उत्सुकता आहे."

"या, आत जाऊ आपण." प्रा. हांग म्हणाले. मी माझे बूट काढून एका बाजूला ठेवले व प्रा. हांग यांच्याबरोबर आत गेलो. दिवाणखान्यास लागून एक बेडरूम होती व तिच्या पलीकडे देवघराची खोली होती. मी त्या खोलीत गेलो. लाल, सोनेरी नक्षीच्या चौथऱ्यावर बुद्धाची मूर्ती होती. खोलीत मंद लाल दिवा होता. देव्हाऱ्यावर फळांचा नैवेद्य, फुले, उदबत्ती अशा वस्तू होत्या. तेथील एका वृद्धाचा व एका तिशीतील तरुणाचा फोटो पाहून मी प्रा. हांगना विचारले,

"हे कोणाचे फोटो आहेत?"

"माझे वडील आणि माझे थोरले बंधू कोक-फी यांचे!"

"म्हणजे प्रा. बान-फुआ..."

"तो माझा धाकटा भाऊ. तुम्हाला मी इकडे आल्यानंतर सांगणारच होतो, एवढ्यात तुम्हीच विचारलं. कोक-फीच्या अस्थी मिळाल्यानंतर तीन वर्षांनी वडील गेले; पण तीन वर्षं का होईना, कोक-फीवर रीतसर अंत्यसंस्कार केल्याचं त्यांना समाधान मिळालं, ही आनंदाची गोष्ट."

मी देव्हाऱ्यासमोर उभे राहून डोळे मिटून हात जोडले. तेथे एक अनोखी धीरगंभीर प्रसन्नता होती. त्या वातावरणात मन शांत करणारी एखादी अद्भुत शक्ती फैलावली असल्याचा मला भास झाला. आपल्यातून निघून गेलेली व्यक्ती अजूनही आपल्या आसपास आहे व आपण तिच्याशी संवाद साधू शकतो यावर विश्वास बसावा, अशी त्या वातावरणाची किमया होती.

आम्ही बाहेर दिवाणखान्यात आलो. प्रा. हांग आमच्यासाठी सरबताचे ग्लास घेऊन आले.

"प्रा. कदम, कोक-फीच्या अस्थींवरील डी.एन.ए. चाचणी मी स्वत: केली. आतापर्यंत मी अशा बऱ्याच डी.एन.ए. चाचण्या केल्या आहेत; पण कोक-फीच्या अस्थींची करताना मी खूप बारकाईने लक्ष देऊन ती केली..."

त्या दिवशी ९च्या सुमारास प्रा. हांग मला त्यांच्या गाडीतून हॉटेलवर सोडायला आले. जाता जाता मला आठवले, की काल दोनदा मी प्रा. हांगना 'तुमचा मांत्रिकांवर व त्यांनी मृतांच्या अज्ञात अस्थी शोधून देण्यावर विश्वास आहे?' असे विचारले होते. दोन्ही वेळेस त्यांनी त्या प्रश्नाला उत्तर द्यायचे टाळले होते. आता मी पुन्हा त्यांना तो प्रश्न विचारू इच्छित नव्हतो, कारण मला अप्रत्यक्षरीत्या त्याचे उत्तर मिळाले होते!

# न्यायदाता

''सलग चार वर्षं मी जंगलात राहिलो. आम्हा स्वातंत्र्ययोद्ध्यांचे तळ सारखे बदलले जायचे. शत्रूला चकवण्यासाठी ती खबरदारी घेणं आवश्यक होतं. आमच्या लढ्यास खेड्या-पाड्यातील जनतेची सहानुभूती होती. तेदेखील गोऱ्यांच्या राजवटीला कंटाळले होते नि त्यांच्या धोरणांनी शोषून गेले होते. ते अधूनमधून जे काही खायला-प्यायला देत, तेवढ्यावरच आम्हाला भागवावं लागायचं. बहुतेक वेळी मक्याच्या पिठाचा शिजवलेला लगदा, ज्याला आम्ही 'उगाली' म्हणतो तो नि त्याच्याबरोबर आम्ही शिकार केलेल्या एखाद्या वन्य प्राण्याचं मांस, जंगली फळं याशिवाय काहीही मिळायचं नाही. कधीकधी बदल म्हणून 'कसाव्हा' किंवा 'मिहोगो' या सुरणासारख्या कंदमुळांपासून बनवलेला 'फुफू' हा पदार्थ असायचा. मद्य वगैरे यांचं तर नावच काढू नका,'' असे म्हणून जॉर्जने आपल्या ग्लासातील राहिलेला व्होडका संपवला व बारटेंडरला ग्लास भरायची खूण करून पुढे म्हणाला, ''घरच्यांना आमचा ठावठिकाणा असणं शक्य नव्हतं. आम्ही त्यांच्याशी संपर्क साधू शकत नव्हतो.''

''मला वाटतं १९७५ च्या सुमारास स्वातंत्र्यलढ्यानं उग्र रूप धारण केलं व तो अधिक प्रभावशाली झाला, कारण त्या वेळी संयुक्त राष्ट्रसंघाने वर्णविद्वेषी सरकारविरुद्ध पुरस्कारलेल्या नाकेबंदीने मूर्त स्वरूप धारण केलं.'' मी म्हणालो.

''बरोबर. त्याच सुमारास मी लढ्यात उतरलो. जवळजवळ मार्च १९७५ पासून १ डिसेंबर १९७९ ला नागरी युद्धसमाप्तीचा

करार संमत होईपर्यंत मी त्या लढ्यात सहभागी झालो होतो.'' जॉर्ज म्हणाला. जॉर्ज, अंत्वान व मी वॉर्साजवळील 'मॅड्रलिन' या शैक्षणिक संकुलाच्या आवारातील एका बारमध्ये जुलै १९९८ मध्ये गप्पा मारत बसलो होतो. आम्ही तिघेही आंतरराष्ट्रीय रेड क्रॉस व पोलिश रेड क्रॉस यांच्या संयुक्त विद्यमाने आयोजित आंतरराष्ट्रीय मानवतावादी कायद्याच्या अभ्याससत्राचे व्याख्याते होतो. त्यासाठी अंत्वान बुव्हिए हा आमच्या जीनिव्हा येथील मुख्य कार्यालयातील माझा सहकारी पाच-सहा दिवसांपूर्वी आला होता. तो त्या सत्राचा संचालक होता. त्याने मला दिल्लीहून बोलावून घेतले होते. त्या वेळी मी नुकताच आंतरराष्ट्रीय रेड क्रॉसच्या दक्षिण आशिया विभागाचा कायदा सल्लागार झालो होतो. माझा शिक्षणक्षेत्रातील अनुभव लक्षात घेता, त्याने मला खास आमंत्रण पाठवून तिकडे यायची विनंती केली होती. जॉर्ज किवेशे झिंबाब्वेच्या सैन्यातील 'जज्ज ॲडव्होकेट-जनरल' या सैनिकी न्यायखात्यात कर्नल होता. त्याची व अंत्वानची पूर्वीची ओळख होती. जॉर्जचा आंतरराष्ट्रीय मानवतावादी कायद्याचा चांगला अभ्यास होता.

झिंबाब्वे या आफ्रिकेच्या दक्षिणेकडील देशाचा इतिहास तसा मनोरंजक होता. तो भाग ब्रिटिशांनी १८८० मध्ये आपल्या अधिपत्याखाली आणून त्यास ब्रिटिश साम्राज्यात सामावून घेतले. पुढे त्यास स्वयंशासित ब्रिटिश प्रदेशाचा दर्जा देण्यात आला. तेथील ब्रिटिश राज्यकर्ता इयान स्मिथ याने १९६५ मध्ये ब्रिटनपासून स्वातंत्र्याची एकतर्फी घोषणा केली व यापुढे त्या वेळी ओळखल्या जाणाऱ्या 'ब्रिटिश ऱ्होडेशिया'शी ब्रिटनचा संबंध राहिला नाही, असे जाहीर केले. तेथील बहुसंख्य जनता निग्रो असली, तरी सरकार गोऱ्या ब्रिटिशांच्या हातात होते. ब्रिटनने त्यास विरोध दर्शविला, पण तेथे पुन्हा आपले सरकार स्थापण्यासाठी पावले उचलली नाहीत. त्याचे कारण हे होते, की सर्वत्र साम्राज्यवादी युरोपियनांच्या वसाहती हळूहळू स्वातंत्र्याकडे वाटचाल करत होत्या; परंतु ऱ्होडेशियाच्या मूळच्या निग्रो जनतेला त्यांच्या भूमीवरील गोऱ्या युरोपियन सरकारचे शासन नको होते. त्यासाठी त्यांनी १९६५ पासून हळूहळू संघटित होऊन नागरी युद्ध पुकारले. त्यास तळागाळातील जनतेचा पाठिंबा मिळाला. वेळोवेळी जॉर्जसारखे तरुण स्वातंत्र्ययोद्धे त्यात सामील झाले व चौदा वर्षांच्या अथक लढ्यानंतर डिसेंबर १९७९ मध्ये गोऱ्यांच्या शासनाचा अस्त झाला. ऱ्होडेशियाचे नाव बदलून मूळचे 'झिंबाब्वे' असे ठेवण्यात आले.

माझ्यापेक्षा तीन-चार वर्षांनी मोठ्या जॉर्जला मी विचारले,

''जॉर्ज, तू स्वातंत्र्यलढ्यात भाग घेतलास हे खरं, पण पुढे स्वतंत्र झिंबाब्वेच्या लष्करात कर्नल कसा झालास?''

''उमेश, नव्या झिंबाब्वेची राष्ट्रउभारणी सुरू झाली, तेव्हा नवं सैन्यदल

स्थापण्याला स्वतंत्र झिंबाव्वेच्या नेत्यांनी प्राधान्य दिलं. त्यांनी स्वातंत्र्ययोद्ध्यांना लष्करात दाखल व्हायचं आवाहन केलं. ज्या वेळी मी स्वातंत्र्यलढ्यात उतरलो, तेव्हा फक्त बी.ए. झालो होतो. माझं शिक्षण व स्वातंत्र्यलढ्यातील कामगिरी पाहून मला सैन्यात कमिशन मिळालं. मी सेकंड लेफ्टनंट झालो. ही गोष्ट १९८० सालची. त्यानंतर वेळोवेळी बढत्या मिळत गेल्या.''

''पण तू कायद्याच्या अभ्यासाकडे कसा काय वळलास?'' मी जॉर्जला विचारले.

''उमेश, मी समज आल्यापासून जवळून अन्याय पाहत आणि अनुभवत आलो होतो. गोऱ्यांनी आमच्यावर शंभर वर्षं राज्य केलं हा तर अन्याय होताच, पण त्यांचे अधिकारी, राज्यकर्ते नि आमच्या देशात स्थायिक झालेले जमीनदार, व्यापारी व व्यावसायिक यांनी आमच्या जनतेची जी पिळवणूक केली, ती मी वर्णन करू शकत नाही. गोरगरिबांना गुलामासारखं राबवलं. त्यांच्या कष्टांवर ते स्वत: गब्बर झाले, ऐषआरामीचं आयुष्य जगू लागले. पराकोटीचं शोषण आणि अत्याचार यांना तोंड देण्यावाचून गोरगरिबांना, शेतमजुरांना पर्याय नव्हता. तुला माझ्या कुटुंबाचंच उदाहरण देतो,'' असे म्हणून जॉर्जने एक नि:श्वास टाकला. त्याचे मन भूतकाळात भरकटू लागले. काही क्षण विचार करून तो सांगू लागला...

''माझे वडील एका गोऱ्या जमीनदाराच्या चारशे एकराच्या फार्मवर शेतमजूर होते. त्या जमीनदाराचं नाव होतं क्लाईव्ह स्टॉकर. माझ्या वडिलांप्रमाणे इतर पन्नास मजूर तेथे कामाला होते. तो त्या सर्वांना सकाळी सात वाजल्यापासून संध्याकाळी सात वाजेपर्यंत मरमर राबवून घ्यायचा. दिवसाअखेरीस जेमतेम पोट भरेल एवढेच पैसे हातावर टिकवायचा. स्वत: मात्र विलासी आयुष्य कंठायचा. त्याचा फार्ममध्येच प्रशस्त व्हिला होता. घरी नोकर-चाकर होते, चार गाड्या होत्या. त्याला रोज स्कॉच किंवा फ्रेंच वाईन लागायची. खाण्यासाठी परदेशातून उत्तमोत्तम चीज, हॅम, बेकन, सॉसेजेस, जॅम्स, मुरवलेले पदार्थ, हवाबंद डबे आणले जायचे. त्याची सारी ऐषआरामी मजुरांच्या कष्टावर चालायची.

एके दिवशी सकाळपासून उन्हात काम केल्यामुळे दुपारी चार वाजता माझ्या वडिलांना भोवळ आली, म्हणून ते एका झाडाखाली पाच मिनिटं विश्रांती घेत बसले. त्या वेळी क्लाईव्ह तेथे आला. वडिलांना बसलेलं पाहून त्याचा माथा भडकला व रागाने तो लालबुंद झाला. एका नोकराकरवी त्याने चाबूक मागवला व माझ्या वडिलांना अर्धा तास फटके मारत राहिला. जाताना म्हणाला, 'ही केवळ तुला शिक्षा नाही. इतरांनी तुझ्यासारखं करू नये, म्हणून धडा शिकवलेला आहे.' त्या संध्याकाळी रक्तबंबाळ अवस्थेत तीन मजूर वडिलांना घेऊन घरी आले. आईने जंगली पाला वाटून त्यांची मलमपट्टी केली. त्यांच्या अंगात त्राण नव्हतं. त्या रात्री

ते जे झोपले, ते पुन्हा कधीच उठले नाहीत.''

जॉर्जने आपल्या खिशातील रुमाल काढला व डोळे टिपले.

''अरेरे, तू खूप जवळून पराकोटीचा अन्याय पाहिला आहेस, अनुभवला आहेस,'' मी म्हणालो.

''अन्यायाच्या किती गोष्टी मी तुम्हाला सांगू? गोरे जमीनदार मजुरीसाठी शेतावर आलेल्या तरण्याताठ्या महिलांवर राजरोसपणे बलात्कार करत. एखाद्याने अडी-अडचणीला त्यांच्याकडून पैसे उसने घेतले, तर त्यांना वेठबिगार करून ठेवून घ्यायचे. कोणी संघटित व्हायचा प्रयत्न केला, तर गोळ्या घालून ठार मारायचे. हे वर्षानुवर्षं चाललेलं शोषण आणि उघडउघड अन्याय पाहून मी न्यायदानाच्या पवित्र कार्यास वाहून घ्यायचं ठरवलं, पण त्यात अनेक अडचणी आल्या. कॅप्टन झाल्यानंतर १९८३ मध्ये माझी हरारे येथे तीन वर्षांसाठी नेमणूक करण्यात आली होती. त्याचा फायदा घेऊन सायंकाळच्या लॉ कॉलेजमध्ये प्रवेश घेतला. दिवसभर नोकरी, सायंकाळी कॉलेज व रात्री अभ्यास असं तीन वर्षं सातत्यानं चालू होतं. मी १९८६ मध्ये प्रथम वर्गात एलएल.बी. उत्तीर्ण झालो. त्याच सुमारास आमच्या लष्करात 'जज्ज ॲडव्होकेट-जनरल' या सैनिकी न्यायव्यवस्थेची स्थापना करण्यात आली. सैन्यातील कामगिरी नि कायद्याची पदवी यांचा विचार करून वरिष्ठांनी माझी त्या खात्यात नेमणूक केली.''

''पण जॉर्ज, ते तुझ्या न्यायाधीश व्हायच्या इच्छेच्या आड आलं असावं,'' अंत्वान म्हणाला.

''अर्थातच; पण मी विचार केला, की मला कायद्याच्या क्षेत्रातील अनुभव नसताना न्यायपालिकेत नोकरी मिळणं कठीण आहे. म्हणून सैनिकी न्यायव्यवस्थेत दाखल झालो, शिवाय या न्यायव्यवस्थेत काही वर्षं काम केल्यानंतर मी सर्वसाधारण न्यायपालिकेत नोकरीसाठी अर्ज करू शकतो. अजून दोन वर्षांनी माझी लष्करी सेवेत वीस वर्षं पुरी होतात. मी स्वेच्छानिवृत्ती घेऊ शकतो व न्यायाधीश व्हायचा प्रयत्न करू शकतो.''

''छान. तसं झालं, तर तुझं कित्येक वर्षांचं स्वप्न पुरं होईल,'' मी म्हणालो. आमची जेवायला जायची वेळ होत आली होती.

जॉर्ज आमच्यासोबत चार दिवस राहून त्याची व्याख्याने संपल्यावर हरारेला परतला. त्या चार दिवसांत त्याची व माझी चांगलीच गट्टी जमली होती. आम्ही मोकळ्या वेळेत दूरपर्यंत पायी फिरायला जायचो, मोकळेपणाने गप्पा मारायचो, संध्याकाळी एकत्र बसून बीयर अथवा पोलिश व्होडकाचा आस्वाद घ्यायचो, जेवायचो. जॉर्जला १७ वर्षांची एक मुलगी व १५ वर्षांचा एक मुलगा होता. त्याची पत्नी जेमा एका अनाथाश्रमाची संचालिका होती. जॉर्जचा मनमोकळा स्वभाव,

त्याचा स्वातंत्र्यलढ्यातील सहभाग, त्याने सहन केलेला गोऱ्या राजवटीचा अन्याय नि न्यायदानाच्या पवित्र कार्यास वाहून घ्यायची त्याची इच्छा, यामुळे मी खूपच प्रभावित झालो होतो. त्याच्या व्यक्तिमत्त्वाने माझ्या मनावर खोल ठसा उमटवला होता. माझा निरोप घ्यायच्या वेळी तो मला म्हणाला,

"उमेश, तू एकदा झिंबाब्वेला ये. आमचा देश खूप सुंदर आहे. वन्य पशुपक्ष्यांचे सफारी पार्कस्, प्रचंड तलाव, नद्या, धबधबे नि घनदाट अरण्यं पाहून तू थक्क होशील आणि आल्यानंतर माझ्याकडेच राहायचं बरं का!"

"ठीक आहे, जॉर्ज. तूदेखील भारताला यायचा बेत कर." मी म्हणालो.

आम्ही एकमेकांना असे आमंत्रण दिले खरे, पण आम्हाला मनोमनी ठाऊक होते, की ते फलद्रूप होणे सहजासहजी शक्य होणार नव्हते.

त्यानंतर तीन वर्षे उलटली. माझी व अंत्वानची कामानिमित्त अधूनमधून भेट व्हायची. तो २००१ मध्ये भारतात आला होता. त्या वेळी एके संध्याकाळी आम्ही गप्पा मारत बसलो असता मी जॉर्जचा विषय काढला.

"उमेश, गेल्या मे महिन्यात मी जॉर्जला पोलंडला व्याख्यानासाठी आमंत्रण पाठवले. त्याचे उत्तरही आले. तो व्याख्यानांसाठी येऊ शकत नव्हता. अलीकडेच आपली न्यायाधीशपदी नेमणूक झाली असून, कामाच्या व्यापातून सवड मिळणं दुरापास्त आहे, असं त्यानं कळवलं नि दिलगिरी व्यक्त केली."

"चला, एकदाची त्याची इच्छा पूर्ण झाली म्हणायची. कोणत्या ठिकाणी त्याची नेमणूक झाली आहे?"

"त्याच्या पत्रावरील पत्ता आता आठवत नाही."

"कोठेही असो, तो उत्तम न्यायदाता होईल यात शंका नाही." मी म्हणालो.

त्यानंतर जॉर्जचे कुशल समजणे शक्य नव्हते. त्याची व अंत्वानची भेट होणेही आता असंभव होते. माझी नवी दिल्ली येथील नेमणूक २००४ मध्ये संपली व तेथून मी पाच वर्षांसाठी मलेशियास गेलो. मलेशियाहून जानेवारी २००९ मध्ये इथिओपियास बदली झाल्यानंतर जॉर्जच्या आठवणींना उजाळा मिळाला, पण त्याची भेट होण्याची शक्यता नव्हती, कारण झिंबाब्वे हा देश माझ्या कार्यक्षेत्रात नव्हता. इथिओपियास जाऊन एक वर्ष होऊन गेले होते. मार्च २०१० मध्ये मला आमच्या जीनिव्हा येथील मुख्य कार्यालयातून एक संदेश आला व तो वाचल्यानंतर जॉर्जच्या भेटीचा योग जुळून येतोय की काय, अशी शंका मनात डोकावली. त्या संदेशात म्हटले होते,

"आफ्रिकेमध्ये काम करणाऱ्या सर्व कायदा सल्लागारांची व त्यांचे सहायक कायदा अधिकाऱ्यांची वार्षिक बैठक जूनच्या १४ ते १९ तारखांदरम्यान झिंबाब्वेची राजधानी हरारे येथे होणार असून, तिच्यामध्ये तुमचा सहभाग आवश्यक आहे. त्या

बैठकीच्या अनुषंगाने तुम्ही...''

हा संदेश वाचल्यानंतर मला प्रश्न पडला, की आता जॉर्जला कसे शोधायचे? त्याची व माझी भेट होऊन जवळजवळ बारा वर्षे झाली होती. सध्या त्याची नेमणूक कोणत्या ठिकाणी व कोणत्या पदावर झाली आहे, हेदेखील मला ठाऊक नव्हते. असे असले, तरी मी जॉर्जचा शोध घ्यायचे ठरवले; पण एव्हाना तो मला विसरला तर नसावा? काहीही असो, प्रयत्न करून पाहण्यात काही धोका नव्हता. मी जॉर्जला एक खुलासेवार पत्र लिहिले. ते एका पाकिटात घालून बंद केले. त्यानंतर आमच्या हरारे येथील कार्यालयात काम करणारा हॅरॉल्ड मॅकडर्मट या एका सहकाऱ्याला एक पत्र लिहिले. त्याची व माझी जीनिव्हामध्ये एका प्रशिक्षणादरम्यान ओळख झाली होती. मी त्याला लिहिले,

'प्रिय हॅरी,

तू कसा आहेस? येत्या जूनमध्ये आपली हरारे येथे भेट व्हायचा योग जुळून आला आहे. विभागीय कायदा सल्लागारांच्या व अधिकाऱ्यांच्या बैठकीविषयी तुला समजले असेलच.

आज हे पत्र तुला एका वैयक्तिक गोष्टीबाबत तसदी देण्यासाठी लिहीत आहे. जवळजवळ बारा वर्षांपूर्वी पोलंडमध्ये माझी कर्नल जॉर्ज किवेशे नावाच्या झिंबाब्वेच्या लष्करी न्यायव्यवस्थेतील एका अधिकाऱ्याची ओळख व मैत्री झाली. अंदाजे २००१ मध्ये त्याने स्वेच्छानिवृत्ती घेतली व तो न्यायाधीश झाला, असे मला नंतर समजले. येत्या जूनमध्ये मी हरारेला आल्यानंतर त्याला भेटू इच्छितो; परंतु मी त्याच्याशी संपर्क साधू शकत नाही. कदाचित आपल्या कार्यालयातील एखादा जुना स्थानिक कर्मचारी त्याला ओळखत असावा. नसल्यास हरारेतील एखाद्या न्यायालयात किंवा विधी व न्याय मंत्रालयात जुजबी चौकशी केल्यास सध्या त्याची नेमणूक कोठे झाली आहे, हे समजू शकेल. अर्थात तो हरारेमध्ये असला, तरच मी त्याची भेट घेऊ शकेन. जर तू सुदैवाने त्याचा पत्ता मिळवण्यात यशस्वी झालास, तर सोबतचे पत्र त्याच्याकडे पोहोचते करू शकशील का? तुला मी त्रास देत आहे, पण संपर्क तुटलेल्या मित्राची भेट घ्यायची खूप तीव्र इच्छा आहे. तसदीबद्दल क्षमस्व.

तुझा सहकारी,<br>
उमेश.'

जॉर्जची व माझी भेट १६ जूनला संध्याकाळी ५ वाजता त्याच्या कार्यालयात

होणार होती. हॅरॉल्डचा जॉर्जशी संपर्क साधल्याचा ई-मेल संदेश वाचून मला आनंद झाला होता. जॉर्ज हरारेमध्येच असल्याचे समजल्यावर त्याची भेट होणार, यात शंका नव्हती. हॅरॉल्डने मला जॉर्जच्या कार्यालयाचे फोन नंबर्स कळवले होते. हरारेत गेल्यानंतर मी फोनवरून आमच्या भेटीची वेळ ठरवली.

ठरल्याप्रमाणे ५ वाजायच्या आधीच काही मिनिटे मी त्याच्या कार्यालयात पोहोचलो. त्याच्या खोलीत पाय टाकल्यावर 'उमेऽऽश!' असे म्हणत आपल्या जागेवरून उठून माझ्याजवळ येऊन त्याने मला मिठी मारली!

''जॉर्ज, आपण पोलंडमध्ये निरोप घेतला, तेव्हा मुळीच वाटलं नव्हतं, की पुन्हा काही वर्षांनी भेटू, तेही हरारेत!''

''खरं आहे ते, उमेश; पण मला एका गोष्टीचं कौतुक वाटतं, की तू माझी आठवण ठेवलीस नि इकडे यायचं नक्की झाल्यावर मला सविस्तर पत्र पाठवलंस आणि भेटायची इच्छा व्यक्त केलीस याचं!''

आमचे एकमेकांचे कुशल विचारून झाल्यानंतर गप्पा सुरू झाल्या. जॉर्जचे बरेचसे केस करडे झाले होते. तेवढे सोडले, तर तो बारा वर्षांपूर्वी होता तसाच होता. जवळजवळ तासाभराने मी घड्याळाकडे एक कटाक्ष टाकला. ते पाहून जॉर्ज म्हणाला,

''उमेश, आपण एके संध्याकाळी जेवायला जाऊ, निवांतपणे गप्पा मारू. जरा बीयर वगैरे काहीतरी घेऊ. तसे केल्याशिवाय मला चैन पडणार नाही. तू कधी मोकळा आहेस, सांग!''

''ठीक आहे. परवा दिवशी १८ तारखेला संध्याकाळी तू मोकळा आहेस?''

''नसलो तर त्या दिवसाची इतर कामं रद्द करतो; पण आपण नक्की भेटायचं. हे पाहा, लिओपोल्ड ताकाविरा मार्गावर राष्ट्रकुल क्लब आहे. तेथे संध्याकाळी सात वाजता भेटू आणि हे पाहा, त्या क्लबमध्ये सूट-टाय नसेल, तर प्रवेश मिळत नाही.''

''ठीक आहे, जॉर्ज. माझ्याजवळ सूट-टाय आहे आणि नसता तर तेवढ्यासाठी विकत घेतला असता! चला निघतो मी. भेटू परवा संध्याकाळी.'' जॉर्ज दारापर्यंत मला निरोप द्यायला आला. मी त्याच्या कार्यालयातून बाहेर पडलो. मला पाहताच आमच्या कार्यालयाच्या ड्रायव्हरने गाडी सुरू केली. गाडीत बसण्यापूर्वी जॉर्जच्या कार्यालयाकडे नजर टाकली व त्याच्या प्रवेशद्वाराजवळील चकचकीत पितळी पाटीवरील मजकूर पुन्हा एकदा वाचला. 'माननीय जॉर्ज किवेशे, झिंबाब्वेचे सरन्यायाधीश, सर्वोच्च न्यायालय, हरारे.'

# नोकरी गुणवत्तेला साजेशी!

''गेली दोन वर्षं मी मलाक्का विद्यापीठात प्राध्यापक आहे. आता म्यानमार सोडून जवळजवळ दहा वर्षं झाली. मला १९९६ मध्ये ऑस्ट्रेलियातील मोनॅश विद्यापीठाची शिष्यवृत्ती मिळाली. ती एक वर्षाच्या आंतरराष्ट्रीय कायद्याच्या पदव्युत्तर अभ्यासक्रमासाठी होती. तो मी उत्तम मार्कांनी पुरा केला. सुदैवानं लगेचच सिडनी विद्यापीठाची पीएच.डी.साठी शिष्यवृत्ती मिळाली. जून २००० मध्ये डॉक्टरेट झाल्यावर चार वर्षं ॲडलेड विद्यापीठात सहायक प्राध्यापकाची नोकरी मिळाली; पण नंतर व्हिसा व कामाचा परवाना यांची मुदत वाढवण्यात अडचण आल्याने ऑस्ट्रेलिया सोडावं लागलं. त्याच वेळी मलाक्का विद्यापीठाची जाहिरात माझ्या पाहण्यात आली. मी अर्ज केला व यथावकाश माझी निवड झाली. नाहीतर मी खूप अडचणीत आलो असतो.''

''परत रंगूनला जायचा कधी विचार केला नाही?'' मी विचारले.

''ते शक्यच नाही. मी म्यानमारमधील लष्कर राजवटीनं मानवी हक्कांचं किती मोठ्या प्रमाणावर उल्लंघन केलं आहे, याबद्दल जे शोधनिबंध परदेशी नियतकालिकांमध्ये प्रकाशित केले, ते सरकारी अधिकाऱ्यांच्या वाचनात आले आहेत, असं मला समजलं आहे. तिकडे गेलो तर राजद्रोहाच्या गुन्ह्याबद्दल मला अटक व शिक्षा होऊ शकते!''

गेला एक तास मी अडतीस वर्षांचे डॉ. मिंट स्वे-विन यांच्याशी गप्पा मारत बसलो होतो. जुलै २००६ मध्ये

डॉ. स्वे-विन क्वालालंपूर येथील मलाया विद्यापीठात आंतरराष्ट्रीय मानवतावादी कायद्याच्या एका चर्चासत्रासाठी आले होते. ते चर्चासत्र आमचे आंतरराष्ट्रीय रेड क्रॉसचे विभागीय कार्यालय व विद्यापीठाचा विधी विभाग यांच्या संयुक्त विद्यमाने आयोजित केले होते. मी त्या चर्चासत्राचे संचालन करत होतो. तेथेच माझी व डॉ. स्वे-विन यांची ओळख झाली.

ब्रिटिशांपासून १९४८ मध्ये स्वातंत्र्य मिळाल्यानंतर १९६२ पर्यंत त्या वेळी 'बर्मा' या नावाने ओळखल्या जाणाऱ्या सध्याच्या म्यानमारमध्ये लोकशाही सरकार अस्तित्वात होते; पण १९६२ मध्ये लष्कराने सरकारला पदच्युत करून सत्ता आपल्या ताब्यात घेतली. लोकशाहीवादी नेत्यांना तुरुंगात डांबले. तरीदेखील जनता लोकशाहीच्या पुनर्स्थापनेची धिटाईने मागणी करत होती. यथावकाश १९९० मध्ये खुल्या निवडणुका घेण्यात आल्या. त्यात लष्कराने स्थापलेल्या 'बर्मा समाजवादी कार्यक्रम' पक्षाचा दारुण पराभव झाला व 'राष्ट्रीय लोकशाही आघाडी' या पक्षाने त्याच्या नेत्या श्रीमती आंग सान सूची यांच्या नेतृत्वाखाली निर्विवाद बहुमत मिळवले; पण लष्कर राजवट सत्ता सोडण्यास राजी नव्हती. त्यांनी श्रीमती आंग सान सूची यांना नजरकैदेत ठेवले व निवडणुका रद्दबातल ठरवल्या. लोकशाहीची मागणी करणाऱ्यांना तुरुंगात टाकले. जगाच्या वेगवेगळ्या भागांतून अनेक राष्ट्रांनी लष्करी सरकारचा धिक्कार केला. म्यानमारच्या लष्करी राज्यकर्त्यांना चीनचा पाठिंबा होता. संयुक्त राष्ट्रसंघाच्या सुरक्षा समितीत जेव्हा म्यानमारचा मुद्दा चर्चेला आला, तेव्हा चीनने आपला नकाराधिकार वापरून म्यानमारविरुद्ध निर्बंध लादले जाणार नाहीत, याची खबरदारी घेतली. श्रीमती आंग सान सूची यांना १९९१ मध्ये शांततेसाठीचा नोबेल पुरस्कार जाहीर झाला; पण त्याचा लष्करी राजवटीवर यत्किंचितही परिणाम झाला नाही. डॉ. मिंट स्वे-विनसारख्या लोकशाहीवादी बुद्धिवंतांची गळचेपी होऊ लागली. देशाचा सर्व कारभार लष्कराच्या हाती असल्याने मानवी हक्क व लोकशाही मूल्यांचे नाव काढणाऱ्यांवर राजद्रोहाचा आरोप लावून त्यांची तुरुंगात रवानगी केली. या पार्श्वभूमीवर डॉ. स्वे-विन यांना ऑस्ट्रेलियाला जायला मिळालेली शिष्यवृत्ती एका अर्थी सुवर्णसंधीच होती.

''मला सद्यपरिस्थितीत म्यानमारला जाणं शक्य नाही. जोपर्यंत तेथील सरकार लष्कराच्या हाती आहे, तोपर्यंत तिकडे जाणं आत्मघातकी ठरेल; पण कधीकधी आई-वडिलांच्या आठवणीनं जीव व्याकूळ होतो.'' डॉ. स्वे-विन खिन्न चेहऱ्याने उद्गारले.

''अरेरे, ही खूप खेदकारक गोष्ट आहे. त्यांच्याजवळ कोण असतं?''

''माझा धाकटा भाऊ. थोरली बहीणसुद्धा रंगूनमध्येच असते. तिचे पतीदेखील त्यांची देखभाल करतात. मी फक्त फोनवर अधून-मधून त्यांची चौकशी करू शकतो.''

म्यानमारमधील लष्करी राजवटीमुळे डॉ. स्वे-विन यांना किती मानसिक यातना सहन कराव्या लागत होत्या, याचा हळूहळू उलगडा होत होता.

"तुम्ही विवाहित आहात?" मी विचारले.

"छे! तो विचार मी कायमचा डोक्यातून काढून टाकला आहे. माझी स्वत:ची परिस्थिती एवढी बिकट असताना लग्नामुळे वाढणाऱ्या जबाबदाऱ्या मी पेलू शकणार नाही, शिवाय माझी सध्याची नोकरी तात्पुरतीच आहे."

"म्हणजे मलाक्का विद्यापीठातील नोकरी कायमस्वरूपी नाही?"

"मुळीच नाही. तेथील एक प्राध्यापक डॉक्टरेट करायला लंडन विद्यापीठात गेले आहेत. त्यांच्या तीन वर्षांच्या अभ्यास रजेनंतर ते परतल्यावर मला पुन्हा नोकरीच्या शोधात जावं लागणार. प्रा. कदम, तुम्हाला ठाऊक आहे ना, मलेशियात फक्त मलय वंशाच्या लोकांनाच कायमस्वरूपी नोकऱ्यांत प्राधान्य दिलं जातं."

मलेशियातील जवळजवळ पासष्ट टक्के मलय वंशाच्या लोकांना खूप सवलती मिळायच्या. उर्वरित चिनी व भारतीय वंशाच्या लोकांबाबतीत भेदभाव करणे, हा सरकारी धोरणाचा भाग असल्याचे, मला ठाऊक होते. असे असताना डॉ. स्वे-विन यांच्यासारख्या परदेशी नागरिकास तेथे चांगली नोकरी मिळणे कठीण होते. मग ते किती उच्चविद्याविभूषित नि अनुभवी होते हा भाग दुय्यम होता.

त्यानंतर माझी व डॉ. स्वे-विन यांची अधूनमधून भेट होऊ लागली. मी आयोजित करत असलेल्या चर्चासत्र, कार्यशाळा अशा कार्यक्रमात त्यांना एखाद्या सत्राचे संचालन करण्यासाठी किंवा व्याख्यानासाठी बोलावत असे. मार्च २००७ मध्ये मी हाँगकाँग येथे आयोजित केलेल्या आंतरराष्ट्रीय मानवतावादी कायद्यावरील 'अभिरूप न्यायालय' या स्पर्धेचे परीक्षक म्हणून डॉ. स्वे-विनना आमंत्रित केले. आम्ही हाँगकाँगमध्ये एकाच हॉटेलवर उतरलो होतो. त्या वेळी पाच-सहा दिवस आम्ही एकत्रच होतो. एके संध्याकाळी आम्ही कौलून येथील खाडीलगतच्या एका उपाहारगृहात जेवायला गेलो. तेथून हाँगकाँग बेटावरील गगनचुंबी इमारतींवरील संगीताच्या तालावर बदलणाऱ्या रोषणाईचा जगातील सर्वांत मोठा ध्वनी-प्रकाश कार्यक्रम दिसत होता. हाँगकाँगचे ते एक प्रमुख आकर्षण फक्त कौलूनच्या खाडी किनाऱ्यावरून दिसत असे. ते पाहायला किनाऱ्यावर लोकांची झुंबड उडाली होती; पण डॉ. स्वे-विन यांचे तिकडे लक्ष नव्हते. ते बरेचसे खिन्न आणि उदास दिसत होते.

"प्रा. कदम, मे महिन्यात माझ्या नोकरीची मुदत संपतेय. मी गेले चार-पाच महिने झाले वेगवेगळ्या विद्यापीठांना अर्ज पाठवत आहे. अद्याप एकाचंही सकारात्मक उत्तर आलेलं नाही. नोकरी शोधायचा फार मोठा यक्षप्रश्न माझ्यापुढे आहे. मलेशियन व्हिसादेखील जून महिन्यात संपतोय. नोकरी नाही मिळाली, तर म्यानमारला परत जावं लागेल; पण तेथे गेल्यावर काय होणार हे उघड आहे."

डॉ. स्वे-विन यांच्या खिन्नतेचे कारण समजले. त्यांना कशी मदत करावी, हे मला सुचेना.

"भारतातील काही कायदा विद्यापीठांचे कुलगुरू माझे मित्र आहेत. तिकडे प्रयत्न करून पाहू?" मी सांगितले.

"भारत सरकार व म्यानमारची लष्करी राजवट यांचं व्यापाराच्या बाबतीत सहकार्य आहे. मला भारताचा व्हिसा मिळणार नाही. आज हाँगकाँग विद्यापीठाच्या विधिविभागातील प्रा. जोहानेस चान यांच्याशी मी बोलत होतो. ते म्हणाले, की विद्यापीठाच्या विस्ताराची योजना आहे. लवकरच विधिविभागात प्राध्यापकांच्या जागा भरायची जाहिरात प्रसिद्ध होणार आहे. त्यासाठी त्यांनी अर्ज करायला सांगितलं आहे. ते प्रयत्न करतो असंही म्हणाले."

"चला, तसं झालं तर उत्तमच. तुमची शैक्षणिक अर्हता आणि कामाचा अनुभव इतका चांगला आहे, की तुमच्यासारखे प्राध्यापक मिळणं विद्यापीठाच्याही हिताचं आहे."

"तसं जरी असलं, तरी माझं नागरिकत्व प्रत्येक वेळेस मला अडचणीत आणते!" डॉ. स्वे-विन यांची उद्विग्नता मी समजू शकत होतो. उपाहारगृहाच्या बाहेर रोषणाई आणि संगीत यांच्या खेळाचा जल्लोश चालला होता, पण डॉ. स्वे-विन यांच्या मनातील आशा-निराशा यांच्या खेळाच्या चित्र-विचित्र सावल्या त्यांच्या चेहऱ्यावर प्रतिबिंबित झाल्या होत्या.

त्यानंतर बरेच दिवस माझी व डॉ. स्वे-विन यांची भेट झाली नाही. त्याच वर्षी सप्टेंबरमध्ये मला कामानिमित्त रंगूनला जायचा योग आला. त्या वेळी लष्करी राजवटीची साऱ्या देशावरची जबरदस्त पकड प्रकर्षाने जाणवली. रंगून शहरातील प्रचंड व आकर्षक श्वेदागॉन पॅगोडा या पवित्र बुद्ध मंदिरात प्रार्थना करणारे शेकडो भिक्षू, शहरातील नम्र व विनयशील लोक, गरिबीमुळे काबाडकष्ट करणाऱ्या स्त्रिया व मुले यांच्याकडे पाहून दया आली व सरकारच्या हुकूमशाही प्रवृत्तीचा उबग आला. तेथे डॉ. स्वे-विन यांच्याविषयी कोणाजवळ विचारपूस करणेही अशक्य होते. मी क्वालालंपूरला गेल्यावर त्यांचा ठावठिकाणा शोधायचे ठरवले.

नोव्हेंबरच्या तिसऱ्या आठवड्यात मी सहकुटुंब मलाक्का पाहायला गेलो. ते ऐतिहासिक शहर पाहायची मला खूप उत्सुकता होती. डच नि पोर्तुगीज वसाहतवाद्यांनी तेथे एकेकाळी आपला तळ ठोकला होता. त्या वेळच्या ऐतिहासिक इमारती भूतकाळात घेऊन जात होत्या. मलाक्का सोडण्यापूर्वी मी विद्यापीठात डॉ. स्वे-विन यांच्या चौकशीसाठी गेलो, पण त्यातून काहीच निष्पन्न झाले नाही. मे महिन्याच्या शेवटच्या आठवड्यात त्यांनी मलाक्का सोडले, एवढेच समजले. तेथून ते कोठे गेले, याची कोणीही माहिती देऊ शकले नाही.

त्यानंतर जवळजवळ एक वर्षाने, ऑक्टोबर २००८ मध्ये मला एका चर्चासत्रासाठी इंडोनेशियातील बांडुंग या शहरी जाण्याचा योग आला. मला तेथे जायचे खूप औत्सुक्य होते, कारण आंतरराष्ट्रीय कायद्याचा विद्यार्थी असताना 'बांडुंग जाहीरनामा' व १९५५ मध्ये तेथे भरलेली पहिली आशिया व आफ्रिका खंडांतील देशांची आंतरराष्ट्रीय परिषद यांचा अभ्यास केला होता. युरोपियन राष्ट्रांपासून स्वातंत्र्य मिळवलेल्या नवनिर्मित राष्ट्रांचा त्या परिषदेतील सहभाग, हे तिचे वैशिष्ट्य होते. त्या परिषदेदरम्यान भारताचे पहिले पंतप्रधान पंडित जवाहरलाल नेहरू यांनी खूप महत्त्वपूर्ण भूमिका बजावली होती. त्यांनी त्याच वेळी इंडोनेशियाचे राष्ट्रपती सुकार्नो व इजिप्तचे राष्ट्रपती नासर यांच्या सहकार्याने अलिप्ततावादाची कल्पना त्या परिषदेत मांडली व ती यथावकाश साकार झाली, याची मला माहिती होती. त्या परिषदेत पंडित नेहरूंनी भारत-चीन संदर्भात 'पंचशील' या मैत्रिपूर्ण संबंध प्रस्थापित करण्यास चालना देणाऱ्या पाच तत्त्वांचाही पुनरुच्चार केला होता. पुढे ती तत्त्वे कित्येक आंतरराष्ट्रीय करारांमध्ये समाविष्ट करण्यात आली होती. ज्या सभागृहात ती परिषद भरली होती, तिच्यासमोरील हॉटेल सेव्हॉय होम्मान येथे मी उतरलो होतो. त्या सभागृहातील वस्तुसंग्रहालयाला जेव्हा मी भेट दिली, तेव्हा पंडित नेहरूंचे कित्येक फोटो मला पाहायला मिळाले.

बांडुंग येथील चर्चासत्र संपल्यावर तेथील महानगरपालिकेच्या सभागृहात रेड क्रॉसच्या कार्याविषयी माझे एक व्याख्यान झाले. ते सर्वांसाठी खुले होते. स्थानिक वर्तमानपत्रात तशी बातमी आली होती. त्या संध्याकाळी सातच्या सुमारास मी व्याख्यान संपवून बाहेर पडलो, तर समोर डॉ. स्वे-विन उभे!

"डॉ. स्वे-विन? तुम्ही बांडुंगमध्ये कसे?"

"गेले जवळजवळ दीड वर्षं मी येथेच आहे!" हसत हसत ते म्हणाले, "तुमच्या व्याख्यानाविषयी आजच्या वर्तमानपत्रात वाचलं व त्यासाठी उपस्थित राहून तुमची भेट घ्यायचं ठरवलं."

"फार बरं वाटलं तुमची भेट झाल्यामुळे. बरं, संध्याकाळी मोकळे आहात? जेवायला जाऊ कोठेतरी. मी हॉटेल सेव्हॉय होम्मानवर उतरलोय." मी म्हणालो.

"हो, चालेल. मी मोकळाच आहे. किती वाजता भेटायचं?"

"आठच्या सुमारास भेटू. येथून मी रेड क्रॉसच्या स्थानिक कार्यालयात थोडा वेळ जाणार आहे."

डॉ. स्वे-विन यांचा संपर्क साधण्याची आशा मी सोडून दिली होती. बांडुंग येथील विद्यापीठ खूप नावाजलेले होते. त्यांना तेथे नोकरी मिळाली असणार, असा मी अंदाज केला. त्याबद्दल भेटल्यावर विचारायचे मी ठरवले. ठरल्याप्रमाणे आठ वाजता डॉ. स्वे-विन हॉटेलच्या स्वागतकक्षात मला भेटले.

“येथून जवळच पजाजारान मार्गावर सुकासारी नावाचं जावानिज भोजनासाठी प्रसिद्ध असलेलं एक उपाहारगृह आहे. तेथे जायचं जेवायला?” मी बांडुंग शहराची बरीच माहिती मिळवली होती.

“हो, चालेल. ते चांगलं उपाहारगृह आहे.” डॉ. स्वे-विन म्हणाले. आम्ही गप्पा मारत तिकडे निघालो.

“तुम्हाला बांडुंग विद्यापीठात केव्हा नोकरी मिळाली?” मी विचारले.

“प्रा. कदम, मी विद्यापीठात काम करत नाही. येथील जवाहरलाल नेहरू आंतरराष्ट्रीय विद्यालयात मी काम करतो.”

मी त्या विद्यालयाची इमारत एके संध्याकाळी फिरताना पाहिली होती. डॉ. स्वे-विन यांच्यासारख्या उच्च विद्याभूषिताला एका शाळेमध्ये शिक्षक व्हायची वेळ यावी, यामुळे मला वाईट वाटले; पण परिस्थितीमुळे त्यांना मिळेल ती नोकरी स्वीकारणे क्रमप्राप्त होते. त्यांची ओढाताण अजून संपली नव्हती, हे समजल्यावर वाईट वाटले. ते लहान मुलांना कोणता विषय शिकवत असावेत हे जाणून घेण्यासाठी मी विचारले,

“काय शिकवता तुम्ही तेथे?”

“प्रा. कदम, मी तेथे काहीच शिकवत नाही. त्या शाळेचा मी हेडक्लार्क आहे!”

# चाट (खाऊन) पडावे!

"कदम साहेब, तुम्हाला चाटविषयी काही ठाऊक आहे?" इथिओपियाची राजधानी आदिस अबाबा येथील माझ्या कार्यालयातील स्थानिक सहकारी गेतू निगुसेने मला विचारले.

"हो, अर्थातच! मी दिल्लीत सहा वर्षं वास्तव्य केलं आहे. तेथे 'चाट' हा प्रकार खूप लोकप्रिय. त्या वेळी आलू चाट, शेव-पुरी चाट, समोसा चाट, पापडी चाट, हराभरा चाट असे चाटचे अनेक चटपटीत प्रकार मी चाखले आहेत."

उत्तर भारतीयांमध्ये लोकप्रिय असलेले चाट दिल्लीत पावलोपावली मिळायचे. त्याच्या ठिकठिकाणी गाड्या, स्टॉल्स तर असायचेच, शिवाय काही उपाहारगृहे त्या प्रकाराबद्दल खूपच प्रसिद्ध होती. बऱ्याच वेळा अक्षय व नीलिमास घेऊन मी दिल्लीच्या बंगाली मार्केट या भागात चाटसाठी प्रसिद्ध असलेल्या एका उपाहारगृहात चाट खायला जायचो.

आदिस अबाबामध्ये राहायला जाऊन मला एक महिना झाला होता. माझ्या बोले या भागातील घराच्या आसपास बरेच तरुण एक हिरवीगार भाजीची जुडी घेऊन व गालात एक मोठे लिंबू ठेवून घरी जाताना दिसत. त्यावरून मी अंदाज केला, की या तरुणांना आपल्या आरोग्याची काळजी घेण्यासाठी सतत लिंबू चोखायची व ताजी पालेभाजी खायची आवड असावी. एकदा मी व गेतू आमच्या कार्यालयाजवळील एका उपाहारगृहाकडे चालत जात असताना हातात त्या भाजीची जुडी व गालात लिंबू असलेला एक तरुण समोर पाहिल्यावर

मी गेतूला विचारले,

"गेतू या भाजीचं नाव काय आहे?" माझा हा प्रश्न ऐकल्यावर गेतूने त्याचे उत्तर द्यायचे टाळले नि कदाचित विषयांतर करायच्या हेतूने मलाच प्रतिप्रश्न केला,

"कदम साहेब, तुम्हाला चाटविषयी काही ठाऊक आहे?"

माझा खुलासा ऐकल्यावर गेतू हसला व म्हणाला,

"तुमचा काहीतरी गैरसमज झाला असावा. त्या तरुणाच्या हातात जो पाला होता, त्याला इकडे 'चाट' म्हणतात नि त्याच पाल्याचा तोबरा त्याच्या गालात होता."

मला जरा आश्चर्यच वाटले. मी गेतूला विचारले,

"म्हणजे त्यांच्या गालात लिंबू नसते? पण मला हे कळत नाही, की हे लोक ती भाजी शिजवून का खात नाहीत?"

त्यावर हसत गेतू म्हणाला,

"अहो कदम साहेब, चाट ही भाजी नसून, तो एक अमली पदार्थ आहे. त्याचं सेवन केल्यानं एक प्रकारची नशा येते. ही मंडळी तो पाला हळूहळू चघळत असतात. तो बराच वेळ चघळल्यानंतर राहिलेला चोथा गिळून टाकतात व नव्या पाल्याचा तोबरा भरतात."

"गेतू, पण हे चांगलं नाही. त्याच्या सेवनानं इतर अमली पदार्थांसारखेच आरोग्यावर दुष्परिणाम होत असणार. त्याच्या उत्पादनावर नि सेवनावर काही बंधनं नाहीत?"

"मुळीच नाही. त्याच्याविषयी कसलाही कायदा अस्तित्वात नाही. तुम्ही जर पूर्व इथिओपियातील हरार या शहराकडे गेलात, तर तुम्हाला सगळीकडे चाटचीच शेती दिसेल. तेथूनच आफ्रिकेतील काही देशांत, मध्यपूर्वेकडे व युरोप-अमेरिकेस चाटची निर्यात होते. तेथे पिकणारा चाट जगप्रसिद्ध आहे."

"गेतू, तू थापा मारू नकोस हं! मी युरोप-अमेरिकेत बऱ्याच वेळा गेलेलो आहे. मी तिकडच्या लोकांना चाट खाताना कधीच पाहिले नाही."

"अहो, इथिओपिया, सुदान, सोमालिया, जिबुती, येमेन अशा देशांतून तिकडे स्थलांतर केलेले लोकच चाटचं सेवन करतात. फक्त त्यांच्यासाठी छोट्या प्रमाणावर चाटची निर्यात होते; पण इथिओपियाच्या काही भागांत व शेजारील देशांत त्याची मोठ्या प्रमाणावर निर्यात होते. त्यासाठी चाट निर्यातदारांनी विमान कंपन्यांशी करार केले आहेत, कारण शिळा चाट कोणी विकत घेत नाही."

"याचा अर्थ चाटचं व्यसन बऱ्याच लोकांना असावं!"

"अर्थातच! काही दिवसांपूर्वी हररचा चाट जिबुती या देशाला घेऊन जाणाऱ्या विमानात काही बिघाड झाला. रोज सकाळी ९ वाजता पोहोचणारं विमान तिकडे

पोहोचण्यास चार-पाच तास उशीर लागणार होता. त्या कारणास्तव आजचं अधिवेशन काही काळ तहकूब करावं, असा ठराव जिबुतीच्या संसदेत एका सदस्याने मांडला व तो एकमताने संमत झाला. चाटअभावी संसदेच्या कामकाजावर आपले लक्ष केंद्रित होणार नाही, अशी प्रांजळ कबुली बहुतांशी सदस्यांनी दिली.''

चाटची ही महती ऐकल्यावर मी चाट पडलो! गेतू पुढे सांगू लागला,

''हरारजवळील दिरे-दवा या शहरातून इथिओपियाच्या आग्नेयेकडील गोदे या गावास रोज एक विमान चाट घेऊन जातं. बऱ्याच वेळा ते वेळेवर पोहोचत नाही, त्यामुळे गोदेवासीयांची खूप कुचंबणा होते. लोक काम-धाम सोडून सचिंत मुद्रेने आकाशाकडे डोळे लावून बसतात. तेथे चाटचं वितरण करणाऱ्या गृहस्थास वारंवार 'विमान आलं का' अशी फोनवरून किंवा प्रत्यक्ष भेटून विचारणा करून त्याचं डोकं खातात. यावर त्याने एक शक्कल लढवली. चाटचं विमान गोदे विमानतळावर उतरल्यावर लगेच तो शहराच्या मध्यवर्ती भागात बंदुकीतून हवेत एक बार उडवतो. त्याचा आवाज ऐकल्यावर लोकांना हर्षवायू झाल्याप्रमाणे आनंद होतो नि त्यांच्या जल्लोशाने सारा गाव उल्हसित होतो.''

''गेतू एका वेळी किती चाट खातात लोक?''

''शक्यतो एक जुडी पुरी होते; पण काही व्यसनींना दोन लागतात.''

''चाट खायचे काही अड्डे असतात?''

''हो, असतात ना. तेथे फक्त चाट मिळतो. त्यांना 'माकामिया बेतोच' असं म्हणतात. त्यातही अगदी साध्यापासून अतिशय पॉश असे प्रकार असतात. उच्चभ्रूंसाठी काही भव्य बंगल्यांचं रूपांतर 'माकामिया बेतोच'मध्ये केलेलं आहे. अशा ठिकाणी सॅटेलाईट टी.व्ही., पारंपरिक मसाज, नाच-गाणी यांचीही सोय असते; पण सर्वसामान्य माणूस साध्या 'माकामिया बेतोच'मध्ये जातो. त्यापैकी काही तरुणांच्या खूप आवडीचे आहेत. तो त्यांचा मित्रमंडळींसमवेत चाट चघळायचा अड्डाच असतो.''

''अशी तरुण मंडळी तिकडे जाताना घरी सांगत असावीत, 'मी जरा चॅटिंग करून येतो!' '' मी म्हणालो.

''चाटमुळे चॅटिंगला चालना मिळते यात शंका नाही! पण जास्त चाट खाल्ला, की खूप झोप येते व असे लोक जेथे मोकळी जागा दिसेल तेथे आडवे होतात व सकाळी जाग आल्यावर घरी जातात.''

''असं? तरीच मला काही ठिकाणी रस्त्यांच्या कडेला झोपलेले लोक दिसतात. मला वाटलं होतं की, अति मद्यप्राशन केल्यामुळे ते झोपी गेले असावेत.''

हळूहळू मला चाटचा प्रताप व त्याचा प्रभाव यांची माहिती मिळू लागली.

माझ्या इतर काही सहकाऱ्यांनीदेखील माझ्या ज्ञानात भर टाकली. मूळचा हरारचा वोंडी या माझ्या सहकाऱ्यास चाटबद्दल खूप माहिती होती. एकदा तो मला म्हणाला,

''कदम साहेब, हरार या ऐतिहासिक शहराबद्दल तुम्ही ऐकलं असेलच. शेकडो वर्षांपूर्वी तेथे सुलतानांचं राज्य होतं. मध्यपूर्वेकडून त्यांनी तिकडे स्थलांतर केलं. त्यांच्याबरोबर मुसलमान धर्मगुरूही आले. त्यांनी तिकडे मुसलमान धर्माचा प्रसार केला. त्या धर्मीयांमध्ये हरार हे जगातील चौथ्या क्रमांकाचं पवित्र शहर आहे, असं मानलं जातं. एक चौरस किलोमीटर व्याप्ती असलेल्या जुन्या शहराभोवती एक ऐतिहासिक भिंत आहे. तिच्या आतील भागात नव्वद मशिदी आहेत. एका चौरस किलोमीटर जागेतील सर्वाधिक मशिदी असलेलं शहर, अशी हरारची जागतिक विक्रमांच्या 'गीनिज बुक'मध्ये नोंद झाली आहे; पण त्याच हरार शहरास चाट पिकवणाऱ्यांची व त्याचं सेवन करणाऱ्यांची राजधानी समजायला हरकत नाही.''

''पण वोंडी, त्यास काही ऐतिहासिक पार्श्वभूमी आहे?''

''आहे ना. हरारची सर्व जनता एकेकाळी मुसलमान होती. आजही बहुसंख्य लोक त्याच धर्माचे आहेत. तुम्हाला ठाऊक असेलच, की मुसलमान धर्मात मद्य निषिद्ध मानलं जातं; पण चाटचं सेवन निषिद्ध नाही, त्यामुळे तेथे चाटचं सेवन राजरोसपणे मोठ्या प्रमाणावर होतं. त्याचे घरोघरी कार्यक्रमही होतात.''

''ते कसे असतात?''

''एका मोठ्या खोलीत सतरंजी अंथरलेली असते. तिच्या मधोमध चाटचा ढीग टाकलेला असतो. त्याच्याभोवती बसून चाट चघळत बसायचं. पण कदम साहेब, चाट लोकप्रिय होण्यामागे काही सामाजिक, धार्मिक नि राजकीय घटक कारणीभूत आहेत.''

''ते कसे काय? चाट हा तर एक मादक पदार्थ झाला. त्याचा समाज, धर्म नि राजकरण यांच्याशी कसा काय संबंध आहे?''

''सांगतो ना. एके काळी फक्त मुस्लीम काझी त्याचं सेवन करायचे. चाट हे एक उत्तेजक आहे. त्याचं मर्यादेत सेवन केलं, की झोप उडते. रात्रभर कुराणचं पठण करता यावं, म्हणून काझी चाटचं सेवन करायचे. नंतर त्याचा प्रसार मुस्लीम समाजात झाला. कालांतराने चारचौघांनी मनमोकळेपणानं गप्पा मारण्यासाठी, एकमेकांच्या समस्या सोडवण्यासाठी एकत्र यायचं कारण, म्हणून चाट चघळायला सुरू केलं. विद्यार्थी जागरण करून अभ्यास करावा, या हेतूनं चाटचं सेवन करू लागले. आता चाटचा नि राजकारणाचा संबंध कसा येतो, हे सांगतो. इथिओपियात १९७४ मध्ये सैन्यातील एका अधिकाऱ्याने हैले सेलासी या सम्राटांना पदच्युत

करून सत्ता बळकावली. त्यास तरुण पिढीचा विरोध होता. तरुणांचे गट संघटित होऊ लागले. त्यांनी एकत्र येऊन सैन्याच्या राजवटीला विरोध करण्यासाठी त्यांच्यात सखोल चर्चा होऊ लागली. त्या वेळी त्यांना एकत्र आणण्यासाठी व राजवटीस वेगवेगळ्या मार्गांनी विरोध करण्यासाठी चाटचं सेवन पोषक होतं. चाटमुळे कल्पनाशक्तीसही चालना मिळते.''

''हे मात्र आश्चर्य करण्यासारखं आहे.''

''मुस्लीम समाजात एखादी व्यक्ती निवर्तल्यावर तीन-चार दिवस दुखवटा पाळला जातो. मृत व्यक्तीचे नातेवाईक, परिचित एकत्र येतात. अशा वेळी त्यांना चाट द्यायची प्रथा आहे. वेळ घालविण्यासाठी व दु:ख काही प्रमाणात हलकं करण्यासाठी चाट उपयोगी येते.''

''पण त्याचे दुष्परिणाम माहीत असूनही, लोक कसं काय त्याच्या आहारी जातात?''

''एकेकाळी चाट हे चहा-कॉफीसारखं वापरलं जायचं. त्याच्याकडे अमली पदार्थ या दृष्टिकोनातून पाहिलं जात नव्हतं. त्यास धर्माने निषिद्ध मानलं नाही नि समाजानं त्याच्या सेवनास आक्षेप घेतला नाही, त्यामुळे काही कुटुंबांत चाट सेवनामध्ये काहीही वावगं नाही, असा समज आहे.''

''म्हणजे आपण एखाद्याला 'आज संध्याकाळी आमच्याकडे चहाला या' असं म्हणण्याऐवजी 'आज आमच्याकडे चाटला या' असं आमंत्रण दिलं जात असावं.''

''अगदी बरोबर. काही जमीनदार आपल्या शेतमजुरांना सकाळी कामावर गेल्या-गेल्या चाट चघळायला देतात. माफक प्रमाणात चाटचं सेवन केल्यानं कार्यक्षमता वाढते; पण प्रमाणापेक्षा जास्त सेवन केलं, तर त्याचा विपरीत परिणाम होऊ शकतो. ते खाल्लेले लोक विनाकारण हसू लागतात, बडबडतात, काहींना चित्र-विचित्र भास होतात, तर काहींना भयानक स्वप्नं पडतात. त्यांच्या शरीरात शैथिल्य येतं, हात-पाय कापू लागतात. वैद्यकीय दृष्टिकोनातून चाटच्या अतिसेवनामुळे रक्तदाब व हृदयरोग बळावतो. त्याचा पचनसंस्था, मूत्राशय व प्रजनन क्षमतेवर विपरीत परिणाम होतो, हे सिद्ध झालं आहे. शिवाय दात खराब होतात ते होतातच.''

काही दिवसांनंतर मला हरारला जायचा योग आला. त्याच्याजवळील दिरे-दवा मार्गे मी विमानाने जाऊ शकत होतो, पण इथिओपियाचे नैसर्गिक सौंदर्य पाहायला मिळावे, म्हणून मी गाडीने जायचे ठरवले. आदिस अबाबा ते हरार हा प्रवास आठ-नऊ तासांचा. बराचसा रस्ता डोंगरातून व पर्वतमाथ्यावरून गेलेला. आमच्या कार्यालयाचा ड्रायव्हर सामी गाडी चालवत होता. बराच वेळ सामीने गाडी चालवल्यावर

एक गोष्ट माझ्या लक्षात आली. समोरून एखादा पांढरा आयशर मिनी ट्रक येताना दिसला, की सामी आमच्या गाडीची गती कमी करायचा, गाडी रस्त्याच्या बाजूला घ्यायचा व कधीकधी चक्क थांबवायचा. जणू काही समोरून येणारा ट्रक आमच्या जीपला धडकच मारणार आहे. ते पाहिल्यावर मी सामीला त्याबाबत विचारले. तो म्हणाला,

"अहो साहेब, ते सारे चाटचे ट्रक आहेत. त्यांना लवकरात लवकर चाट आदिस अबाबाला घेऊन जायचा असतो, कारण लोक फक्त ताजा ताजा चाट खातात. शिळ्या चाटला किंमत येत नाही. म्हणून त्यांना घाई झालेली असते, शिवाय अशा ट्रकचे ड्रायव्हर्सही चाट चघळतच ट्रक चालवतात, त्यामुळे त्यांचे खूप अपघात होतात."

सामी म्हणाल्याचे प्रत्यंतर दिसून आले. वाटेमध्ये ठिकठिकाणी झाडांवर आपटलेले, रस्त्याकडेच्या घळीत गेलेले किंवा समोरून येणाऱ्या वाहनांवर धडक बसलेले कित्येक अपघातग्रस्त ट्रक दिसले. आम्ही हरारजवळील आलेमाया या खेड्यात पोहोचलो, तर रस्त्यावर ही गर्दी! तेथे चाटचा सर्वांत मोठा बाजार भरायचा. जिकडे पाहील तिकडे चाटच चाट. ठोक विक्रेते, किरकोळ विक्रेते, चाटप्रेमी गिऱ्हाइके यांची एकच झुंबड उडालेली. रस्त्यावरही चाटची पाने विखुरलेली. त्या खेड्यातील रस्त्यांवरून गाडी चालवणे अवघड होते, शिवाय रस्त्यांवर शेळ्या व बोकड चक्क झोपी गेलेले. त्यांच्याकडे पाहत सामी म्हणाला,

"यांच्या अगदी जवळ जाऊन हॉर्न वाजवला, तरी उठणार नाहीत. त्यांनाही चाटचं व्यसन लागलं आहे."

"ते कसं काय?"

"रस्त्यावर चाट इतस्ततः विखुरलेला असतो. सकाळपासून दुपारपर्यंत चाट खातात व संध्याकाळी रस्त्यावर झोपी जातात. आता एकदम उद्या सकाळीच उठतील. यांच्यासमोर ताजं, कोवळं, लुसलुशीत गवत ठेवलं, तर त्याच्याकडे ढुंकूनही पाहणार नाहीत. चाटचा पाला दिसला, की आनंदाने उड्या मारतात नि 'बेंऽऽऽबें' करून इतरांना चाट खायला बोलावतात."

एखाद्या पाळीव प्राण्यास अमली पदार्थाचे व्यसन लागावे, ही अजब गोष्ट होती. सामी म्हणाला,

"साहेब, चाट खाणाऱ्यांच्या खूप गमतीजमती आहेत. एकदा एकजण चाटच्या अमलाखाली गेला. त्याला चित्रविचित्र भास होऊ लागले. तो आपल्या मित्राला आपला अंगठा दाखवत म्हणाला, 'हा पाहा साप. मी त्याला मोठ्या शिताफीनं पकडून ठेवलाय. आता त्याला मारून टाकतो,' असं म्हणून त्यानं एका धारदार सुऱ्यानं आपला अंगठाच कापून टाकला!"

''अरे बापरे, चाटचं व्यसन एखाद्याच्या जिवावर बेतायचं!'' मी म्हणालो.

''चाटच्या अमलाखाली गेलेल्यांनी खून केल्याचे प्रकारही घडले आहेत. कधीकधी त्यांना परिस्थितीचं भान राहत नाही. गरज नसेल, तेव्हा छत्री उघडतील, जवळचे पैसे भिकाऱ्यांना वाटत जातील किंवा अनोळखी व्यक्तीशी भांडणही काढतील.''

''अशा मंडळींपासून मला सावध राहायला हवं.'' मी सामीला म्हणालो.

''पण त्यांच्यापासून स्वत:चं रक्षण करणं खूप सोपं आहे.''

''ते कसं काय?''

''चाटच्या अमलाखालील व्यक्तीच्या शरीरात शैथिल्य आलेलं असतं. तिला जरा धक्का दिला, तर खाली पडेल.''

''सामी, तू हे सांगितलंस बरं झालं. नाहीतर मी त्यांना खूप घाबरून राहिलो असतो.''

आम्ही हरारजवळ पोहोचलो होतो. हॉटेलवर जाण्यापूर्वी सामीला कॉफी घ्यायची होती. आम्ही रस्त्यावरील एका उपाहारगृहात गेलो. सामीने कॉफी मागवली. मी कोका-कोला मागवला. आम्ही गप्पा मारत बसलो. इतक्यात माझे लक्ष पलीकडील टेबलापाशी बसलेल्या एका गृहस्थाकडे गेले. तो चाट चघळत होता. त्याचे डोळे लालसर दिसत होते. तो माझ्याकडे टक लावून पाहत होता. मी मनातल्या मनात विचार केला, की हा गृहस्थ नशेच्या भरात मला काही करणार तर नाही? सामीच्यादेखील लक्षात ती गोष्ट आली. सामी मला हलक्या आवाजात म्हणाला,

''तुम्ही काळजी करू नका. तो जर तुम्हाला त्रास द्यायला आला, तर मी त्याला पाहून घेईन.''

थोड्या वेळाने तो गृहस्थ उठला व वाकूनच माझ्याजवळ आला. तो सरळ का उभा राहत नाही, याचे मला आश्चर्य वाटले. कंबरेतून चक्क वाकलेला तो गृहस्थ आता काय करतो, याकडे माझे व सामीचे सारे लक्ष होते. मला उद्देशून तो म्हणाला,

''नवीनच दिसताय इकडे?''

''हो.'' मी तुटक उत्तर दिले.

''जरा सांभाळून राहा. नवीन आहात म्हणून सांगितलं.'' तो अजूनतरी मला काही करेल, असे वाटत नव्हते. मलाही त्यामुळे जरा धीर आला.

''कशापासून सांभाळू मी?'' मी त्याला न दुखवायच्या हेतूने म्हणालो.

''येथून उठताना सांभाळा, डोके छतावर आपटेल,'' असे म्हणून तो वाकलेल्या अवस्थेत उपाहारगृहाच्या दारातून बाहेर पडला. मी व सामी खो-खो हसू लागलो.

''सामी, हा असा किती वेळ वाकून चालणार?''

“आज त्याच्या डोक्यात एकच गोष्ट आहे– आपलं डोकं कशावर तरी आपटेल ही. आता त्याला रस्त्यावरून जाताना आकाशातील ढग, पक्षी किंवा विमान यांचीही भीती वाटेल!”

केवळ औत्सुक्यापोटी मी ‘चाट’विषयी अधिक माहिती मिळवायचे ठरवले. हरारच्या परिसरात फक्त चाटची शेती होती. त्याची पाने व झाडे जवळजवळ चहाच्या पानांसारखी व उंचीला त्या झाडांएवढीच खुरटी होती. त्यांचा रंग व आकारही जवळजवळ तसाच होता. चाटचे वनस्पतिशास्त्रीय नाव होते ‘कॅथा एड्युलिस.’ त्याला पूर्व आफ्रिकेतील व मध्यपूर्वेतील काही देशांत कात, मीरा व आफ्रिकन सॅलड या नावानेही ओळखले जायचे. चाटचे अनेक दुष्परिणामही माझ्या वाचनात आले. नंतर एकदा माझी व वोंडीची त्या विषयावर चर्चा झाली.

“वोंडी, चाट हा पदार्थ एकेकाळी विचारांची देवाणघेवाण, मैत्रिपूर्ण संबंध किंवा समाजातील वेगवेगळ्या घटकांनी एकमेकांत मिसळणं यांना चालना देण्यासाठी उत्प्रेरकाप्रमाणे वापरण्यात आला, त्याला सामाजिक मान्यता मिळाली; पण आजची तरुण पिढी त्याच्या आहारी गेली आहे व त्याचे दुष्परिणाम भोगत आहे. चाटचा धोका लक्षात घेऊन सरकारने काही पावलं उचलायला हवीत, त्यावर काही निर्बंध किंवा बंदी घालायला हवी, असं तुला वाटत नाही?”

“हा खूप वादाचा विषय आहे. चाटसमर्थक म्हणतात, की तंबाखू आरोग्याला धोकादायक आहे, पण तिच्यावर बंदी घालता येत नाही. धूम्रपान नि मद्यपान बेकायदेशीर नाही, मग चाटवर का बरं बंदी घालायची? पण चाटविरोधी लोक चाटच्या दुष्परिणामांकडे बोट दाखवून म्हणतात, की ते तंबाखू व मद्याच्या दुष्परिणामांपेक्षा अधिक गंभीर स्वरूपाचे आहेत. काही चाटविरोधी नेत्यांनी चाटच्या उत्पादनावर कायद्याने बंदी घालावी, असा आग्रह धरला होता; पण त्यास अनुकूल प्रतिसाद मिळाला नाही.”

“का बरं?”

“कारण चाटची लागवड नि त्याचा व्यापार यांच्यामुळे खूप मोठ्या प्रमाणावर रोजगार उपलब्ध झाला आहे. त्याची लागवड, मशागत, कापणी नि छाननी करण्यासाठी, तसेच त्याची वाहतूक नि वितरण करण्यासाठी मोठ्या प्रमाणावर कामगारांची गरज असते. आज लाखो लोकांची उपजीविका त्यावर अवलंबून आहे. चाटचं फक्त इथिओपियात दररोज जवळजवळ २५००० किलो इतकं उत्पादन होतं. त्याची देशांतर्गत विक्री, तसेच त्याची काही ठराविक देशांना निर्यात होत असल्यामुळे चाटमळेवाल्यांचा आर्थिक फायदा तर होतोच, शिवाय सरकारला दरवर्षी जवळजवळ तीन ते साडेतीन कोटी अमेरिकन डॉलर्सचं परकीय चलनही मिळतं.”

“म्हणजे या अमली पदार्थांची समस्या देशाच्या अर्थव्यवस्थेशी निगडित असल्यामुळे ती बरीच गुंतागुंतीची आहे.”

“हो. तरीही चाटविरोधी लोक तरुण पिढीला वाचविण्याच्या दृष्टीने त्यावर निर्बंध घालायची मागणी करत आहेत. त्यांनी अलीकडेच ‘चाट उत्पादन व वितरण नियंत्रण व सेवन निर्बंध विधेयक’ संसदेत सादर केलं आहे. त्यात चाटवर संपूर्ण बंदी घालण्याऐवजी काही निर्बंध सुचवले आहेत. त्यास सत्ताधारी पक्षातील काही सदस्यांचा पाठिंबा आहे. येत्या शुक्रवारी त्यावर मतदान होणार आहे.”

“अरे, वा! पाहू काय होतं शुक्रवारी.”

शुक्रवारी चार वाजता वोंडी माझ्या खोलीत आला व म्हणाला,

“कदम साहेब, चाटनियंत्रण विधेयक संसदेनं फेटाळून लावलं. त्या विधेयकावरील चर्चेदरम्यान स्वत: पंतप्रधानांनी त्यास विरोध दर्शविला. ते म्हणाले, की ‘चाटनियंत्रणाचा अर्थव्यवस्थेवर होणाऱ्या संभाव्य परिणामांचा सखोल अभ्यास करण्याची गरज आहे. घाईघाईने निर्णय घेण्यापेक्षा या समस्येवर सर्वसमावेशक संशोधनास चालना देण्यासाठी एक समिती स्थापावी.’ आज संसदेत स्वत: पंतप्रधानांनी असं म्हटल्यावर त्यांच्या समर्थकांनी विधेयकास विरोध केला.”

“पण काही पावलं उचलली जात आहेत, ही समाधानाची गोष्ट आहे.” मी म्हणालो.

“खरं म्हणजे समिती वगैरे सगळा देखावा आहे. पंतप्रधानांच्या विरोधाचं कारण वेगळंच आहे. त्यांना स्वत:ला रोज संध्याकाळी हरारच्या चाटच्या दोन जुड्या लागतात!”

हे ऐकल्यावर मी चाट (न खाताच आडवा) पडलो!

# नुकसान नि नुकसानभरपाई

"पप्पा, हा फोटो कशाचा आहे?" अक्षयने मी अलीकडेच सेऊलला गेलो होतो, तेव्हा काढलेल्या फोटोंपैकी एकाकडे पाहून विचारले.

"हा आहे सुंगन्येमून प्रवेशद्वाराचा. कोरियन भाषेत त्याचा अर्थ आहे 'सर्वोच्च समारंभाचे द्वार.' त्याला 'नामदैमून' म्हणजे दक्षिणेचे महाद्वार असंही संबोधलं जातं. सेऊल या शहरातील तो एक ऐतिहासिक नि सांस्कृतिक खजिना आहे असं मानलं जातं. त्याची स्थापना..." मी अक्षयला त्या भव्य आणि दिव्य स्मारकाविषयी माहिती सांगू लागलो. सेऊल शहरातील ऐतिहासिक नि सांस्कृतिक स्थळांविषयी मला त्या शहरात जाण्यापूर्वी खूप औत्सुक्य होते, त्यामुळे मी त्या विषयावरील एक पुस्तक पैदा करून त्याचे सखोल वाचन केले होते व सेऊलला गेल्यानंतर त्या स्थळांना भेटी दिल्या होत्या. अशा देशोदेशींच्या स्थळांची जलरंगातील चित्रे काढण्याचीही मला हौस होती.

सुंगन्येमून प्रवेशद्वार ही सेऊलमधली सर्वांत जुनी लाकडी इमारत. शहरात प्रवेश करायची ही दुमजली द्वाराची इमारत दगडी पायथा, एक मोठी कमान, त्यावरील लाकडी भिंती व पॅगोडाच्या आकाराची एकमेकांवरील दोन लाकडी छतांची होती. तिचे बांधकाम १३९५ मध्ये सुरू होऊन १३९८ मध्ये संपले. त्या वेळी तेथील राजा तैजो त्याचा वापर परदेशी पाहुण्यांच्या स्वागतासाठी, तसेच शहरात यायच्या मार्गाचे नियंत्रण करण्यासाठी नि वाघांना शहरात यायला प्रतिबंध करण्यासाठी करत असे. त्या वेळी सेऊल

शहराभोवती एक संरक्षक भिंत होती; परंतु विसाव्या शतकाच्या सुरुवातीस शहरातील वाढत्या वाहतुकीत तिचा अडसर जाणवू लागल्यामुळे ती पाडण्यात आली; पण जुनी प्रवेशद्वारे मात्र त्यांची डागडुजी करून जतन करण्यात आली.

क्वालालंपूरहून माझे दक्षिण कोरियाला वारंवार जाणे व्हायचे. कोरिया, जपान व चीन यांच्यात १९३० व १९४० च्या दशकांदरम्यान झालेली युद्धे, तसेच १९५०-५३ मध्ये झालेले कोरियन युद्ध व नंतरची फाळणी यांचा इतिहास माझ्या वाचनात आला होता. त्या युद्धांदरम्यान जपान नि कोरिया व काही अंशी चीन उद्ध्वस्त झाले होते. खूप मोठ्या प्रमाणावर जीवित अन् वित्तहानी झाली होती. पायाभूत सुविधा बेचिराख झाल्या होत्या. युद्धानंतर अमेरिकेच्या साहाय्याने जपान व दक्षिण कोरियामधील अमेरिकाधार्जिणे नवे सरकार राष्ट्र उभारणीच्या कार्याला लागले आणि अल्पावधीत त्यांनी देदीप्यमान प्रगती केली. मोठ्या प्रमाणावर औद्योगिकीकरण करण्यात आले नि पायाभूत सुविधा निर्मिल्या. आज त्या दोन देशांची आर्थिक प्रगती अचंबित करते; पण एक गोष्ट कबूल करायला हवी, की आजच्या प्रगती नि उन्नतीने तेथील प्राचीन संस्कृतीला झाकोळले आहे. सरकारने व जनतेने युद्धानंतर राष्ट्र उभारणीच्या कार्याला वाहून घेतले खरे, पण त्या प्रक्रियेत ते तेथील संस्कृती नि एकेकाळची उदात्त जीवनमूल्ये विसरले. काळाच्या ओघात ती वाहून गेली व नवी पिढी त्यांच्यापासून वंचित राहिली. भौतिक सुखांच्या मागे लागलेल्यांना एकेकाळची सहृदयता, सहिष्णुता नि संवेदनशीलता कशी होती आणि तिचा तेथील बुद्ध धर्माचे आचरण करणाऱ्या विनम्र व विनयशील जनतेवर केवढा प्रभाव होता, याचा गंधही राहिला नाही. हा कदाचित अमेरिकेच्या सलगीतून झालेल्या संसर्गाचा दुष्परिणाम असावा.

मार्च २००८ मध्ये पुन्हा एकदा सेऊलला जाण्याचा योग आला. मी नेहमी मध्य सेऊलमधील तोग्येरो मार्गावरील से-जाँग हॉटेलमध्ये उतरायचो. त्याच्या आसपास बऱ्यापैकी कोरियन उपाहारगृहे होती. एके संध्याकाळी हॉटेलजवळील सोगोंग्नो मार्गावरील एका उपाहारगृहात जेवायला गेलो व कोरियन भोजनातील माझ्या आवडीचा 'बिं-बिं-बाप' हा पदार्थ मागवला. त्याच्याबरोबर प्यायला हामोनी 'सोचू' मागवला. माझे जेवण झाल्यावर वेटरने विचारले,

"कसं वाटलं जेवण?"

"छानच होतं!" मला भात, कोबीजची तिखट किमची, भाज्या व मटणचे बारीक तुकडे, अर्धवट शिजवलेलं अंडं, कोरियन मसाले नि वाटीभर गरम गरम सूप घातलेला बिं-बिं-बाप हा पदार्थ खूप आवडायचा.

मी बिल भागवून बाहेर पडलो. आज जेवण जरा जास्तच झाले होते. घड्याळात पाहिले, फक्त सव्वाआठ वाजले होते. हॉटेलवर जाण्यापूर्वी जवळपास

एक चक्कर टाकावी, म्हणून सोगोंग्नो मार्गावरून दायप्योंगनो मार्गाकडे चालत गेलो व डावीकडे वळालो. पूर्वी त्या भागात मी पायी खूप फिरलो होतो, त्यामुळे रस्ता चुकायचा प्रश्न नव्हता; पण त्या दिवशी दायप्योंगनो मार्गावर वळल्यानंतर माझी काहीतरी चूक होते आहे, असे वाटले. कारण दायप्योंगनो मार्ग जेथे तोग्येरो मार्गाला मिळतो त्या चौकातील भव्य सुंगन्येमून प्रवेशद्वार नजरेस पडेना. मला वाटले, की जेवताना घेतलेला सोचू जरा जास्त झाला नि आपण रस्ता चुकलो की काय? मी इकडेतिकडे पाहिले नि शेवटी एका कॅमेऱ्यांच्या दुकानात जाऊन तेथील गृहस्थास 'सुंगन्येमून प्रवेशद्वाराकडे कसे जायचे' हे विचारले. त्याने माझ्याकडे एक प्रश्नार्थक कटाक्ष टाकला व तुटकपणे तो म्हणाला,

''तुम्ही तिकडे जाऊ शकणार नाही.''

''पण का बरं? मागच्या खेपेस त्याच्या अगदी जवळ जाऊन मी फोटो घेतले होते?''

''आता तुम्ही त्याचे फोटो काढू शकणार नाही.''

''पण का बरं? मला ते पुन्हा पाहायचं आहे.''

''आता तुम्ही ते पाहू शकणार नाही.''

''पण का?'' आता मला त्या गृहस्थाचा राग येऊ लागला होता. एवढे सुरेख नि प्राचीन प्रवेशद्वार मी का बरं पाहू शकत नव्हतो? माझ्या प्रश्नाला त्या गृहस्थाने जे उत्तर दिले, ते ऐकल्यावर त्या रात्री माझी झोप उडेल, असे त्या वेळी चुकूनही माझ्या स्वप्नात आले नसते.

''दहा फेब्रुवारीला सुंगन्येमून प्रवेशद्वार जळून खाक झालं!'' तो गृहस्थ गंभीर चेहऱ्याने उद्‌गारला व त्याच्या दुकानात आलेल्या एका गिऱ्हाइकावर त्याने लक्ष केंद्रित केले; पण त्याने मला जे काही सांगितले, त्यावर माझा विश्वासच बसेना. ज्या ठिकाणी ते प्रवेशद्वार होते तिकडे मी गेलो. तेथे गेल्यावर ते जेथे होते, त्या ठिकाणाभोवती फक्त पत्र्यांचे उंच कुंपण दिसले. प्रवेशद्वाराची वैशिष्ट्यपूर्ण प्राचीन इमारत भस्मसात झाली होती!

गोंधळलेल्या अवस्थेत मी हॉटेलवर पोहोचलो. जवळजवळ एक महिन्यापूर्वी लागलेल्या आगीत त्या दुर्मीळ प्रवेशद्वाराचा विनाश व्हावा, ही खूप दुर्दैवी घटना होती. ती आग कशी लागली, कोणाच्या निष्काळजीपणामुळे लागली व वेळीच ती आटोक्यात का आणता आली नाही, याचा शोध घ्यायचे मी ठरवले. त्यासाठी माझ्या खोलीतील संगणक व इंटरनेट मदतीला येणार होते. मी संगणक सुरू करून माहिती गोळा करू लागलो. रात्री साडेबारापर्यंत इंटरनेटवर बसून माहिती संकलित केली. तिच्यातून जे निष्पन्न झाले, ते समजल्यावर मन विषण्ण झाले.

एका कोरियन गृहस्थाने जाणीवपूर्वक त्या प्रवेशद्वारास नष्ट करायच्या हेतूने आग लावली होती!

कुरिसान पेट्रोलियम कॉर्पोरेशनचे कार्यकारी संचालक वोन जुन-प्यो सेऊल येथील ऊर्जा मंत्रालयात मंत्रिमहोदय लि सोक-म्युंग यांच्याशी मार्च २००४ मध्ये चर्चा करत होते.

"सर, चोला नाम्दो प्रकल्पासाठी कमीत कमी सहाशे एकर जागा लागेल." मि. वोन जुन-प्यो म्हणाले.

"तुम्ही प्राथमिक पाहणी केली आहे?" मंत्रिमहोदयांनी विचारले.

"सर, मोक्पो बंदराजवळची जागा सोयीची होईल. ऑईल टँकर्स बंदरात आल्यानंतर तेलाची वाहतूक करणं सोयीचं होईल."

"मी जमीन संपादनाच्या कामास चालना देईन, पण प्रकल्प दोन वर्षांच्या आत कार्यान्वित करणार असल्याची हमी दिली तरच."

"सर, तुम्ही त्याबाबतीत निश्चिंत राहा. जमीन ताब्यात मिळाल्यापासून दोन वर्षांच्या आत प्रकल्प कार्यान्वित झाला नाही, तर तुम्ही दर दिवशी आम्हाला भरावयाच्या दंडाची रक्कम करारात नमूद करा. मी प्रकल्प मुदतीच्या आधी उभा करून द्यायची हमी देतो. हा आमचा आठवा प्रकल्प असेल. हल्ली परदेशांतून आमच्या कामाविषयी चौकश्या केल्या जात आहेत. 'तेल शुद्धीकरणाच्या क्षेत्रातील उगवता तारा' असं 'द ऑईल रिव्ह्यू' या दुबईहून प्रकाशित होणाऱ्या खनिज तेलाच्या क्षेत्रातील प्रमुख नियतकालिकाच्या या महिन्याच्या अग्रलेखात 'कुरिसान'विषयी उल्लेख आहे."

"ठीक. बरं, तुम्हाला हव्या असलेल्या जागेत सध्या काय आहे?"

"सर, त्यापैकी बरीच जमीन पडीक आहे. काही भागांत द्योंग-निक या छोट्या खेड्याच्या क्षेत्रातील शेतजमीन व काही छोटी घरं आहेत. ज्यांच्या जमिनी सक्तीने संपादल्या जातील, त्यांना कॉर्पोरेशन यथायोग्य नुकसानभरपाई देईल."

"ठीक आहे, वोन जुन-प्यो. तुम्ही रीतसर प्रस्ताव माझ्याकडे पाठवा. मी कॅबिनेटच्या मंजुरीसाठी शिफारस करून पाठवतो."

"थँक्स सर," मि. वोन जुन-प्यो मंत्रिमहोदयांचा निरोप घेण्यासाठी उठले व निघण्यापूर्वी म्हणाले, "आपल्या मागील बैठकीत चर्चा झालेल्या गोष्टीची परिपूर्तता कॅबिनेटची मंजुरी मिळालेल्या दिवशी झालेली असेल यात आपण संदेह बाळगू नये."

"त्याची मला खात्री आहे, वोन."

जून २००४मध्ये कुरिसान पेट्रोलियम कॉर्पोरेशनच्या चोला-नाम्दो या नव्या तेल शुद्धीकरण प्रकल्पास दक्षिण कोरियाच्या कॅबिनेटने हिरवा कंदील दाखवला.

त्यानंतर भू-संपादनाचे काम सुरू झाले. ती जबाबदारी सरकारची होती. लहान लहान क्षेत्र असलेल्या शेतीची जमीन, त्यावरील घरे व अन्य मोकळ्या जागांच्या मालकांना महसूल खात्याकडून भू-संपादनाच्या नोटिसा गेल्या. त्यांनी नुकसानभरपाईसाठी कुरिसान कॉर्पोरेशनकडे अर्ज करण्यास सांगण्यात आले. सप्टेंबर २००४ मध्ये प्रकल्पासाठी आवश्यक असलेली ६०० एकर जागा सरकारने कॉर्पोरेशनकडे हस्तांतर केली. त्याच्या दुसऱ्या दिवसापासून प्रकल्प उभारणीचे काम युद्धपातळीवर सुरू झाले.

चै जाँग-जी हा ६६ वर्षांचा गृहस्थ गेली सहा वर्षे द्योंग-निक या खेड्याजवळील त्याच्या चार एकरांच्या शेतीत भाताची लागवड करायचा. शेतातील एका झोपडीवजा छप्परात तो राहायचा. चै जाँग-जी सहा वर्षांपूर्वी तैजॉन शेतकी कॉलेजमधून निवृत्त झाला. तो तेथे प्रयोगशाळेचा व्यवस्थापक होता. निवृत्त व्हायच्या दोन वर्षे आधी त्याच्या पत्नीचे कर्करोगाने निधन झाले होते. मुलगी लग्न होऊन पुसानला स्थायिक झाली होती, तर मुलगा दक्षिण कोरियाच्या पूर्व किनाऱ्यावरील कांगतुंग येथे मत्स्यपालन विकास कार्यालयात संशोधन अधिकारी या पदावर काम करत होता. मुलगी अधूनमधून चै जाँग-जीला भेटायला जायची, त्याची विचारपूस करायची; पण मुलगा मात्र आपल्या कुटुंबात गुरफटला होता. आपण, आपली बायको व आपली दोन मुले यांच्या पलीकडे त्याला काही दिसत नव्हते. वृद्ध वडिलांच्या प्रकृतीची, औषधपाण्याची चौकशी तर दूरच राहिली, त्यांना साधे भेटायलाही जायचा नाही. जास्त प्रेम दाखवले, तर वडिलांना वृद्धापकाळी आपल्याजवळ ठेवून घ्यावे लागेल, अशी त्याला भीती होती. त्याच्या बायकोने कोणत्याही परिस्थितीत चै जाँग-जी यांनी आपल्याबरोबर राहिलेले चालणार नाही, असे त्याला निक्षून सांगितले होते.

आपली जमीन व घर एका तेलशुद्धीकरण प्रकल्पासाठी सरकार सक्तीने ताब्यात घेणार असून, आपल्याला तो प्रकल्प उभा करणाऱ्या कॉर्पोरेशनकडून नुकसानभरपाई मिळणार आहे, असे जेव्हा चै जाँग-जीला समजले, तेव्हा तो खूप हवालदिल झाला. निवृत्तीनंतर मिळालेली रक्कम त्याने ती जमीन विकत घेण्यासाठी वापरली होती. नोकरीतील तुटपुंजी बचत पत्नीच्या आजारपणात केव्हाच संपून गेली होती. नुकसानभरपाई मिळेतोपर्यंत कोठे राहायचे, हा यक्षप्रश्न त्याच्यासमोर आ वासून उभा राहिला. त्याने सेऊलला जायचे ठरवले. सरकारी अधिकारी येऊन जमीन हस्तांतरणाच्या व भू-संपादनाच्या कागदपत्रांवर सह्या घेऊन गेले. चै जाँग-जी सेऊल येथील एका सेवाभावी संस्थेमार्फत चालवल्या जाणाऱ्या वृद्धाश्रमात दाखल झाला.

सरकारने जमीन ताब्यात घेऊन सहा महिने उलटले, तरी कुरिसान कॉर्पोरेशनकडून नुकसानभरपाई मिळायचे चिन्ह नव्हते. चै जाँग-जी त्याबाबतीत चौकशी करायला

कॉर्पोरेशनच्या सेऊल येथील सैमुनांगिल मार्गावरील भव्य कार्यालयात गेला असता तेथील सुरक्षा कर्मचाऱ्याने त्याला आत जाऊ दिले नाही. असे चार-पाच वेळा झाल्यानंतर चै जाँग-जी एके दिवशी त्या कार्यालयासमोर एक फलक घेऊन बसला. त्यावर त्याने आपल्यावर होत असलेल्या अन्यायाबाबत कॉर्पोरेशन हेतुपुरस्सर दुर्लक्ष करत असल्याचा आरोप कॉर्पोरेशनवर केला. ही गोष्ट कॉर्पोरेशनच्या नुकसानभरपाई विभागाचा प्रमुख प्याँग सोक-ली याच्या कानावर गेली. त्याने संचालक वोन जुन-प्यो यांची भेट घेतली व त्यांना त्याबद्दल सांगितले.

''प्याँग सोक-ली, मी मागेच तुला सांगितलं आहे, की नुकसानभरपाईचं काम नंतर करू. सध्या माझं सारं लक्ष मुदतीच्या आत प्रकल्प कार्यान्वित करण्यावर आहे. ते पाच-पंचवीस शेतकरी आपल्याकडून मिळणाऱ्या नुकसानभरपाईवाचून काही मरत नाहीत. त्यांना काहीतरी सांगून चालढकल कर. सध्या मी सारा पैसा प्रकल्प कार्यान्वित करण्यासाठी आवश्यक कामावर व यंत्रसामग्री खरेदीवर लावला आहे.''

''सर, तो बाहेर बसलेला गृहस्थ आपला आवाज उठवू पाहतो आहे.''

''अरे, काहीतरी करून त्याचा आवाज बंद कर ना! नाहीतर मला तुझाच आवाज बंद करावा लागेल!''

संचालक वोन जुन-प्यो रागाने असे म्हणाल्यावर प्याँग सोक-लीचा नाइलाज झाला. त्याने बाहेर जाऊन चै जाँग-जीची भेट घेतली व काहीबाही सांगून त्याची समजूत घातली. त्याला पूर्ण नुकसानभरपाई मिळेतोपर्यंत एक लहान रक्कम देऊ केली. चै जाँग-जीला वृद्धाश्रमात काही मामुली रक्कम भरावी लागायची. कुरिसान कॉर्पोरेशनच्या अधिकाऱ्यांनी वेळोवेळी थोडेफार कोरियन वोन त्याच्या हातावर टिकवून वेळ मारून न्यायचे ठरवले. अपेक्षेप्रमाणे सप्टेंबर २००६ मध्ये प्रकल्प कार्यान्वित झाला, पण तरीही नुकसानभरपाईच्या प्रश्नावर कायमचा पडदा पाडायला कॉर्पोरेशन टाळाटाळ करू लागले आहे, हे पाहिल्यावर चै जाँग-जी अस्वस्थ झाला. त्यातच २००७ सालच्या ऑक्टोबरपासून त्याला मिळणारी तात्पुरती रक्कमही मिळेनाशी झाल्यावर त्याला वृद्धाश्रम सोडावा लागला. तो बेघरांप्रमाणे चर्च किंवा बुद्ध मंदिरांच्या आसऱ्याला राहून तेथेच मिळणाऱ्या सूप व ब्रेडवर गुजराण करू लागला.

या साऱ्या परिस्थितीने त्याचे मानसिक संतुलन बिघडले. तो भ्रमिष्टासारखा भटकू लागला, बडबडू लागला. त्याला आपल्या मुलीशी संपर्क साधायचेही भान राहिले नाही. शेवटी त्याच्या भ्रमिष्ट मनाने एका गोष्टीचा ध्यास घेतला.

दहा फेब्रुवारीस संध्याकाळी साडेआठच्या सुमारास चै जाँग-जी सुंगन्येमून प्रवेशद्वाराजवळ पोहोचला. त्या ठिकाणी फक्त दोन रखवालदार गप्पा मारत बसले

होते. प्रवेशद्वाराच्या मागील बाजूने त्याने आत प्रवेश केला व त्याच्या कमानीवरील लाकडी भागाकडे जाणाऱ्या जिन्याने तो तिच्या वरच्या कक्षात गेला. आपल्या पोटाला बांधलेली पेट्रोलची बाटली संपूर्ण कक्षात रिकामी केली नि एका कागदास लायटरने पेटवून तो एका कोपऱ्यात ठेवला. तो जिना उतरून जाईपर्यंत लाकडी कक्षाच्या एका कोपऱ्याने पेट घेतला होता. रखवालदारांचे तिकडे लक्ष गेल्यावर एकच हलकल्लोळ माजला. स्मारकाभोवतीची वाहतूक थांबवण्यात आली. ज्वालांनी वेढलेल्या स्मारकाभोवती बघ्यांनी एकच गर्दी केली. स्मारकाकडून रस्त्याकडे पळत जाणाऱ्या चै जाँग-जीला लोकांनी पकडून ठेवले. अग्निशमन कर्मचारी तेथे पोहोचून आग आटोक्यात आणण्यापूर्वी जवळजवळ संपूर्ण स्मारकाचा लाकडी भाग, त्याच्या भिंती व छत आगीच्या भक्ष्यस्थानी पडले. यथावकाश पोलिसांनी चै जाँग-जीस ताब्यात घेतले.

सेऊलची शान असलेला प्राचीन सांस्कृतिक वारसा नष्ट झाल्याबद्दल जनता हळहळत होती. जनतेपुढे एक मोठा प्रश्न उभा राहिला. या न भूतो न भविष्यती नुकसानीस जबाबदार कोण?

त्यानंतर पुन्हा कधी सेऊलला जाण्याचा योग आला नाही. जानेवारी २००९ मध्ये माझी इथिओपियाला बदली झाली. मी हळूहळू सुंगन्येमून प्रवेशद्वाराचे प्रकरण विसरून गेलो; पण त्यानंतर खूप दिवसांनी म्हणजे एप्रिल २०१० मध्ये जुने अल्बम पाहत असताना सेऊलचे फोटो पाहण्यात आले नि त्या प्रकरणाची आठवण झाली. चै जाँग-जीवरील खटल्याचे पुढे काय झाले, याची उत्सुकता लागून राहिली. मी इंटरनेटवर त्याबाबतीत माहिती पाहू लागलो. थोड्याच वेळात त्याबाबतीत सेऊलच्या एका स्थानिक वर्तमानपत्रातील बातमी माझ्या वाचनात आली. ती होती १२ मार्च २००९ या तारखेची.

"दि. १० फेब्रुवारी २००८ या दिवशी सुंगन्येमून प्रवेशद्वारास आग लावून ते नष्ट केल्याच्या आरोपावरून चै जाँग-जी यावर सुरू असलेल्या खटल्याचा निकाल सेऊल नामदैमून जिल्हा न्यायालयाने आज जाहीर केला. मानसिक संतुलन बिघडल्यामुळे हे दुर्दैवी कृत्य चै जाँग-जीच्या हातून घडले, हा त्याच्या वकिलांचा युक्तिवाद ग्राह्य मानून न्यायालयाने त्याची निर्दोष मुक्तता केली. तथापि, त्या स्मारकाच्या नुकसानीस कुरिसान पेट्रोलियम कॉर्पोरेशनच्या अधिकाऱ्यांना त्यांनी त्यांच्या प्रकल्पासाठी संपादित जमिनीच्या मालकांना नुकसानभरपाई देण्यात हलगर्जीपणा दाखवला व त्यामुळेच चै जाँग-जीचे मानसिक संतुलन बिघडले, या कारणास्तव दोषी धरले व त्यांच्यावर फौजदारी कारवाई सुरू करण्याचे आदेश दिले!"

■